राधा

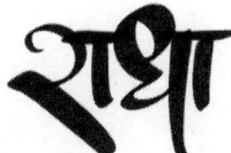

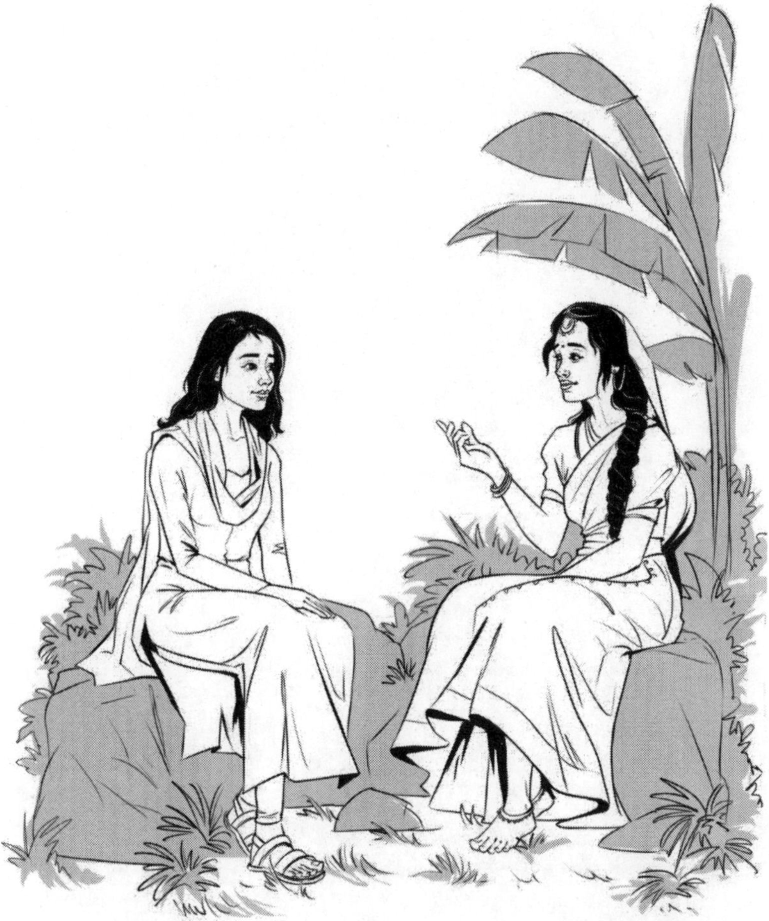

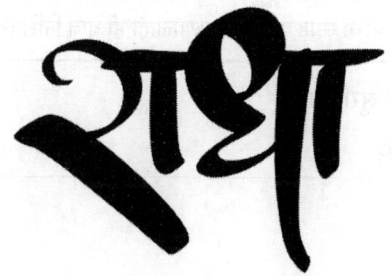

राधा

एक कादंबरीमय उपनिषद

समर

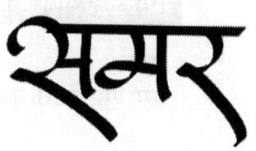

पायरसीबाबत महत्त्वाची सूचना :-
पुस्तक पायरेटेड आहे की नाही हे ओळखण्याचा एक सोपा उपाय आहे. ‘समर पब्लिकेशन’च्या कोणत्याही पुस्तकात अल्पावधीत पिवळा पडणारा, हलका कागद वापरला जात नाही. प्रकाशन दीर्घकाळ जसाच्या तसा राहणारा, उत्तम दर्जाचा कागदच वापरते. तसेच पुस्तकात रंगीत जाहिरात, पुस्तकाची शिलाई आणि मजबूत बांधणी केवळ अस्सल प्रतीतच असते. कृपया आपणही याबाबत इतरांना जागृत करावे. किरकोळ सूट पाहून आपण घरात आणलेले पुस्तक वर्षभरात पिवळे पडल्याने टाकून द्यावे लागते. पुस्तकांचा संग्रह करणाऱ्या कुणालाही ही बाब निश्चितच आवडणार नाही.

Radha by SAMAR | राधा (भाग - १)

समर पब्लिकेशन
पुणे

लेखक :
समर

लेखनकाळ :
सप्टेंबर २०२३ ते फेब्रुवारी २०२४

संपर्क :
samar.sahitya@gmail.com

प्रथम आवृत्ती :
२० फेब्रुवारी २०२४

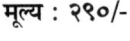

ISBN :
978-93-340-1441-9

१८००० अधिकृत प्रतींचा टप्पा ओलांडला.

मुखपृष्ठ, रेखाचित्रे :
गौरव पाटील

मुद्रक :
एस. एम. प्रिंटर्स, पुणे

मूल्य : २९०/-

पुस्तक आवडल्यास ॲमेझॉनवर अवश्य रेट करा. आपल्या एका रेटींगमुळे प्रकाशनाला मोठी मदत होईल!

Get connected with the publication –

Follow -
Samar Publication
On Instagram

तिच्यासाठी...

कादंबरी वाचण्यापूर्वी...

वाचकांना कादंबरीविषयी दोन-चार गोष्टी अगदी थोडक्यात सांगायच्या आहेत. खरं तर कादंबरीला मनोगताची आवश्यकताही नव्हती, मात्र 'राधा' माझ्या अन्य कादंबऱ्यांप्रमाणे चरित्रात्मक कादंबरी नाही आणि या कादंबरीची वैशिष्ट्ये वेगळी आहेत हे वाचकांना कादंबरी विकत घेण्यापूर्वी ती चाळतांनाच लक्षात यावं म्हणून हे मनोगत लिहीत आहे. 'उर्मिला' हे उर्मिलाचं समग्र चरित्रच होतं. मात्र 'राधा' मी वेगळ्या पद्धतीने लिहिली आहे. ती पद्धत आणि हा लेखनप्रवास मला थोडक्यात सांगायचा आहे.

'कादंबरीमय उपनिषद' म्हणजे नेमकं काय, असा प्रश्न काहींच्या मनात आला असेल. कादंबरीमय इतिहास आपल्याला परिचित आहे. रूक्ष भाषेत इतिहास मांडण्यापेक्षा त्याला काव्यात्मक भाषेची जोड देऊन एका विशिष्ट कथेचं वर्णन कादंबरीमय इतिहास मांडतांना केलं जातं. प्रश्नोत्तराच्या स्वरूपात लिहिल्या जाणाऱ्या उपनिषदाला एका विशिष्ट कथेची आणि काव्यात्मकतेची जोड देऊन हे 'कादंबरीमय उपनिषद' मी लिहिलं आहे. राधा आणि श्रावणीचा संवाद हे उपनिषद व श्रावणीची कथा यांचा हा मिलाफ आहे. त्यामुळे वाचकांना कथा सलग वाचता येणार नाही. प्रश्नोत्तरांचं स्वरूप एका कादंबरीला अपेक्षित असणारं, म्हणजेच आटोपशीर, नसेल. ऋषींनी उपनिषदांमध्ये एखाद्या तत्त्वाचं वर्णन करतांना ज्याप्रमाणे त्या तत्त्वाचे अनेक पैलू विस्तृतपणे मांडले आहेत, त्याप्रमाणे या कादंबरीतही प्रेमासारख्या भावनांचा सखोल विचार करून संवादाची रचना केली आहे. मात्र ही रचना अनावधानाने झाली नसून हेतूपूर्वक केली आहे. या पुस्तकात कथा ही प्रधान आणि वैचारिक चर्चा दुय्यम नसून वैचारिक चर्चा ही प्रधान आणि कथा ही दुय्यम आहे. उपनिषद हाच या पुस्तकातील प्रमुख वाचनीय भाग असावा ही लेखक म्हणून माझी भूमिका होती. त्यामुळे अशीच अपेक्षा ठेवून आपण ही कादंबरी वाचावी हे मला वाचकांना अगत्याने सांगायचे आहे.

याशिवाय कादंबरीची तीन ठळक वैशिष्ट्ये मला सांगता येतील. पहिलं वैशिष्ट्य म्हणजे ही कादंबरी एकसूरी नाही. वेगवेगळ्या पात्रांच्या दृष्टीकोनातून कथेची मांडणी केली आहे. हाच क्राफ्ट मी 'तथागत' कादंबरीतही वापरला आहे. या कादंबरीतील प्रकरण क्र. २, ३, ५, ७, ९, ११, १२, १३ या प्रकरणांमध्ये राधाकृष्णाचं चरित्र क्रमश: आलं आहे. उर्वरित प्रकरणांमध्ये प्रेम, विवाह, जीवन, विरह अशा प्रमुख विषयांबाबत राधा आणि श्रावणीची चर्चा आहे.

कादंबरीचं दुसरं वैशिष्ट्य म्हणजे कादंबरीत दोन कथा एकमेकांमध्ये गुंफल्या आहेत. एकीकडे श्रावणीची कथा आणि अधूनमधून राधाकृष्णाच्या कथेचा फ्लॅशबॅकही येतो. अशा दोन पातळ्यांवर कादंबरी पुढे सरकते. तिसरं वैशिष्ट्य म्हणजे उपनिषद. हे एका प्रकारे 'प्रेम उपनिषदच' आहे. मात्र आजच्या काळातील तरूणीला पडलेले प्रश्न आणि तिला राधेने दिलेली आदर्शवादी उत्तरं, असं या उपनिषदाचं स्वरूप नाही. श्रावणी तिच्या काही मतांवर ठामच आहे. पण या उपनिषदातून, म्हणजेच संवादातून, आजच्या पिढीचा प्रेमविषयक दृष्टीकोन आणि राधेचा दृष्टीकोन दिसून येईल. या तीन वैशिष्ट्यांनी युक्त असणाऱ्या या क्राफ्टबाबत वाचकांची प्रतिक्रिया जाणून घेण्यासाठी मी उत्सुक असेनच.

२०२१ साली लिहिलेल्या 'तथागत' कादंबरीनंतर मी २०२३ संपतांना ही नवी कादंबरी लिहिली. जवळपास दोन वर्षे मी कादंबरी लिहिलीच नाही हेसुद्धा मला 'राधा' लिहायला घेतल्यावर जाणवलं. २०२१ पर्यंत लिहिलेली पाच पुस्तके प्रकाशित करण्यासाठी मी प्रकाशनाची स्थापना केली आणि त्याचा पाया रचतांना लेखनाकडे दुर्लक्ष झालं हे मान्य करावं लागेल. पण याबाबत मी आनंदीच आहे. सद्य परिस्थिती लक्षात घेता लेखकाने (किमान सुरूवातीच्या काळात) स्वत: मेहनत घेतली, तरच त्याचं लेखन अधिकाधिक वाचकांपर्यंत पोहोचतं. आज भारतातील आघाडीच्या लेखकांनी याच सूत्रानुसार मेहनत घेतल्याचं दिसतं. २०२२ साली प्रकाशनाची पायाभरणी केल्यानेच 'राधा' तुमच्यापर्यंत अधिक वेगाने पोहोचेल, असा मला विश्वास वाटतो.

'उर्मिला' संपताच मी राधा लिहिण्याचा विचार केला होता आणि तो निकटवर्तीयांसमोर बोलूनही दाखवला होता. पण आपण गेली तीन-चार वर्षे फक्त ऐतिहासिक आणि पौराणिक विषयच लिहित असल्याची जाणीव झाल्याने मी ठरवून वेगळा विषय हाताळला. 'रेवन रॉय' ही शास्त्रकल्पन कादंबरी (सायन्स फिक्शन) यातूनच जन्माला आली. मात्र हा विषय माझ्या मनातून जात नव्हता. त्यामुळे राधेशी संबंधित असणारी प्राचीन, पौराणिक आणि माहितीपर पुस्तकांचा अभ्यासही मी सुरू केला.

'महाभारतातील १०८ अद्भुत रहस्ये' पुस्तक लिहिण्यासाठी मी महाभारताचे सर्व अध्याय बारकाईने वाचले होतेच. राधेचा थेट उल्लेख महाभारत आणि भागवतात नाही हे मी ऐकून होतोच. महाभारत आणि भागवताच्या वाचनामुळे त्याची खात्री झाली होती. त्यामुळे खास राधा-कृष्णाचं नातं जाणून घेण्यासाठी 'ब्रह्मवैवर्तपुराण' आणि 'गर्ग संहिता' वाचली. राधाकृष्णाचं नात हाच या प्राचीन पुस्तकांचा मुख्य विषय आहे. जनमानसाची जशी धारणा आहे, तसंच चित्रण पुराणांमध्ये केलं आहे की नाही, या प्रश्नाचं उत्तरही ही प्राचीन पुस्तकं वाचतांना मला

मिळालं.

पण काहीही झालं तरी मला क्राफ्ट बदलायचाच होता. 'चरित्रात्मक कादंबरी' हा क्राफ्ट मला पुन्हा घ्यायचा नव्हता. त्यामुळे मी वीस पानं लिहून थांबलो. हवा तसा क्राफ्ट सुचेपर्यंत कादंबरी न लिहिण्याचा निर्णय घेतला. आठ-दहा महिने तरी काहीच लेखन झालं नाही. शेवटी मला ही कथा सुचली. हा क्राफ्ट रचला गेला. त्यानंतर लेखनाला फारसा वेळ लागला नाही. कारण जे लिहायचं होतं, त्याचं चिंतन सदैव सुरू होतंच. त्याला स्वरूप कसं द्यायचं हे लक्षात येत नव्हतं. ते यथावकाश ठरलं.

राधा आणि कृष्णाची कथा सांगतांना तिच्यात दैवी घटकांचा समावेश का केला? असा प्रश्नही काहींच्या मनात येऊ शकेल. राधा आणि कृष्णाची कथा मानवी स्वरूपातच सांगावी, असं प्रथमत: माझंही मत होतं. पण पुराणांचा आणि अन्य ग्रंथांचं वाचन केल्यावर तुमच्या लक्षात येतं की राधाकृष्णाची कथाच त्या दैवी घटकांशिवाय अपूर्ण आहे. त्या दैवी उपकथानकांशिवाय अनेक प्रश्नांची उत्तरं मिळत नाहीत. उदाहरणार्थ, कृष्ण कित्येक वर्षे वृंदावनात का परतला नाही? वयाने मोठी असणारी राधा आणि कृष्ण यांचा विवाह त्या काळात कसा झाला? इत्यादी. आधी सांगितल्याप्रमाणे राधा आणि कृष्णाची कथा भागवत किंवा महाभारतात विकसित झालेली नसून त्या नंतरच्या काळात ती रचली गेली, असं अभ्यासकांचं मत आहे. त्याचा सबळ पुरावा म्हणजे भागवत आणि महाभारतात राधेचा ठळक उल्लेखच नसणं. पुढील काळात ती कथा लिहिली गेली. या कारणांमुळे कथेतील दैवी संदर्भ गाळून ती केवळ मानवी स्वरूपात लिहिणं यथोचित वाटलं नाही. तरीही मी शक्य तिथे पुराणातील कथेमधला ठराविक भाग वगळला आहे. तो तुम्ही प्रत्यक्ष पुराणात वाचू शकता. उदाहरणार्थ, राधा आणि कृष्णाची पृथ्वीवर प्रथम भेट होते तेव्हा शिशू अवस्थेतील श्रीकृष्ण त्यांचं मूळ रूप धारण करून राधेला दर्शन देतात.

अंतिमत: मला एक बाब आवर्जून नमूद करावीशी वाटते. **या कादंबरीत किंवा यापूर्वी लिहिलेल्या कोणत्याही कादंबरीत मी पात्रांच्या मुखी जी वाक्ये लिहिली आहेत, ती माझ्या वैचारिक भूमिकेवर आधारित नाहीत.** जी विचारधारा गेल्या काही दशकांमध्ये विकसित झाली आहे, ती विचारधारा मी पौराणिक व्यक्तिरेखांवर लादत नाही. मला माझी वैचारिक भूमिका वाचकांसमोर मांडायची झाली, तर मी वेगळं पुस्तक लिहीन. मात्र पौराणिक आणि ऐतिहासिक व्यक्तिरेखांच्या संवादातून गुपचूप माझे विचार तुमच्यासमोर मांडण्याची परंपरागत लबाडी मी कदापि करणार नाही हे आश्वासन देतो. उर्मिलेचं चरित्रही मी वेगळ्या पद्धतीने मांडू शकलो असतो. मात्र ऐतिहासिक किंवा पौराणिक कथा निवडल्यावर तिच्यात फेरफार करून ती सोयीस्कर पद्धतीने वाचकांसमोर मांडणं मला उचित

वाटत नाही. जे जसं घडलं आहे, तसं लिहावं. उदाहरणार्थ, स्त्रीवाद गेल्या शतकात अधिक विकसित झाला. ज्या काळात तो अस्तित्वातच नव्हता, त्या काळातील कथा सांगतांना सोयीस्कर पद्धतीने स्त्रीवाद मांडणं मला उचित वाटत नाही. ज्या लेखकाला खरोखर त्याचं मत मांडायचं असेल, त्याने ते स्वतंत्रपणे मांडावं.

आजवर कादंबरीकाने निवडलेले विषय, त्याच्या पुस्तकांमधील विषयाची मांडणी आणि त्याची विचारधारा एकच असल्याने मीसुद्धा तीच परंपरा जपत आहे, असं वाचकांना वाटू शकतं. मात्र मी निवडलेल्या विषयाचा आणि मांडणीचा माझ्या वैचारिक भूमिकेशी काहीही संबंध नाही. मी कादंबरी लिहितो, तेव्हा मी माझी वैचारिक भूमिका बाजूला ठेवतो. ती भूमिका मनात ठेवून ऐतिहासिक किंवा पौराणिक लेखन झालं, तर पूर्वग्रहदूषित दृष्टीकोनातून ती कथा मांडली जाते. एखाद्या व्यक्तिरेखेवर अन्याय होतो. या कादंबरीतही 'श्रावणी' ही व्यक्तिरेखा प्रातिनिधिक आहे. मी आजवर ज्या तरूणींशी बोललो आणि त्यांचे विचार जाणून घेतले, त्या तरूणींचं 'श्रावणी' हे एक प्रतिक आहे. ती आजच्या काळातली असली, तरी माझे विचार मी तिच्या मुखी लिहिले नाहीत. राधेच्या पावित्र्याचा आणि भाविकांच्या श्रद्धेचा विचार करूनच मी राधेचे संवाद लिहिले आहेत. एखाद्या विषयाबाबत राधा काय म्हणेल, याबाबत सखोल विचार करूनच मी ही कादंबरी लिहिली आहे. तिथेही मी स्वतःस बाजूला ठेवलं आहे. वाचकांनीही लेखकाला विसरून ही कादंबरी वाचली, तरी माझी हरकत नाही. कारण कादंबरी लिहितांनाच मीच मला विसरतो. बहुदा या कारणामुळेच मी वेगवेगळ्या व्यक्तिरेखांवर आधारित साहित्यकृती निर्माण करू शकलो आणि सर्वच वाचकांनी त्या आजवर तरी स्वीकारल्या. सध्या कादंबरी लिहिणाऱ्यांनीही आपापला पक्ष ठरवून घेतला आहे. समाजातही हळूहळू दोन टोकं दिसू लागली आहेत. अशा परिस्थितीत मला एक अपवाद होणं आवडेल. त्यामुळे कोणत्याही विचारधारेने मला 'आपला' समजू नये. विशेषतः माझी अधिक प्रसिद्ध असणारी पुस्तके पाहून तर मुळीच नव्हे!

एवढंच.

समर
पुणे ३०

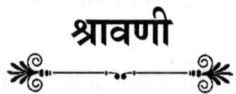

श्रावणी

ती मला भेटणार आहे हे मला माहीत असतं, तर मी एक प्रश्नावलीच सोबत नेली असती. पण यमुनेच्या किनारी इतक्या शतकांनंतरही बासरीचा तो मंजूळ स्वर हृदयात साठवून ठेवणाऱ्या एका प्रेमिकेची भेट होणं माझ्यासाठी अकल्पनीयच होतं. तुम्हा सर्वांसाठीही ती अकल्पनीय घटनाच असेल. असं काही घडू शकत नाही, असंच मला वाटायचं. मात्र माझा विश्वास किंवा मत हे सत्याचं परिमाण असू शकत नाही हे तिची भेट झाल्यावर मला समजलं.

माझं नाव श्रावणी. मी बावीस वर्षांची होते, तेव्हा ही घटना घडली. आता मी तिशीत आहे, तरीही मला ती घटना जशीच्या-तशी आठवतेय. बाविसाव्या वाढदिवशी मी 'सोलो ट्रिपचा' हट्ट धरला होता. माझं घर तसं सुखवस्तू असल्याने आर्थिक कारणांमुळे घरचे 'नाही' म्हणतील, अशी शक्यता नव्हती. पण एकटी मुलगी सुरक्षित राहील का, असा त्यांच्यासमोर प्रश्न होता. आमच्या कुटुंबात आजवर अशी मागणी करणारी मी पहिलीच. आजीला माझा विचार मुळीच पटला नव्हता, पण ती उघडपणे नापसंती दर्शवत नव्हती. मी शक्य तितकं स्वातंत्र्य उपभोगावं असं आईला वाटत होतं. तशी तिलाही माझी काळजी वाटत होतीच. पण आश्चर्य म्हणजे मला 'सोलो ट्रिप'वर पाठवण्यासाठी सगळ्यात आधी बाबाच तयार झाले! त्यांनी दहा सूचना जास्त दिल्या, पण पाठवलं तरी! मी मथुरा-वृंदावन-आग्रा-वाराणसी असा प्रवास करणार होते.

वाढत्या वयानुसार अध्यात्म म्हणजे काय, आपली सांस्कृतिक परंपरा, त्यातील घटनाक्रम याविषयी माझ्या मनात आकर्षण वाढू लागलं होतं. अर्थातच आध्यात्मिक आणि सांस्कृतिक वाटचालीचा विचार करतांना अनेक धार्मिक कथांबाबत माझ्या मनात प्रश्न होतेच, सर्वच धर्मांतील. तरी मी अध्यात्माचा

आदर करणारी आणि ते जाणून घेण्यास उत्सुक असणारी मुलगी होते. मी पूर्णत: 'धार्मिक' होते, असं म्हणता येणार नाही. मी आध्यात्मिक होते. अर्थात ही गोष्ट माझ्या मनातल्या सर्व शंकांचं निरसन होऊन मी पूर्णत: धर्मप्रवण कशी झाले हे सांगणारी गोष्ट नाही. माझे काही आक्षेप आजही तसेच आहेत. त्यामुळे तुम्ही तसा समज करून घेऊ नका. हो, पण तिच्याशी बोलल्यावर मला एक नवी दृष्टी मिळाली हे मात्र खरं.

वाराणसीला जातांना मी द्वितीय श्रेणीच्या वातानुकूलीत डब्याचं तिकीट काढलं होतं. सलग दोन दिवस सात लोकांची नजर माझ्यावरच असेल ही बाब मलाच सहन झाली नसती. त्या सात बाया असतील, तर हरकत नाही. पण ते सगळेच पुरूष असतील तर? पुरूषांचा काय भरवसा? मला भारतीय रेल्वेला एक गोष्ट सांगायची आहे. तुम्ही बसेसमध्ये महिलांसाठी राखीव जागा ठेवता. तशाच राखीव जागा रेल्वेच्या आरक्षित डब्यांमध्येही का नाहीत? बरं तुम्ही पुरुषापासून दूर राहण्यासाठी प्रयत्न करू शकता. दिवसाढवळ्या बाणाप्रमाणे बोचणाऱ्या वखवखलेल्या पुरुषी नजरांचं काय? अनुमतीशिवाय परपुरूषाचा अनुचित स्पर्श झाला तरच मन हादरतं, असं नाही. स्पर्श न करता फक्त दृष्टीने अत्याचार करणारे महाभागही सभोवती आहेतच.

द्वितीय श्रेणीच्या डब्यात मला सौभाग्याने शेवटचे सीट मिळाले. म्हणजे माझ्यासमोर कुणीही नव्हतं. एक भिंतच होती. वरच्या बर्थवर एक तरूण मुलगा होता, पण त्याची आणि माझी नजरानजरही झाली नाही. मला अगदीच योग्य जागा मिळाली. प्रवास अगदी छान सुरू होता. खिडकीतून निसर्ग आणि गावखेड्यांचे वेगळेपण आणि आपल्याला मागे पडणारी स्थानकं दिसत होती. या माझ्या चांगल्या चाललेल्या प्रवासात मला रेल्वेतलं शौचालय वापरण्याची वेळ आली आणि... असो. त्या क्षणीच मी परतीचा प्रवास विमानानेच करू असं ठरवलं. वर्षभरात मी जे पैसे साठवले होते, ते तिकिटासाठी वापरले.

या प्रवासामागे अजून एक कारण होतं. ते म्हणजे माझं नुकतंच झालेलं ब्रेकअप. माझ्या प्रियकराशी माझं नातं तुटलं होतं. त्यामागे अनेक कारणं होती. पण सगळ्यात महत्त्वाचं कारण म्हणजे जात. ती एक वेगळीच गोष्टय. दुसरं कारण म्हणजे त्याचं मला समजून न घेणं. मी ओपिनिअनेटेड - स्वतःच्या मतांवर ठाम असणारी - मुलगी होते. अजूनही आहे. बहुदा ती गोष्ट त्याला रूचत नसावी. किंबहुना तितकीशी 'आकर्षक' वाटत नसावी. पावला-पावलावर मला पुरूषाचा खांदा नको होता आणि त्याची गरजही वाटत नव्हती.

अशा विखारी नात्याला विसरण्यासाठी आणि नवी सुरूवात

करण्यासाठी मला दूर कुठेतरी फिरायला जायचं होतं. वृंदावन आणि वाराणसीसारख्या जागांना निवडण्यामागचं कारण म्हणजे मला त्या शहरांचं फॅसिनेशन होतं. काही चित्रपटांमध्ये 'बनारस की गलियाँ' हा अतिशय सुंदर आणि एकदा तरी अनुभव घेण्यासारखा भाग आहे, असं दाखवलं गेलं होतं. मलाही तिथे सायंकाळी होणारी आरती आणि उत्तर भारतीयांचं राहणीमान एकदा तरी बघायचं होतंच.

मी कोण, कशी हे खूप झालं.

तिची भेट कशी झाली आणि आम्ही काय बोललो हे सांगण्यापूर्वी माझ्या त्या तुटलेल्या नात्याविषयी थोडंसं सांगते. आम्ही तीन वर्षे सोबत होतो. अगदी आनंदात. अधूनमधून खटके उडायचे, पण ते वैचारिक मुद्द्यांवर. दुसऱ्या वर्षानंतर मला असं वाटायला लागलं होतं की त्याला माझी मतंच कळत नाहीयेत. मत पटणं ही तर पुढची पायरी. त्याला त्याच्या अपब्रिंगिंगमुळे किंवा इतर काही सांस्कृतिक मर्यादांमुळे एक चौकट ओलांडता येत नव्हती. अगदी चर्चा करतांनाही. बरं मी काही 'कशा प्रकारचे कपडे योग्य' अशा मुद्द्यांबाबत बोलत नव्हते. एकमेकांच्या विवेकावर विश्वास ठेवून एकमेकांना योग्य वाटणारे कपडे घालू द्यावे आणि आवडतं ते खाऊही द्यावं ही आमच्यासाठी अगदी प्राथमिक बाब होती. तो तितका समंजस होता. काही वैचारिक विषयांबाबत माझं म्हणणंच त्याच्यापर्यंत पोहचत नाही, असं मला वाटू लागलं. तरीही मी त्याच्यासोबत राहिले यामागे फक्त एकच कारण होतं. तो कसाही असला, तरी इतर मुलांपेक्षा समंजस आणि विवेकी आहे हे मला माहीत होतं. बहुदा त्याला माझं बोलणं समजत असेल, पण मीच त्याची प्रतिक्रिया नीट समजून घेत नसेन असा विचार करून मी एकमेकांना समजून घेण्याच्या प्रक्रियेत खंड पडू देत नव्हते. बाकी सगळं छान सुरू होतंच. आवडी-निवडी जुळत होत्या, त्यामुळे चित्रपटांपासून आवडत्या पर्यटनस्थळांपर्यंत सगळं काही एकत्र एन्जॉय करता येत होतं.

एके दिवशी कोसळणाऱ्या वीजेने होत्याचे नव्हते व्हावे, तशी एक वाईट बातमी सांगण्यासाठी माझा प्रियकर मला भेटायला आला. मी त्याच्यासोबत रिलेशनशिपमध्ये आहे हे मी पहिल्याच वर्षी घरी सांगितलं होतं. उगाच का लपवत बसायचं? तेवढा घरच्यांचाही माझ्यावर विश्वास होता. तो मी टिकवला होता. पण त्याने त्याच्या घरी आमच्याबाबत फारसं काही सांगितलं नव्हतं. त्याबाबत मी त्याला सतत प्रश्न विचारायचे. मीच त्याच्या कुटुंबियांना

भेटण्यासाठी उत्सुक होते. मात्र तो योग येत नव्हता. त्याचं कारण मला त्या दिवशी समजलं.

"मला माहितीये की हे ऐकून तू रागावशील. पण हे मी स्वत:हून करत नाहीये. ही माझ्याही हातात नसलेली गोष्ट आहे." तो म्हणाला. तो काय बोलणार आहे हे माहीत नसल्याने मला वाटलं, 'ही कशाची प्रस्तावना?'

"असं काय झालंय?"

"तुला माहीत होतंच की आपली जात वेगळीये. लग्नापर्यंत विषय गेला, तर प्रॉब्लेम्स होतील."

"तू असा भेद मानत नाहीस ना! माझ्या घरीही जातीमुळे काही फार प्रश्न निर्माण होईल, असं वाटत नाही."

"माझे आईबाबा आपलं लग्न टाळण्यासाठी कोणत्याही थराला जातील. त्यांना कितीही समजावलं, तरी ते ऐकायला तयार नाहीत." तो म्हणाला.

"म्हणजे तुला काय म्हणायचंय?" विषय कोणत्या दिशेने पुढे जातोय हे लक्षात येऊ लागल्यावर माझ्या पायाखालची जमीन सरकली. माझ्या हृदयाचे ठोके वाढले.

"ते मला म्हणायचं नाहीच्चे, मला म्हणावं लागतंय. यापुढे आपल्या दोघांना जास्त त्रास होण्यापेक्षा..." तो इतकंच म्हणाला. क्षणभर खरोखर मी स्तब्ध झाले. ज्याच्या देहापेक्षा विचारविश्वावर आपण जास्त प्रेम केलं, तो इतका भ्याड निघाला? आपली काहीही चूक नाही हे माहीत असतांना तो एक चौकट मोडता येत नाही म्हणून गप्प बसला? चौकटीसमोर मूक राहून त्याने 'माझी चूक झाली' असंच सांगितलं!

"तू हे काय बोलतोय? तीन वर्षं सोबत आहोत आपण! मी मुळीच हे टाईमपाससाठी केलं नाही."

"मीसुद्धा नाही. तुलाही ते माहितीये. पण हा प्रश्न खूप वेगळाय. आई-बाबांनी माझ्यासाठी आजवर जे काही केलं, ते सगळं माझ्या डोळ्यांसमोर येतं. त्यांची ही एकच अपेक्षा आहे."

"जात बदलता आली असती, तर मी आपल्यासाठी ती सहज बद..."

"ते मला माहितीये. मीसुद्धा ते केलं असतं. पण तसं नाही ना करता येत! त्यांना मी खूप समजावून पाहिलं. ते काही ऐकून घ्यायलाच तयार नाहीत." तो म्हणाला.

"माझ्याही आईबाबांनी माझ्यासाठी खूप केलंय. सगळ्यांचेच आईबाबा करतात. त्याबद्दल तुझ्या मनात आदर असणं चांगलच आहे. त्याच्या अपेक्षांचा

नक्कीच विचार करावा. आपल्यात संवाद नसावा का? मीच तुझ्याशी का लग्न करावं हे आपण त्यांना समजावून सांगू शकत नाही का? एक संधी मिळायला नको का?"

"तोच मुद्दा आहे. अशी संवादाची एक संधी द्यायची असते हेच त्यांना माहीत नाही. ते एकवेळ त्यांच्याच जातीच्या मुलीची पत्रिका बघणार नाहीत, पण पत्रिका जुळत असेल अशी दुसऱ्या जातीची मुलगी ते स्वीकारणार नाहीत."

"इतका टोकाचा विरोध का? एकविसाव्या शतकात आहोत आपण."

"ते मलाही कळत नाही."

"त्यांनी पटवून दिलं, तरी माझी हरकत नाहीये. ते म्हणतील की आपल्या घरांमध्ये जेवण वेगळ्या पद्धतीने केलं जातं. मी चार पदार्थ शिकेनही. कोणत्याच जातीतली कमावणारी मुलगी दिवसभर तशीही घरात नसेलच सतत काही ना काही करायला. ते म्हणतील की आपली उपासनापद्धत वेगळी, मी म्हणेन तुमचा मुलगा करतो ते मी सगळं करेन. असा संवाद तर व्हायला हवा! त्यांनी माझ्यातली कमतरता दाखवून लग्नाला विरोध केला, तर मीच त्यांचा निर्णय मान्य करेन."

"श्रावणी... खरंच सॉरी. मी हे सगळं करून पाहिलं."

मी भाबडेपणाने बोलत होते हे माझ्या लक्षात आलं. मी त्याच्या नावावर जोर देऊन त्याला फक्त एकच प्रश्न विचारला, "रोहित... तू हे स्वीकारलंय का? तू याच्या पुढे जाऊ शकणार नाहीयेस का?"

तो काहीच बोलला नाही. आपण खटाटोप करून काहीच फायदा नाही हे माझ्या लक्षात आलं. त्याने घरच्यांसमोर केव्हाच पराभव मान्य केला होता, त्याची तथाकथित चूक कबूल केली होती. 'तुझ्यात हिंमत नव्हती, तर दुनियाभरचं तत्त्वज्ञान माझ्यासमोर कशाला बोलत बसलास? हिंमत हेच एकमेव तत्त्वज्ञान असतं. भित्र्यांनी सुधारणेच्या गप्पा मारू नये. तू माझी तीन वर्षं वाया घालवली? तुला काहीच कसं वाटलं नाही?' असं खूप काही बोलण्यासारखं होतं. पण मी काहीच बोलले नाही. कारण त्याच्यासोबत अजून एक सेकंद वाया घालवणं ही माझी चूक ठरली असती.

"गुडबाय!" असं म्हणून मी तिथून निघाले. पुढे रडारड वगैरे झाली. आमच्या नात्याचा शेवट असा बोचरा, दुर्दैवी आणि संतापजनक होता. म्हणूनच 'अशा विखारी नात्याला विसरण्यासाठी मी बाहेर पडले' असं सुरूवातीलाच म्हटलं. या नात्याला काहीच भविष्य नाही हे माहीत असून तो तीन वर्षे माझ्यासोबत राहिला म्हणजेच ते नातं विखारी होतं. तेव्हा मला ते आनंददायी

वाटत होतं, कारण ही वस्तुस्थिती मला माहीत नव्हती.

तुम्ही म्हणाल, यात विशेष असं काय? अनेकांच्या जीवनात कधी ना कधी असा प्रसंग येतो. अशाच सामाजिक कारणांमुळे नातं तुटण्याच्या अनेक गोष्टी आपण कायमच ऐकत-वाचत आलोय. त्यात अजून एका गोष्टीची भर मी का घातली? खरं तर मलाही आधी असंच वाटलं. जे माझ्यासोबत घडलं, ते लिहिण्यासारखं तरी आहे का? पण नंतर वाटलं की माझी मन:स्थिती समजल्याशिवाय तिच्यात आणि माझ्यात जी चर्चा झाली, त्याची पार्श्वभूमी तुम्हाला कळणार नाही. म्हणून थोडक्यात तो प्रसंग सांगितलाच. शिवाय किती प्रेमकथांमध्ये मुलगी ओपिनिअनेटेड दाखवली जाते हे मला माहीत नाही. जात किंवा अन्य कारणांमुळे ज्यांचं नातं तुटतं, ते बऱ्याचदा अल्लड किंवा अविचारी दाखवले जातात. आमचं नातं तसं नव्हतं. मी प्रत्येक गोष्टीबाबत विचार करून त्यावर मत मांडू शकणारी मुलगी होते. अशा मुलीसोबत नातं कसं टिकवायचं याबाबत कोणताही संदर्भ समकालीन प्रेमकथांमध्ये न सापडल्याने कदाचित रोहितलाही नातं टिकवण्याची कला सहजरित्या आत्मसात करता आली नाही.

हे वाचतांना तुमच्या मनात रोहित आणि श्रावणी अशा दोन व्यक्तिरेखा तयार झाल्या असतील. नकळत 'रोहित' या व्यक्तिरेखेबाबत तुमच्या मनात सहानुभूती आहे की नाही, ते पहा. माझं ओपिनिअनेटेड असणं आणि या स्वभावाचा इतरांनी पूर्णत: स्वीकार न केल्याने मी नापसंती व्यक्त करणं हे तुम्हालाही कुठेतरी खटकलं नं? व्यक्तीचे त्याच्या अभ्यासातून आणि अनुभवातून काही समज तयार होतात, तसे समाजाचेही काही समज असतात. मुलीने सातत्याने मतप्रदर्शन करणं हे नातं तुटण्याचं कारण मानलं जातं. पुरूषांनो, तुम्ही वाईट वाटून घेऊ नका. तुमची बाजूही आम्ही दोघींनी पुढे समजून घेतली. किंबहुना तिनेच मला समजावून सांगितली.

✿

दोन दिवसांनी मी वाराणसीला पोहोचले. सायंकाळ झाली होती. रेल्वे स्थानकाबाहेर पडताच भारताचा राष्ट्रध्वज दिसला. बऱ्याच अंतराहून दिसू शकेल असा तो भव्य स्तंभ होता. स्थानकाबाहेर अनेक रिक्षा उभ्या होत्याच. महाराष्ट्रात कुठेही दिसत नाहीत अशा सायकल रिक्षा तिथे उभ्या होत्या. इतर ऑटो रिक्षांचा रंग पिवळा आणि हिरवा होता. मी एका थ्री स्टार हॉटेलमध्ये खोली

आरक्षित केली होती. तिथे जाऊन चेक-इन केलं. त्या रात्री फारसं कुठे न जाता मी खोलीतच थांबले. दुसऱ्या दिवशी पहाटेपासूनच फिरस्ती सुरू करावी, असा विचार केला.

ठरल्याप्रमाणे मी सकाळी सहा वाजताच वाराणसीच्या प्राचीन रस्त्यांवर पाऊल ठेवलं. खरं तर पाच वाजताच निघणार होते, पण अनोळखी शहरात उजाडल्यावरच बाहेर पडावं असं वाटलं. प्रत्येक गोष्ट न्याहाळत मी पुढे जात होते. त्या रस्त्यांनी कित्येक शतकांपासून अनेक प्रवास पाहिले होते. मीसुद्धा माझी कथा सोबत घेऊन त्या रस्त्यांवरून फिरत होते. त्या नव्या वातावरणात माझ्या मनावरचा भार हलका झाल्यासारखं वाटत होतं. जणू त्या शहरात माझी चिंता दूर करण्याची ताकद होती. तिथे मला शांत वाटत होतं.

वाराणसीतली मला प्रभावित करणारी पहिली गोष्ट म्हणजे सुगंध. उदबत्त्या, मसाले आणि प्रत्येक नदीकाठी असणारा एक ठराविक गंध या तिघांचं मिश्रण. इतिहास केवळ कागदांमधून डोळ्यांसमोर उभा राहत नाही, तर तो अशा गंधांमधूनही अनुभवता येऊ शकतो हे मला तेव्हा जाणवलं. गंधांच्या त्या मिश्रणात लपलेला दोन-तीन हजार वर्षांचा इतिहास जणू मला त्या काळात ओढून नेत होता. पण गंमत म्हणजे मी इतिहासाची विद्यार्थीनीच नव्हते! त्यामुळे मी वाराणसीतल्या प्रत्येक वास्तूकडे किंवा पदार्थांकडे त्या दृष्टीने तेव्हा बघत नव्हते. आज त्या दिवसाबाबत विचार करतांना मला हे सगळं जाणवतंय. त्या गंधांच्या मिश्रणातील अर्थ आज कळतोय. तेव्हा मी ते फक्त अनुभवत होते. माझ्या नुकत्याच झालेल्या ब्रेकअपमुळे मला वाईट वाटत होतंच आणि त्याबाबतच विचार करत असल्याने ऐतिहासिक दृष्टीकोनातून वाराणसीकडे बघावं हे सुचलंच नाही. आता पुन्हा एकदा तिकडे जाईन म्हणते, खास यासाठीच.

वाराणसीच्या अरुंद गल्ल्यांमधून चालत असतांना मला माणसांची धांदल आणि गजबज दिसली. धार्मिक असलं, तरी हेसुद्धा एक शहरच आहे हे माझ्या लक्षात आलं. सतत ग्राहकांची हालचाल, झेंडूच्या हारांपासून ते अलंकृत दागिन्यांपर्यंत सर्व काही विकणारे रंगीबेरंगी स्टॉल, भाविकांचा अखंड ओघ... ते शहरही गतिमानच होतं. पण तेथील पावित्र्य आणि मांगल्याचं आकर्षण असणाऱ्यांना गर्दी आणि गतीचा त्रास होत नव्हताच; उलट ते आनंदात मंदिराकडे जात होते. बहुतांश भाविक माझ्याप्रमाणेच अन्य शहरांतून आले होते. वाराणसीतल्या लहानसहान गोष्टींकडे पाहून भारावून गेलेले लोक सोबत चालणाऱ्या आप्त किंवा मित्रमैत्रिणींचं लक्ष त्या गोष्टीकडे वेधतात, तेव्हा हेसुद्धा बाहेरूनच आलेत हे सहज समजतं.

झेंडूची माळ विकत घेण्यासाठी मी एका छोट्याशा दुकानाजवळ थांबले होते. तिथे दुकानाशेजारी एका स्टुलवर एक आजोबा बसले होते. ते प्रत्येक ग्राहकाला म्हणत होते, "आपका जीवन भी सुगंध से भर जाए!" असंच काहीतरी. एखादा शब्द इकडे-तिकडे झाला असेल. मी त्या काळात विचारांच्या प्रवाहात इतकी वाहवत गेले होते की अशा लहान-सहान वाक्यांमधूनही मला जीवनाचा अर्थ वगैरे समजण्याचा भास होत होता. खरं तर ते आजोबा ज्या स्टुलवर बसले होते, तो स्टुलही रस्त्यावर असा बेवारस कुणी ठेवला असावा आणि ते आजोबा किती लोकांना तो आशीर्वाद देत असावे हे प्रश्न माझ्या मनात यायला हवे होते. पण मी जीवन... सुगंध... अस्तित्व... वगैरे... यातच हरवले.

वाराणसीतले घाट खरंच पाहण्यासारखे होते. हे घाट किती वर्षांपूर्वी बांधले गेले असतील? किती वर्षांपासून इथे पूजा सुरू असेल? त्याबाबत काहीच माहिती नसल्याने मला तेव्हा त्या घाटांबाबत अप्रूप वाटलं. मला त्या घाटांवर एका ठिकाणी बसून गंगेच्या पवित्र समजल्या जाणाऱ्या पाण्याला स्पर्श करण्याची संधी मिळाली. माझे तळपाय मी पाण्यात बुडवले होते आणि बराच वेळ तशीच बसले होते. गंगेत पाप धुतलं जातं, असा आपल्याकडे एक प्राचीन समज आहे. 'समज' म्हणा किंवा 'श्रद्धा' म्हणा, काहीही म्हणा. मी सहज विचार केला की मी 'पाप' केलं नाहीये, पण किमान माझं दुःख तरी या पाण्यामुळे धुतलं जाईल का?

पाप ही मोठी रंजक गोष्ट आहे. प्रत्येक शतकात पापाचा परिघ बदलतो. एका शतकात ज्याला पाप समजलं जातं, ते पुढील शतकात पाप असेलच असं नाही. शिवाय तुम्ही जी कृती केली, तिला पाप म्हणायचं की नाही हे तुमच्या परिसरातील जनसमुदाय ठरवतो. युरोपात ही गोष्ट सर्रास होत असेल, पण ती बहुदा भारतात 'पाप' समजली जाईल. मी प्रेम केलं. त्याला भारतात तरी 'पाप' समजलं जात नाही, असा माझा समज आहे. तीच गोष्ट मी दुसऱ्या एका देशात केली, तर मला मृत्युदंडही दिला जाईल. त्या देशांची नावंही आपल्याला माहितीयेत. त्यांच्यावर टिका करायला आपल्याला आवडतंच. हीच गोष्ट वेगळ्या पद्धतीने किंवा वेगळ्या बाबतीत आपण करतो, तेव्हा ती योग्य ठरवली जाते. मी म्हटलं की भारतात प्रेम करण्याला 'पाप' समजलं जात नाही. पण हेच प्रेम दुसऱ्या जातीच्या व्यक्तीवर केलं तर? बहुदा अनेक कुटुंबांमध्ये त्याला 'पाप' समजलं जाईल. सुदैवाने माझ्या कुटुंबियांसाठी ते 'पाप' नव्हतं. त्यामुळे गंगेत माझं पाप धुतलं जावं, अशी माझी इच्छा नव्हती. माझं दुःख दूर झालं तरी पुरे, असा विचार मी करत होते.

एकाच वेळी तिथे खूप काही घडत होतं. एका ठिकाणी पूजा, दुसरीकडे अंत्यसंस्कार आणि तिसरीकडे गंगेत स्नानाचा आनंद घेणारे स्त्रीपुरूष. वाराणसीत जीवन आणि मृत्यूचं सहअस्तित्व पाहता येतं. काव्यात्मक दृष्टीने प्रत्येक चित्रात, छायाचित्रात किंवा प्रसंगात प्रतिकात्मक अर्थ शोधणाऱ्यांना ते दृश्य विशेष भावेल. मी तेव्हा इतका विचार केला नाही. पण एके ठिकाणी अंत्यसंस्कारासाठी एक प्रेत नेलं जात आहे हे पाहून मी तेव्हाही विचारात पडले होते. खरंच आपला त्रास इतका मोठा आहे का? आपणच त्याचं उदात्तीकरण केलंय का? वगैरे.

ते पाहून माझ्या डोळ्यांसमोर जीवनमृत्यूचं एक लोलक-म्हणजे पेंड्यूलम-आलं. एकीकडे जन्म आणि दुसरीकडे मृत्यू. एकीकडे जीवनउर्जा आणि दुसरीकडे मृत्यूची शांतता. तिथे का कुणास ठाऊक, माझ्या डोळ्यांत अश्रू आले. प्रेतांकडे पाहून नव्हे. असेच... कारणाशिवाय... बहुदा तरूण मुलींना हे रिलेटेबल वाटेलही. आपण विचारात हरवतो आणि एकाएकी डोळ्यांत पाणी येतं. त्याचं कारण माहीत नसतं. सृष्टीच्या अंतिम सत्याप्रमाणेच त्या अश्रूंमागचं कारण सापडत नाही.

संध्याकाळी दशाश्वमेध घाटावर गंगा आरतीचा तो भव्य सोहळा मला विस्मयकारक वाटला. अगदी नास्तिकही तिथे येऊन भारावेल. त्याला त्या सोहळ्यात काहीच अर्थ वाटला नाही, तरी एक भारावलेला समूह एकत्रित येऊन असा सोहळा आयोजित करतो तेव्हा ते पाहणाऱ्याचे डोळेही भारावतात. पण तिथे भारावण्यापलिकडे मला काही गवसलं, असंही मी म्हणणार नाही. उगंच खोटं का सांगू? जे आहे, ते आहे.

एक मात्र खरं की जीवन किती विशाल आहे याची जाणीव अशा काही ठिकाणी जाऊनच होते. ती जाणीव आपल्याच शहरात घरी बसल्या-बसल्या आणि आपल्या संकुचित जीवन प्रवाहात होऊ शकत नाही. मग तुम्ही अशा धार्मिक ठिकाणी जा किंवा पर्यटनाच्या निमित्ताने एका वेगळ्या संस्कृतीची जोपासना करणाऱ्या शहरात जा. अस्तित्व फक्त आपल्यापुरतं मर्यादित नाही हे तिथे जाऊनच समजतं.

दुसऱ्या दिवशी मला स्थानिकांसह बोलावंसं वाटत होतं. मी त्यांच्या जीवनपद्धतींना जाणून घेण्यासाठी उत्सुक होते. पण बोलणार कुणाशी? आपल्याकडे अजूनही असं रॅन्डमली कुणाशीही बोलण्याची पद्धत नाही. हातात एखाद्या वृत्तवाहिनीचा माईक असेल, तरच ते शक्य वाटतं. त्यातल्या त्यात मी

माझ्या वयाच्या मुलीसह बोलू शकते, असं मला वाटलं. त्यामुळे मी माझ्या वयाची स्थानिक मुलगी शोधत हिंडू लागले. शोध घेण्यास सुरूवात करताच डोक्यावर सूर्य तळपत असल्याची आणि भूक लागल्याची जाणीव झाली. मी जेवण करून विश्रांतीसाठी माझ्या हॉटेलात परतले. मी फूडी नसल्याने मला स्थानिक पदार्थांचं रसभरीत वर्णन करता येणार नाही. तिला भेटण्याआधी मी काय-काय पाहिलं आणि काय विचार करत होते, एवढंच मला सांगायचंय.

त्या दिवशीच सायंकाळी मी वाराणसीच्या घाटांवर बसले होते. अगदी मंत्रमुग्ध होऊन गंगेकडे टक लावून बसले होते. मावळत्या सूर्याने आकाश केशरी आणि गुलाबी रंगांनी रंगवलं होतं. जवळच्या मंदिरात आरती सुरू झाल्याने माझं लक्ष त्या आवाजाकडे गेलं आणि मी नजर उजवीकडे वळवली. त्याच घाटावर बसलेल्या एका तरुण मुलीने माझं लक्ष वेधलं. ती फुलं विकत होती. ती निश्चितच स्थानिक असणार असा विचार करून मी तिच्याकडे गेले. ग्राहकांची वर्दळ कमी झाल्याचं पाहून मी तिच्याजवळ जाऊन बसले.

“दिदी, दो मिनिट बात करू क्या? मैं महाराष्ट्र से आयी हुं. मुझे आपके शहर के बारे में जानना है.”

“देख लो ना, बहन. जानने जैसा क्या होता है?”

“यूँही बात करनी थी. अगर आप बिझी हो, तो कोई बात नहीं. मैं जाती हूँ”

“नहीं, नहीं! आप तो बुरा मान गई”

एकमेकींकडे पाहून आम्ही स्मित केलं. आता आम्ही जे बोललो, ते मराठीत सांगते. हिंदीत एवढं आठवत नाही. मी म्हटलं, “फुलं खूप सुंदर आहेत.”

“हो. तुला हवी आहेत?”

“हो. जातांना घेईन.”

“ओके.”

“तू मला तुझ्या आयुष्याबद्दल सांगशील का? म्हणजे इथे तुम्ही कसे राहता? मुलींना किती स्वातंत्र्य आहे?"

“स्वातंत्र्य जेवढं तुला आहे, तेवढंच मलाही आहे. मी लहानपणापासून इथे फुलं विकतेय. बरेच ग्राहक मला ओळखतात. तू पत्रकार आहेस का?”

“नाही! मी सहज फिरायला आलेय एकटीच.” तिने क्षणभर माझ्याकडे पाहिलं. तिचा बहुदा विश्वासच बसला नाही. मुली असं दूर एकट्या फिरायला जातात ही बाब तिला विश्वसनीय वाटलीच नाही. ती उलट संशयाने बघू लागली. मी म्हटलं, “इथे येऊन खूप छान वाटतंय. तुमचा दिनक्रम काय असतो?

आणि तुला तुझ्या शहराबद्दल सर्वात जास्त काय आवडतं?"

"दररोज सकाळी आमच्या बागेतून ताजी फुलं घेण्यासाठी मी सूर्योदयापूर्वी उठते. झाडांना पाणी देते आणि फुलांवरही पाणी शिंपडते. गंगा मातेचा आशीर्वादच आहे तो फुलांसाठी! तुझ्यासारखे पर्यटक वाराणसीला भेट देण्यासाठी येतात आणि त्यांच्यापैकी बरेच लोक पूजेसाठी ही फुलं खरेदी करतात. आणि वाराणसीत मला सगळ्यात जास्त आवडणारी गोष्ट म्हणजे इथला समाज जोडलेला आहे. धर्मामुळे का असेना, पण तो जोडला गेलाय. हे शहर एका मोठ्या कुटुंबासारखंय."

"मी तुझं नाव विचारायचंच विसरले!"

"मी छाया."

"मी श्रावणी."

छाया उत्साहाने म्हणाली, "आणि मला गंगा आरतीचा सोहळा बघायला खूप आवडतं. जणू पंडितांच्या मंत्रोच्चाराने आणि दिव्यांनी गंगा जिवंत होते. ते पाहण्यासारखं आहे. तू पाहिलं असशीलंच. जेव्हा मी काम करत नाही, तेव्हा मी माझ्या मैत्रिणींसोबत वेळ घालवते. तुम्ही जे करता, तेच आम्ही करतो. सगळ्यात महत्त्वाचं म्हणजे माझंही कॉलेज असतंच. हे काम सांभाळून मी कॉलेजातही जाते." ते ऐकून मला तिचं कौतुक वाटलं.

मी म्हणाले, छाया, तुझा विश्वास बसला नाही बहुतेक. पण मी खरंच सोलो-ट्रिपवर आलेय. स्वतःला शोधण्याचा प्रयत्न करतेय. मला एक सल्ला द्यावासा वाटला किंवा काही सांगावंसं वाटलं, तर काय सांगशील?" मी बिचारीला हे असे अनावश्यक काव्यात्मक प्रश्न विचारत होते. तिला वाटलं असेल की या मुलींचं डोकं फिरलंय वाटतं! मला वाटलं की ती म्हणेल, 'आधी असं एकटीने लोकांना सल्ले विचारत फिरणं बंद कर हाच माझा पहिला सल्ला!' शिवाय मी एकटीच इतक्या दूर फिरतेय हे सांगतांना मलाच बुर्जुआ[१] असल्यासारखं वाटलं.

छाया थोडासा विचार करून म्हणाली, "मी तुला काय सांगू शकेन? मंदिरांना भेट दे आणि संध्याकाळी ही नदी पहा. नदीकाठी गरम चहाची मजा घे. अजून काय सांगू?"

"थँक यू, छाया. इथला चहा मला आवडला."

"मी इथलाच प्यायलेय. तुमच्याकडे कसा मिळतो तेच मला माहीत

---

१ श्रीमंत मध्यमवर्गीय लोक.

नाही.”

“इथे माझं घर असतं, तर मी तुला करून दाखवला असता.”

“मलाही कधीतरी वेगळ्या राज्यात फिरायला जायचंय.” तिच्या मनात स्वाभाविकपणे माझ्याकडे बघून ती इच्छा निर्माण झाली. “पण लग्न होईपर्यंत मला दुसऱ्या शहरात जायचीही सोय नाही. बसचा खर्चही आम्हाला खूप वाटतो.”

“इतके कष्ट करूनही तू प्रत्येक ग्राहकाशी स्मित करत बोलतेस. ते तुला कसं शक्य होतं?”

“मी म्हटलं त्याप्रमाणे ते माझ्या ओळखीचेच आहेत. सगळेच नाहीत, पण जे इथेच राहतात ते. ते विचारतात ‘कॉलेज कसं चाललंय?’ वगैरे. एक-दोन ग्राहक दहाऐवजी वीस रूपये देऊन जातात. तेवढीच शिक्षणासाठी मदत. त्यामुळे त्यांनी केलेली विचारपूस हाच एकमेव आनंद आहे.”

ती बोलत असतांनाच एक ग्राहक तिथे आला. तिने फुलं बांधून दिली. बहुदा आपण काय बोलत होतो हे ती विसरली असावी. मी अजून एक प्रश्न विचारला, “तुझं कुटुंब कसं आहे? म्हणजे किती मेंबर्स आहेत घरात?”

“मी, माझे आई-वडील आणि माझा धाकटा भाऊ. माझे वडील रिक्षाचालक आहेत आणि माझी आई घरकाम करते. वडिलांनी याच वर्षी रिक्षा घेतली. ती चांगली चालली, तर मला फुलं विकावी लागणार नाहीत. तसे आजकाल सगळ्यांचेच वडील रिक्षा घेताय. त्यामुळे सगळीकडे रिक्षाच रिक्षा दिसतात.” ती म्हणाली.

“तुझं कुटुंब एकमेकांसाठी किती कष्ट करतं! नाहीतर इतर ठिकाणी एका वडिलांच्या डोक्यावर कमाईचा भार असतो. स्त्रियाही आजकाल काम करतात, पण किती टक्के? मोठ्या शहरातल्या सगळ्यांना असं वाटतं की आता सगळ्याच स्त्रिया काम करायला लागल्यात. देशात अगदी दहा टक्के स्त्रियाच काम करतात, बाकीच्या अजूनही गृहिणीच आहेत आणि काहींना घर बसल्या काम करण्याचीच सूट आहे.”

“पण काम का करायचंय सतत? मला कुणी म्हटलं की हे सगळं काम सोड आणि लग्न करून घरी रहा, तर मी लगेच तयार होईन. मी लहानपणापासूनच कामच करतेय.” तिच्या प्रतिक्रियेमुळे मी क्षणभर थक्क झाले. मुलगी असून ती मुलींबाबत असं कसं बोलू शकते? असं मला वाटलं. शांतपणे विचार केल्यावर तिचा दृष्टीकोनही माझ्या लक्षात आला.

मी तिला विचारलं, “तू कॉलेजमध्ये शिकतेस ना? तुला पुढे जाऊन

काहीतरी व्हायचं असेल."

"कॉलेजमध्ये जे शिकवतात, त्यापेक्षा मला बागकामच जास्त आवडतं. खरं तर मी तेच शिकलेय लहानपणापासून. मला ते काम करता आलं, तरी मला आवडेल. घर सांभाळून बागकाम करता येऊ शकतं. दीदी, तुला जे करता येतं ते आम्हाला करता येत नाही. तू अशी वेगवेगळ्या शहरांमध्ये फिरू शकतेस. तुला तुझ्या मनानुसार मुलगा ठरवता येईल. मला नाही."

प्रथमत: मला वाटलं की हिला कुणी स्वप्न बघायलाच शिकवलं नसावं का? नंतर माझ्या लक्षात आलं की हा माझाच शहरी गैरसमज आहे. आम्हाला वाटतं की स्वप्न फक्त शहरातच बघितली जातात. पण ती बऱ्याचदा अवास्तव स्वप्न असतात. छायाच्या स्वप्नांना किमान वास्तवाची जाण होती.

दुसरं म्हणजे नोकरी करणं हाच स्त्रीवादाचा अंतिम विजय आहे हे माझ्या मेंदूत घट्ट झालं होतं. तो गैरसमजही दूर झाला. याचा अर्थ आर्थिक परावलंबित्व स्वीकारावं असा नाहीच. मात्र तिचाही काय दोष? तिला माहितीये की तिचं लग्न होणारे. त्यातल्या त्यात काय मिळवता येईल आणि आनंदी राहता येईल हे तिला चांगलंच माहितीये. शहरात बसून स्त्री स्वातंत्र्याची चर्चा करणारे किती स्त्रीपुरूष तिची वस्तुस्थिती बदलू शकणार आहेत? बहुदा कुणीच नाही.

मी म्हणाले, "तुझ्याशी भेटून खूप छान वाटलं. मी अनोळखी व्यक्ती असूनही तू सगळं शेअर केलंस. थँक यू सो मच!"

तिने फक्त स्मित केलं. मी तिथून उठले आणि रिक्षास्टँडच्या दिशेने चालू लागले. परराज्यात जाऊन एका अनोळखी मुलीची गोष्ट जाणून घेणं हे माझ्यासाठी जितकं फॅसिनेटिंग - रोमांचक - होतं, तितकं ते तिच्यासाठी नव्हतं. तिला मी उगाच चौकशा करत फिरणारी मुलगी वाटले असेन किंवा तिची माहिती जाणून घेण्यासाठी खोटी ओळख धारण करून तिला भेटलेली मुलगी वाटत असेन. कुणास ठाऊक. बहुदा दैनंदिन विवंचनेचा विचार करण्यातच तिचा वेळ जात असल्याने मी तिच्यासाठी इतकी महत्त्वाचीही नसेन.

आपल्याहून खूप हालाखीच्या परिस्थितीत जगणारी माणसं या जगात आहेत हे आपल्याला माहीत असतं, पण अशा एखाद्या व्यक्तीची प्रत्यक्ष संवाद साधल्याशिवाय आपल्याला ते जाणवत नाही. त्यांच्याशी बोलून असं वाटतं की आपली दु:ख खरोखर मुंगीहून लहान आहेत. मला कुणी लहानपणापासून फुलं विकायला बसवलं असतं तर? मी किती रडारड आणि आदळापट केली असती! छाया खूप शांत आणि संयमी होती. मी तिच्याहून चांगल्या कॉलेजात शिकते म्हणून मला मोठ्या पगाराची नोकरी मिळाली, पण तो संयम कधीच मिळाला

नाही.

दोन दिवसांचं वाराणसी-भ्रमण पूर्ण करून मी पुढल्या दिवशी मथुरेकडे निघणार होते. त्या रात्री मी तिथली प्रसिद्ध कचोरी सब्जी खाल्ली. हॉटेलमध्ये गेले. दिवसभर मी काय-काय पाहिलं, याचा विचार करत झोपले.

दुसऱ्या दिवशी मला सकाळी दहा वाजता रेल्वे स्थानकात पोहोचायचं होतं. त्यामुळे मी साडे सातचा गजर लावला होता. आंघोळ आणि नाष्टा करून मी निघणार होते.

गजर ऐकून मी डोळे उघडले. सूर्याने डोकं वर काढलं होतं, मात्र मी पडदा लावल्याने सूर्यप्रकाश खोलीत डोकावत नव्हता. पलंगावर आळस देत असतांनाच मी फोन उघडला आणि माझा माझ्या डोळ्यांवर विश्वासच बसला नाही! मी स्वप्न बघतेय की खरोखर त्याचा मेसेज आलाय हे मला कळत नव्हतं. रात्री एक वाजता त्याने मेसेज केला होता. 'मला तुझ्याशी बोलायचंय. मला काहीतरी उपाय शोधायलाच हवा. मी असा राहू शकत नाही.'

तो मेसेज पाहून काही क्षण माझ्या हृदयाचे ठोकेही वाढले. त्या क्षणी माझ्या मनातल्या अकल्पनीय गोंधळाला मी आता तीन मुद्द्यांमध्ये मांडते. प्रथमत: त्याला माझ्याशी का बोलायचं आहे? असं तो काय बोलणार आहे? असे प्रश्न मनात आले. दुसरी गोष्ट म्हणजे मनात नवी आशा निर्माण झाली. तो उपाय शोधायला तयार झालाय हे पाहून आनंदाचा सुखद धक्काही बसला आणि तिसरी बाब म्हणजे हे वाक्य ऐकून तर एखादं वाळलेलं झाड पुन्हा टवटवीत झाल्याप्रमाणे त्याच्याविषयी वाटणारं प्रेम पुन्हा प्रफुल्लित झालं.

इतक्या दिवसानंतर त्याला अचानक हे कसं सुचलं असावं? इंस्टाग्रामवर मी अनेक स्टोरीज टाकल्या होत्याच. त्या बघून मी वाराणसीत आहे हे त्याला समजलं होतंच. इतके दिवस मी महाराष्ट्रात असतांना जे सुचलं नाही, ते मी इथे आल्यावर कसं बरं सुचलं? असंही वाटलं. मी त्याला रिप्लाय दिला नाही. माझा आत्मसन्मानही मी जपायला हवा, असं मला वाटलं. त्याच्या मनात येईल तेव्हा नातं तोडणं आणि जोडणं हा पोरखेळ आता आठवी-नववीत असलेल्या नव्या पिढीला जमत असेलही. पण मी तितकी लहानही नव्हते आणि अपरिपक्वही नव्हते.

बरं मेसेज करणं हा काय प्रकार आहे? पंचवीस वर्षांचा मुलगा कॉजेलमधल्या मुलासारखा मेसेज काय करतोय? हा आयुष्याचा प्रश्न आहे! लग्नाबाबत बोलायचं असेल, तर माणसाने किमान फोन करावा. शक्यतो प्रत्यक्ष भेटावं. त्यामुळे इतका महत्त्वाचा विषय व्हॉट्सॲपवर बोलावा, असं मला वाटलं नाही.

मी नियोजनाप्रमाणे वेळेत चेक-आऊट करून बाहेर पडले आणि वाराणसी रेल्वे स्थानकात पोहोचले. ट्रेन अर्धा तास उशिराने धावत होती, त्यामुळे अर्धा तास तिथेच प्लॅटफॉर्मवर बसायचं होतं.

तो एक कंटाळवाणा आणि विचित्र अनुभव होता. कारण सौंदर्याचे साधक येता-जाता व्रताचं पालन करत होतेच. तो अनुभव कोणत्याही स्टेशनवर येऊ शकतो. गर्दीत वासना लपवता येते. गर्दीत वासना उफाळून येऊच कशी शकते हे न मला लक्षात आलंय, न माझ्या मैत्रिणींना. बरं लांब कुर्ता घालून, त्यावर ओढणी घेऊन उभे राहिले, तरी बघणाऱ्यांना चेहराही पुरतो. कधी कधी नेमकं तुम्हाला काय हवंय ते मर्दासारखं सांगा तरी! असं म्हणावंसं वाटतं. पण कोण कुणाशी डोकं लावणार?

स्त्री-पुरूषातील आकर्षण हे आकनलीय बाब आहे. शेवटी आपणही प्राणीच आहोत आणि काही भावना निसर्गत:च आपल्या मनात येतात हेसुद्धा मी समजू शकते. पण प्राण्यांच्या इतर जातींमधील नरही सतत वासनेलाच कुरवाळत बसतात का? बहुदा इतर प्राण्यांच्या जीवनापेक्षा मानवी जीवन सुरक्षित आणि स्थिर असल्याने फावल्या वेळात किंवा येता-जाता पुरूष असा विचार करू शकतो. मात्र त्यालाही काही मर्यादा? असो.

अर्ध्या तासानंतर ट्रेन आली आणि मी मथुरेकडे प्रस्थान केलं.

❁

प्रवासात मी खिडकीतून दूर एकांतात गुरफटलेले डोंगर बघत होते, पण वाराणसीत पाहिलेलं एकेक दृश्यच पुन:पुन्हा माझ्या डोळ्यांसमोर येत होतं. माझं त्या डोंगरांकडे, झाडांकडे लक्षच नव्हतं. चाकांचा तो कर्कश आणि सतत येणारा आवाजही मला एका वेगळ्याच ध्यानावस्थेत घेऊन गेला होता. काही क्षणांसाठी मी आत्ममग्न झाले.

रोहितच्या मेसेजमुळे माझं ध्यान खुंटलं. त्याचा मेसेज होता – '?'. एक

कोरं प्रश्नचिन्ह. मॅनेजरच्या मेसेजला उत्तर न दिल्यावर मॅनेजरने एकही शब्दाचा वापर न करता केलेल्या मेसेजसारखा तो मेसेज होता. तुम्हाला वाटेल की मला त्याची प्रत्येक गोष्ट खटकत होती का? हो! अगदीच! भावनांमध्ये अडकून आणि अडकवून ऐनवेळी कुणी लग्न करण्याला नकार दिला, तर त्या व्यक्तीचा राग यायलाच हवा! तो कितीही जागृत, विवेकी आणि स्त्रीवादी असला, तरीही त्याच्या हातून नकळत एका मुलीला अंधारात ठेवल्याचा अपराध घडलाच होता. मी त्याला अपराधच म्हणेन. कारण माझ्या तारूण्याची तीन वर्षे मी पूर्ण होऊ न शकणाऱ्या स्वप्नासाठी अर्पण केली. त्याच्या एका स्पष्ट आणि ठाम वाक्यामुळे मी इतकी स्वप्नच पाहिली नसती. ते वाक्य न उच्चारणं हा भावनिक अपराधच.

मथुरा! श्रीकृष्णाने कंसाचा वध करण्याचा पराक्रम केला, तो इथेच! मथुरेच्या रेल्वे स्थानकावर पाय ठेवतांना मला एका ऐतिहासिक शहरात आपण प्रवेश करत आहोत, असं वाटत होतं. बहुदा तिथे राहणाऱ्यांना असं काही वेगळं वाटतही नसेल. उत्तरेकडच्या लोकांना पंचवटी बघतांना जे वाटत असेल, तेच मला मथुरेत वाटत होतं. रेल्वे स्थानकाबाहेर पडताच रिक्षास्थानक होतंच. तिथे पिवळ्या रंगाच्या रिक्षा उभ्या होत्या. सोबतच जुगाड पद्धतीने बनवलेल्या कृश रिक्षाही उभ्या होत्या. जणू स्वयंपाकघरातलं रॅक त्या रिक्षांच्या मागे लावलं होतं. त्यावर टायर लावले होते. खऱ्याखुऱ्या रिक्षांमध्ये तीन माणसं बसतात. दोन चाकांमध्ये तितकी जागा असते. पण त्या जुगाड रिक्षांच्या दोन चाकांमध्ये एका हाताएवढंच अंतर होतं. तरीही तीन माणसं बसवली जात होती हा भाग वेगळा. मी कॅब बुक केली.

श्रीकृष्णाच्या जन्मस्थानाबाबत माझ्या मनात कुतूहल आणि आकर्षण होतंच. पुराणकथेनुसार तुरूंगात श्रीकृष्णाचा जन्म झाला. आज श्रीकृष्ण जन्मभूमी म्हणतात, तिथेच कृष्णाचा जन्म झाला अशी भाविकांची श्रद्धा आहे. मथुरेच्या भूमीला श्रीकृष्णाची जन्मभूमी निश्चितच म्हणता येईल. त्यामुळे त्या भूमीवर कोणत्या ठिकाणी पूजा केली जाते हा प्रश्न गौण ठरतो. ते पूर्ण शहरच कृष्णाचं आहे, कृष्णमय आहे.

त्या दिवशी मी हॉटेलमध्येच थांबले. तशीही मी त्या सायंकाळी बाहेर पडणार नव्हतेच. दुसऱ्या दिवशी सकाळी जन्मभूमी पाहण्यासाठी जाऊ, असाच माझा बेत होता. त्यात रोहितच्या मेसेजने मला अजूनच विचारात पाडलं होतं. त्याला रिप्लाय द्यावा की देऊ नये? त्याच्याशी बोलावं की बोलू नये? हेच प्रश्न माझ्या मनात येत होते. खरं तर मी मनसोक्त फिरायला आले होते आणि मला

मनापासून या धार्मिक स्थळांना बघायचं होतं. मात्र या मुलाने सहा महिन्यांपूर्वी सगळं काही संपवून नेमका माझ्या सोलो ट्रीपच्या वेळीच मेसेज केला. त्यामुळे माझं लक्षही विचलित झालं होतं. माझी ट्रीप योजनेनुसार पार पडत नसल्याने मी अजूनच रागावले. नेमकं त्याला काय उत्तर अपेक्षित होतं? चांगलं स्थळ आलं, तर माझ्या वयातल्या मुलींची लग्नही सहा महिन्यात लागू शकतात. *मी अनेक महिने ताटकळत त्याच्याच प्रतीक्षेत राहावं, अशी त्याची अपेक्षा होती का?*

मी त्या दिवशीही रिप्लाय न देता झोपले.

दुसऱ्या दिवशी मी 'श्रीकृष्ण जन्मभूमी' बघण्यासाठी निघाले. मथुरेत मंदिरं दुपारी बारा ते चार बंद असतात हे मी काही व्लॉग्जमध्ये बघितलं होतं. शिवाय मंदिरात फोन नेण्याची अनुमती नसते म्हणून मी फोनही हॉटेलच्या खोलीतच ठेवला होता. मथुरेचे रस्ते भाविकांनी तुडूंब भरले होते. रस्त्याच्या कडेला असलेल्या विविध स्टॉल्सवर फुलं, मूर्ती, माळा ते तळलेल्या जिलेब्यांपर्यंत सगळं काही उपलब्ध होतं. 'राधे राधे' आणि 'जय श्री राधे क्रिष्णा' या गजराने वातावरण राधाकृष्णमय झालं होतं. श्रीकृष्ण जन्मभूमीचं दर्शन घेण्यासाठी इथेही देशाच्या कानाकोपऱ्यातून भाविकांनी गर्दी केली होती. श्रीकृष्णाच्या जन्माची आणि बालपणातील कथा सांगणाऱ्या चित्रांना आणि शिल्पांना पाहून त्या मंदिराचं कलात्मक स्थापत्य भाविकांच्या नजरेत भरत होतं.

ज्या ठिकाणी भगवान श्रीकृष्णांचा जन्म झाला, त्याच ठिकाणी मी उभी आहे ही जाणीव वेगळीच होती. बहुदा अगदी या म्हणजे याच ठिकाणी त्यांचा जन्म झाला असेलही-नसेलही. पण मी तिथे चिकित्सेपेक्षा भावनेला अधिक महत्त्व दिलं. अनेक युगांवर इतकी मोठी छाप पाडणाऱ्या व्यक्तीचा जन्म जिथे झाला, तिथे उभं राहणंही किती रोमांचक असतं! खरंच काही महामानव काही तरी असामान्यच करून जातात. आपला जन्म कुठे झाला हे बघण्यासाठी आपण स्वतःही जात नाही.

मंदिरात मी आधी कृष्णाच्या मूर्तीकडे पाहिलं आणि मग डोळे मिटून प्रार्थना केली. कान्हा, माझ्या जीवनातील गुंता सोडव! अशी प्रार्थना केली.

जन्मभूमीला भेट दिल्यावर मी जेवले. त्यानंतर अशीच बाजारात फिरत होते. एखादं कानातलं आवडलं, तर ते विकतही घेत होते. मथुरेच्या अरुंद गल्ल्यांमध्ये कपड्यांपासून ते हाताने बनवलेल्या दागिन्यांपर्यंत सर्व वस्तूंची दुकानं होती. कृष्णाच्या प्रेमाचं आणि त्याच्या बालपणाचं मधुर प्रतीक असणारी एक छोटीशी बासरी मी विकत घेतली. ती मी आजही माझ्या घरी दिवाणखान्यात

ठेवली आहे.

त्यानंतर मी राजाधिराज श्री द्वारकाधिश मंदिरात गेले. तिथेही श्रीकृष्णांचं दर्शन घेतलं. वाराणसीतील घाटांप्रमाणे मथुरेतील घाटही प्रेक्षणीय आहेत, असं ऐकलं होतं. सायंकाळी ते पाहण्यासाठीही गेले. घाटांवर यात्रेकरू आणि भाविक स्नान करण्यासाठी जमले होते. तिथे नौकेतून नदीत एक फेरी मारून येण्याचीही सुविधा होती. मी ती संधी सोडली नाहीच. मथुरेत फिरता फिरता कधी रात्र झाली हे कळलंही नाही. वाराणसीप्रमाणेच इथेही प्रतिदिन नदीची आरती होते. यमुना आरतीतही मी सहभागी झाले.

माझ्या मथुराभेटीच्या ठळक वैशिष्ट्यांपैकी एक म्हणजे नृत्याद्वारे राधा आणि कृष्ण यांच्या प्रेमाचं वर्णन करणाऱ्या रासलीलेला पाहण्याची संधी. त्या दिवशी दिव्यांनी उजळलेल्या अंगणात रासलीला पार पडली. नर्तकांना, त्यांच्या सुंदर हालचालींना आणि भावपूर्ण हावभावांना पाहून मलाही भुरळ पडली. त्या क्षणापासून मी राधा आणि कृष्णाचा विचार करायला लागले.

मथुरेतले बारीकसारीक अनुभव मी सांगत बसत नाही, कारण मला मुळात प्रवासवर्णन करायचंच नाहीये. तिथे जे माझ्यासोबत घडलं, ते खूप विशेष होतं. ते इतर कुणाच्या जीवनात घडलंच नसेल. प्रवासवर्णन कुणीही लिहू शकेल, पण मला आलेला अनुभव इतर कुणालाच येणार नाही. त्यामुळे मी पूर्ण दोन दिवसांचं मथुरेतलं वास्तव्य दोन पानांमध्ये गुंडाळलं.

त्या रात्री मी हॉटेलमधल्या खोलीत परतले. फोन हातात घेतला. आधी आईवडिलांशी बोलले. त्यांना दिवसभरात जे-जे घडलं, ते सांगितलं. त्यानंतर व्हॉट्सॲप उघडलं. रोहितने अजून एक मेसेज केला होता – 'प्लिज रिप्लाय दे.' त्याने तो मेसेज केला नसता, तरी मी त्याला मेसेज करणार होतेच. मी लिहिलं – 'नंतर भेटून बोलू. मी महाराष्ट्रात नाहीये.' त्याचा लगेच रिप्लाय आला – 'प्लिज मी फोन करू का?' मी त्यावर उत्तर दिलं नाही. मी दिवसभर एक नवीन शहर बघत होते. तेही मथुरा! दिवसभरात पाहिलेलं सगळं काही पुन्हा एकदा आठवून स्मृतीत अगदी नीट कायमस्वरूपी साठवायचं होतं. मी त्याच्याशी बोलले, तर मी सगळं विसरेन आणि पुन्हा आमचाच विचार करत बसेन, असं मला वाटलं. फोन करूनही काय झालं असतं? मी 'भेटून बोलू' असंच म्हणाले असते. त्याला काय बोलायचंय हे त्याच्या पहिल्या मेसेजवरून लक्षात आलं होतंच. तो विषय फोनवर बोलण्यासारखा नव्हता. त्यामुळे मी स्वत:लाही समजावत रिप्लाय देणंच टाळलं. दुसऱ्या दिवशी मला वृंदावन बघण्यासाठी सकाळीच बाहेर पडायचं होत.

मी सुरूवातीलाच सांगितलं की ती मला भेटेल याची मला मुळीच कल्पना नव्हती. पण आमची भेट झाली. तिची भेट झाल्यावर माझ्या लक्षात आलं की मथुरा-वृंदावनात आजही जिवंतपणा आहे, तो तिच्यामुळेच! आजही वृंदावनातल्या फुलांमधून 'राधाकृष्ण' नावाचा सुगंध दरवळतो, त्यालाही तिचं असणंच कारणीभूत आहे. आजही मथुरा-वृंदावनात 'राधे राधे' हा दोन शब्दांचा मंत्र ऐकू येतो, तो तिच्या विशाल अंत:करणाची स्पंदनं आपल्यालाही जाणवल्यामुळेच!

वृंदावनात मी प्रथमत: बांके बिहारी मंदिरात श्रीकृष्णांचं दर्शन घेतलं. ते दक्षिणेकडेही प्रसिद्ध आहे. आतून ते मंदिर बरंच मोठं आहे. बाहेरून मंदिराच्या एकूण क्षेत्राचा अंदाज येत नाही. बांके बिहारी जी मंदिरानंतर मी राधावल्लभ मंदिरात गेले. तिथून मी निधिवनात गेले. श्रीकृष्ण स्वत: त्या ठिकाणी रासलीला करायचे, असं म्हटलं जातं. तिथे राधेचं एक लहानसं मंदिरही आहे. तिथून जवळच राधारमण मंदिरही आहे आणि पुढे अर्थातच इस्कॉनचं मंदिर आहे.

वृंदावनातलं प्रेम मंदिरही खूप प्रसिद्ध आणि मोठं आहे. तिथे संध्याकाळी विद्युत रोषणाई केली जाते. त्यामुळे ते मंदिरही खूप सुंदर दिसत होतं. या मंदिरातून त्या मंदिरात प्रवास करतच दिवस सरला. मी त्यापूर्वी एकाच दिवसात इतक्या मंदिरांमध्ये कधीच गेले नव्हते. बहुदा त्यानंतरही गेले नाही.

दुसऱ्या दिवशी रात्री मला परतीच्या प्रवासाला निघायचं होतं. सकाळी आणि दुपारी मी बाहेर सहज फिरू शकत होते. त्यामुळे उद्या पुन्हा एकदा वृंदावनात यायचं, असं मी ठरवलं. अजून एक-दोन ठिकाणी जाऊ या, असा माझा विचार होता. मात्र घडलं काही तरी वेगळंच!

❋❋❋

राधा

अस्ताला जाणाऱ्या सूर्याने पाण्याला स्पर्श केला होता. जणू यमुनेच्या पलीकडे आपल्या सोनेरी अस्तित्वाचं अंतिम प्रदर्शन करून सूर्य क्षितिजापलिकडे डुंबत होता. मी नेहमीप्रमाणे ते दृश्य पाहतांना विचारांमध्ये हरवले होते. समोर यमुनेचं पाणी दिवस किंवा रात्र न पाहता त्याच्या गतीने पुढे जात होतं. त्या पाण्याप्रमाणेच मानवी हृदयातही असंख्य भावना अविरतपणे वाहतात हे मला पुन्हा जाणवलं. अनेक शतकांपासून मी त्याच वृंदावनाच्या शांत नदीकिनारी विश्वाच्या अद्भुत रूपांकडे बघून अशीच अवाक् होते.

सतत वाहणाऱ्या या यमुनेप्रमाणे प्रेमालाही वेळ आणि स्थळाच्या सीमा नसतात. प्रेम ही एक शक्तीच आहे, जी बहुदा अस्तित्वाच्या मूलभूत स्वरूपाचं अंगच आहे. प्रेम हा असा धागा आहे जो आपल्या स्वत्वापासून तयार होतो आणि आपल्याला एका भव्य, वैश्विक रचनेशी जोडतो. युगानुयुगांपासून समाजव्यवस्था आणि मानवी व्यवहार बदलत आले, पण प्रेमाचं हे महत्त्व आजही कायम आहे. ते शेवटपर्यंत राहील. म्हणूनच मला प्रेम हे अस्तित्वाच्या मूलभूत स्वरूपाचं अंग वाटतं.

मी अगदी यमुनेच्या काठी बसूनच हे लिहितेय म्हणून 'या' यमुनेप्रमाणे असं लिहिलं. ती माझ्या समोरच आहे. ती सदैव माझ्यासमोरच होती. म्हणून मला अनेक गोष्टींना यमुनेचीच उपमा द्यावीशी वाटते. असो. मी फक्त प्रेमाबाबत बोलणार आहे, लिहिणार आहे. या भूतलावरील अनेक तत्त्वज्ञांनी विविध विचार तुमच्यासमोर मांडले, पण कोणतंही तत्त्वज्ञान तुमच्या मूलभूत भावनिक गरजेला स्पर्श करणारं नव्हतं. विश्वाच्या अंतिम सत्यापासून ते ब्रह्मांडात दडलेल्या अनेक

रहस्यांबाबत या तत्त्वज्ञांनी विचार केला, पण प्रेम? प्रेमाबाबत कोण बोलणार? ते तर इथेच आहे! अगदी तुमच्यासमोर! तेच तुम्हाला हवंय. एक व्यक्ती खरोखर प्रेमाच्या शोधात असेल आणि त्याला किंवा तिला तशीच व्यक्ती भेटली, तर त्यांना कोणत्याही तत्त्वज्ञानाची गरज भासत नाही. त्यांचं सहजीवन हेच त्यांच्यासाठी सर्वोत्तम तत्त्वज्ञान असतं. म्हणूनच मी फक्त प्रेमाबाबत लिहिणार आहे.

प्रेम ही जीवनासारखीच बहुआयामी घटना आहे. तिला भावना म्हणावं की घटना हे मला माहीत नाही. विज्ञान म्हणेल की मेंदूमधील काही रसायनांमुळे आपण प्रेमात आहोत असं वाटतं. तेही खरंय. मात्र ती भावना कोणालाही पाहून स्त्रवत नाहीत. आपल्या अनुभवांमधून आणि इच्छांमुळे आपल्याला आवडणाऱ्या व्यक्तीचं एक चित्र आपल्या मनात असतं. त्या काल्पनिक व्यक्तीसमान एखादी व्यक्ती आपल्याला भेटली, तर आपण प्रेमात पडतो. मग तुमची रसायनं वगैरे काम करतात. ते अनुभव, ती जडणघडण आणि ते काल्पनिक चित्रही प्रेमात पडण्याचाच भाग आहे.

तुम्ही म्हणाल, राधेला विज्ञान कसं ठाऊक? तुम्हाला वाटतं की विज्ञान तुमच्याच काळात अस्तित्वात होतं. हा तुमचा गैरसमज लवकरच दूर होवो. शिवाय मी आजही तुमच्यात उपस्थित आहे.

मी राधा राणी आहे. गोलोक हे माझं निवासस्थान. तरीही मला वारंवार वृंदावनात यावंसं वाटतं. वृंदावनाच्या हृदयात तीच यमुना अखंडपणे वाहते, तिच्या काठी कान्हा वावरायचा. शिवाय या वृंदावनात प्राचीन आणि आधुनिक संकेतांचं सहअस्तित्व असूनही प्रेम शतकानुशतके आवर्जून साजरं केलं जातं. मलाही इथे येऊन आमच्या रासलीलेकडे आज तुम्ही कोणत्या दृष्टीने बघता आणि ती रासलीला कशी सादर करता हे बघावंसं वाटतं. त्यामुळे मी इथे येतेच. तुम्ही काय विचार करता आणि कसं जगता हे मला पुरेपूर माहितीये.

यमुनेच्या लहरींवर पडलेलं सूर्याचं प्रतिबिंब, प्रत्येक जण आपापल्या दृष्टीकोनातून बघतो. काहींना ते प्रतिबिंब सुंदर वाटतं. काहींना त्या प्रकाशाने उजळलेले तरंग प्रेक्षणीय वाटतात. काही जण पाषाणाला पाहिल्याप्रमाणेच त्याकडे बघतात. तसंच प्रत्येक व्यक्ती प्रेमाला आपापल्या विशेष दृष्टीकोनातून बघतो. काहींना प्रेम ही एक मंद वाऱ्याची झुळूक वाटते, जी त्यांच्या हृदयाला स्पर्श करते. काहींना हे एक वादळच वाटतं. मी जिला भेटले, तिच्यासाठी प्रेम ही मंद वाऱ्याची झुळूकही होती आणि वादळही. ती खरंच एक वेगळी मुलगी होती.

प्रेमाबाबत आपण अधिक गांभीर्याने विचार करायला हवा, असं

म्हणण्यामागे अजून एक कारण आहे. प्रेम आपल्याला आकार देतं आणि आपल्या जीवनावरच अमिट छाप पाडतं. तुम्हीच विचार करून पहा, तुम्ही तुमच्या तारूण्यात प्रेमविवाह केला नसेलही! पण लग्नानंतर तरी काही प्रेमाचे क्षण तुम्ही निश्चितच अनुभवले असतील. प्रेम हे तात्पुरतं किंवा क्षणिकही असू शकतं. एक असा क्षण, जो आपण कायमचा जपतो. प्रेम चिरस्थायीही असू शकतं, जे काळाच्या कसोटीवर टिकून राहतं. तसं प्रेम आयुष्यभर पुरतं. सांगण्याचा हेतू असा की तुम्ही यापैकी कोण्या एका प्रकारचे तरी प्रेम निश्चित केलं असेल. त्याने आपल्याला कसा आकार दिला याचा विचार केल्यावर लक्षात येतं की प्रेम खरोखर शक्तीशाली आहे. त्याच्यात जीवनाला आकार देण्याची ताकद आहे. मग त्याचा विचार का होऊ नये?

आणि प्रेमाच्या या शोधात आनंद आणि वेदना आपल्या वाट्याला येतातच. विश्वात अनेक गोष्टी अशाच विचित्र असतात. जी व्यक्ती मनापासून प्रेम करू शकते, तीच मनापासून द्वेषही करू शकते. जो मुलगा अंगुलीमालसारखा कठोर हत्यारा होऊ शकतो, तो जीवनाचं सत्य जाणून घेण्यासाठी सर्वस्वाचा त्याग करून भिक्खू होऊ शकतो. जी क्लिओपॅट्रा राणी ज्युलिअस सीझरवर मनापासून प्रेम करू शकते, तीच रोमनांची हिंसाही घडवू शकते. इतक्या शतकांमध्ये मी अशी किती तरी उदाहरणं पाहिली आहेत. त्यामुळे प्रेम हा आनंदाचा स्त्रोत होतोच, पण तेच प्रेम वेदना, अश्रू आणि दु:खाचं मूळही असू शकतं. बहुदा या भावनांच्या परस्पर संवादामुळेच प्रेम हे मानवी अनुभवांचं सर्वात गहन रूप ठरतं. श्रावणीच्या जीवनातही एकाच व्यक्तीच्या प्रेमाने तिला सर्वाधिक आनंद दिला होता आणि सर्वाधिक दु:खही दिलं होतं. प्रेम या दोन्ही गोष्टी कशा देऊ शकतं, हे तिला समजत नव्हतं.

प्रेमाचं अजून एक वैशिष्ट्य मला आवर्जून सांगायला हवं. प्रेम करणाऱ्या व्यक्तीच्या मनात हळूहळू विश्वात्मक प्रेम जागृत होऊ शकतं. ते केवळ मित्र, मुलं, भूमी, कुटुंब आणि परंपरांवर न राहता संपूर्ण विश्वाबाबत वाटतं. याचा अनुभव प्रत्येकाला आला नसेलही. एका व्यक्तीवर नि:स्वार्थ आणि अगदी मनापासून प्रेम केलं, तरच ते कालांतराने वाढतं. या प्रक्रियेत खंड पडला किंवा नात्यात मीठाचा खडा पडला, तर पूर्वी म्हटल्याप्रमाणे प्रेम द्वेषातही बदलू शकतो. तो टप्पा यशस्वीपणे पार केला, तर खरोखर विश्वात्मक प्रेमाची अनुभूती होऊ शकते.

प्रेम हे समुद्राच्या काठी असणाऱ्या वाळूसारखं आहे. ते कधीही बदलत नाही, पण ते कधीही स्थिर नसतं. तुमचा समुद्र त्या वाळूत किती ओलावा निर्माण

करू शकतो, यावर अनेक गोष्टी ठरतात. तुम्ही हे अनुभवलंच असेल की ओली वाळू घट्ट असते. कोरडी वाळू चटकन हातातून निसटते.

मी प्रेमाबाबत लिहितेय आणि अजून कृष्णाचा उल्लेख केला नाहीये हे बघून तुम्हाला आश्चर्य वाटलं असेल. मी त्याच्याविषयी बोलणार नाही, असं होईल का? मी त्याच्याविषयी भरभरून बोलणार आहेच आणि तुम्हाला आमची कथाही सांगणार आहे. शिवाय मी कृष्णालाही तुमच्याशी या स्वरूपात संवाद साधण्याचा आग्रह करणार आहे. बघू, तो ऐकतो का?

हे परिच्छेद तुम्ही इतर पुस्तकांसारखे वाचू नये, असं मला वाटतं. 'प्रेम म्हणजे अमुक' किंवा 'प्रेम म्हणजे तसं' हे तुम्ही कवितेप्रमाणे वाचलं, तर माझा हेतू सफल होणार नाही. मी जे म्हणतेय, ते तुम्ही क्षणभर थांबून विचारात घ्या. मी उपमा देतेय, मात्र मला त्यातून बरंच काही सांगायचंय. आपण अनेक विचार ऐकतो किंवा वाचतो आणि ते आपल्याला आवडतातही. त्या विचारांमध्ये खरंच आपलं जीवन बदलण्याची क्षमता असते. पण आपण त्या विचारांना आत्मसात करत नाही. असं करू नका. ही माझी आणि श्रावणीची गोष्ट असली, तरी ती गोष्ट सांगतांनाही मला प्रेमाचं महत्त्वही सतत सांगायचंय.

औपचारिकता म्हणून माझा परिचय सांगते. मी राधा. वृषभानु आणि कीर्तिदेवी यांची कन्या. कृष्णाची प्रेयसी हीच माझी खरी ओळख. मी श्रीकृष्णांची पत्नी आहे. तुम्ही मला कृष्णाची प्रेयसी म्हणूनच ओळखता. पत्नी ही प्रेयसी असतेच म्हणून मला त्याबाबत वाईट वाटत नाही. पण आमचा विवाह झाला होता. इथेच! वृंदावनाजवळ! श्रीकृष्णांशिवाय मी राहू शकत नाही म्हणूनच मी गोलोक[१] सोडून त्यांच्यासह तुमच्या पृथ्वीवर जन्म घेतला.

ती गोष्ट तुम्हाला आवर्जून सांगायलाच हवी. कारण वृंदावनातून फिरतांना मी माझ्याविषयीच बऱ्याच आख्यायिका ऐकल्या आहेत. कुणी म्हणतं माझा कृष्णाच्या छायेशी विवाह झाला, तर कुणी म्हणतं मी आजन्म कृष्णाच्या प्रतिक्षेत तशीच राहिले. सर्व आख्यायिकांमध्ये 'कृष्ण' आहेच. त्याच्याशिवाय माझी आख्यायिकाही पूर्ण होणार नाही! आज माझी खरी कथा तुम्हाला आज सांगायला हवी.

वराह कल्पामध्ये पृथ्वीवर राक्षसांनी थैमान घातलं होतं. सज्जनांची

---

१ पुराणानुसार 'गोलोक' हे श्रीकृष्ण आणि राधेचं निवासस्थान आहे. स्वर्गलोक किंवा ब्रह्मलोक जसा असतो, तसाच हा 'गोलोक'.

दुरावस्था झाली होती. दुर्जनांचं प्राबल्य एवढं वाढलं होतं की पृथ्वीला जणू राक्षसांचा भार जाणवू लागला होता. व्यथित होऊन सर्व देव ब्रह्मदेवांकडे गेले. काही दानव देवांनाही छळत होते. ब्रह्मलोकात महान ऋषी, मुनी आणि सिद्धगण ब्रह्मदेवांच्या सेवेसाठी उपस्थित होतेच. त्यांनाही पृथ्वीवर काय सुरू आहे हे माहीत होतं. ब्रह्मदेव 'श्रीकृष्ण... श्रीकृष्ण...' असा जप करत होते. देवतांनी त्यांना वंदन केलं.

त्या सर्वांच्या चिंताग्रस्त मुद्रेकडे पाहून ब्रह्मदेव म्हणाले, "तुम्ही कोणत्या उद्देशाने आला आहात? तुमची मनोव्यथा सांगा. मी निश्चित ते संकट दूर करेन."

देवता म्हणाल्या, "प्रभो! आम्ही शरण आलो आहोत. आमचं रक्षण करा! पृथ्वीवर राक्षसांनी थैमान घातलं आहे. राक्षस आम्हां सर्वांहून प्रबळ झाले आहेत. काही राक्षस नरभक्षकही आहेत! तुम्ही आमचं रक्षण करा!"

देवतांची व्यथा ऐकून ब्रह्मदेव म्हणाले, 'देवतांनो, तुम्ही हे भय त्यागून माझ्यासह महादेवांकडे या. ते पृथ्वीवरील राक्षसांचा भार कमी करतील. त्यांचे तांडव पाहून सर्व असूर भयभीत होतात. आपण त्यांच्याकडे जायला हवं."

ब्रह्मदेव इतर देवता आणि ऋषींसह महादेवांकडे गेले. त्यांनी महादेवांना ती व्यथा सांगितली. तेव्हा महादेवांनी त्या सर्वांना श्रीहरींकडे जाण्याचा उपदेश दिला. ते स्वतः सर्वांसह वैकुंठधामात जाण्यासाठी निघाले.[२]

या सृष्टीची निर्मिती ब्रह्मदेवांनी केली. तिचा प्रतिपाळ करण्याचे कार्य श्रीहरींनी स्वीकारले होते. देवतांवर आलेले संकट ऐकून श्रीहरींनी राक्षसांचा संहार करण्यासाठी आणि सत्कर्मनिष्ठ समाजव्यवस्थेचे पुनर्निर्माण करण्यासाठी पृथ्वीवर अवतार घेण्याचा निर्णय घेतला. त्यांचा निर्णय ऐकून सर्व देवतांना आनंद झाला. त्यांनी आनंदून श्रीहरींची स्तुती गायली व त्यांचे आशीर्वाद घेतले.

त्यानंतर श्रीहरी, अर्थातच श्रीकृष्ण, स्वतः गोलोकात आले. त्यांनी आम्हां गोप-गोपींना बोलावून सूचना दिली, 'गोप आणि गोपींनो, ऐका! तुम्ही सर्व नंदरायांच्या उत्कृष्ट व्रजात[३] जन्म घ्या. राधिके, तूही वृषभानूंची कन्या म्हणून जन्म घे. वृषभानूंच्या पत्नीचे नाव कीर्तिदेवी आहे. ती सुबलांची कन्या आहे आणि महालक्ष्मींच्या अंशातून पृथ्वीवर प्रकट झाली आहे. स्त्रियांमध्ये तिला आदराचे स्थान आहे. प्राचीन काळी दुर्वासांच्या शापामुळे व्रजमंडलातील एका गोपाच्या घरी तिचा जन्म झाला. त्याच कीर्तिदेवींची कन्या म्हणून तू जन्म घे.

---

[२] ब्रह्मवैवर्तपुराण, श्रीकृष्णजन्मखण्ड, अध्याय क्र. ४, श्लोक क्र. ५४

[३] व्रज शब्दाचा प्रमुख अर्थ समूह, गावकऱ्यांची टोळी असा आहे.

आता त्वरीत नंदव्रजाकडे जा."

ते ऐकून मी भारावलेच! माझ्या डोळ्यांतून नकळत अश्रू वाहू लागले. श्रीकृष्ण मला त्यांच्यापासून दूर का पाठवत आहेत? अकस्मात व्रजभूमीत मी का जावं? असं काय झालं बरं? बरं मला पृथ्वीवर जाण्याचं सांगून ते वैकुंठी परत जात होते! मला प्रश्न विचारण्याचीही संधी मिळाली नाही! एक मौल्यवान रत्नांनी सुशोभित केलेलं विशाल विमान गोलोकात आलं. श्रीहरी त्या विमानाकडे निघाले!

मी त्यांना थांबवून म्हणाले, "नाथ! मला काही तरी सांगायचं आहे." माझा आवाज ऐकताच ते थांबले. मी काय बोलणार आहे याची त्यांना कल्पना असावीच. "तुमच्यापासून दूर जाण्याच्या विचारानेच माझं हृदय दुःखाने व्याकूळ होतं. मन अस्वस्थ होत आहे. तुम्ही समोर असतांना क्षणभरही माझी पापणी लवत नाही. मग तुमच्याशिवाय मी एकटी मनुष्यलोकात कशी जाऊ? तुम्ही मला वचन द्या. तुम्ही तिथेही माझ्यासह निवास करायला हवा. किती दिवसांनी तुम्ही गोकुळात येऊ शकाल? मला ते आताच सांगा. तुम्हाला पाहिल्याशिवाय पृथ्वीवर एक क्षणही युगासारखा वाटेल. तुमच्याशिवाय मी तिथे कोणाला पाहणार? कुठे जाणार?"

मी प्रश्नांचा भडिमार केला. ते शांतपणे म्हणाले, "तू निश्चिंतपणे वृषभानुंच्या घरी जन्म घे. मी मथुरापुरीत देवकींच्या पोटी जन्म घेईन. कंस त्यांना निश्चितच बंदिस्त करून कारागृहात डांबून ठेवेल. तिथून सुटण्याचे निमित्त साधून मी गोकुळात तुझ्याजवळ येईन. मात्र त्यानंतर काही काळ आपल्याला वियोग सहन करावा लागेल, कारण मला मथुरेला जावे लागेल. कंसासह अनेक राक्षसांचा वध करणे हेच माझ्या अवताराचे उद्दिष्ट असेल. त्यानंतर आपण पुन्हा गोलोकात एकत्र येऊच."

मी म्हणाले, "तो काळ माझ्यासाठी अतिशय कठीण असणार आहे. कारण मी तुमच्याशिवाय इतर कोणाचाही विचार करत नाही. जर आपण खरंच पृथ्वीवर अवतरणार असू, तर मला एक वर द्या. मधुसूदन! शरीर आणि सावली एक नसूनही अविभक्त असते, त्याचप्रमाणे आपणही सदैव एकत्र असू. आपण प्रेमाच्या बंधनाने बांधलेले असू. क्षणभरही मला तुमचा विसर पडू नये. मला हे वरदान द्या."

"देवी, शरीराशिवाय आत्मा कुठे राहील? आणि आत्म्याशिवाय शरीराचा उपयोग काय? आपणही असेच आहोत. जिथे आत्मा आहे, तिथे शरीर असणारच! आपण एकच आहोत."

मी प्रणाम करून श्रीकृष्णांचा निरोप घेतला. त्यांची मधुर वाणी ऐकून माझं हृदय भरून आलं होतं. मी ओल्या नेत्रांनी त्यांच्याकडे बघत होते. त्यांनी वैकुंठाकडे प्रस्थान केलं.

पुढे माझा जन्म कसा झाला, मी कृष्णाला कशी भेटले आणि आमचा विवाह कसा झाला हे तुम्हाला पुढे कळेलच.

तर मी अशी गोलोकात राहणारी श्रीकृष्णांची प्रिय राधा राणी होते. श्रीकृष्णांच्या सांगण्यानुसारच मी तुमच्या मानवलोकात जन्म घेतला. इथे येऊनही माझ्या प्रियकरावर तसंच आणि तितकंच प्रेम केलं. बहुदा आमचं रोमांचपर्व ऐकून श्रावणीचा प्रेमविषयक दृष्टीकोन बदलेल किंवा तिला नवी दिशा मिळेल. मला तिला भेटायचंच होतं.

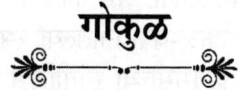

गोकुळ

जे डोळे स्वप्न बघतात, त्याच डोळ्यांतून अश्रू बाहेर पडतात. ज्या वृक्षाला बहर येतो, त्याच वृक्षाला कालांतराने काटेरी रूक्ष फांद्यांसह गलितगात्र व्हावं लागतं. ज्या संकुलात लहान मुलांची किलबिल ऐकू येते, तेच संकुल त्या मुलांच्या जाण्यानंतर खिन्न आणि नि:शब्द होऊन एकांत सहन करतं. आनंदाची आणि दु:खाची अवस्था अशी एकमेकांवर अवलंबून असते. पालवी फुटलीच नाही, तर उद्या झाडांची पानं गळणार नाहीत. मात्र पालवी फुटतेच. बीज अंकुरतंच. आनंदाची उत्पत्ती दु:खाच्या शक्यतेला जन्माला घालते. पण त्यामुळे आपण आनंद नाकारतो का? उद्या आनंदाचा अभाव झाला, तर पराकोटीचं दु:ख सहन करावं लागेल हे माहीत असूनही आपण जवळ आलेल्या आनंदाला दूर सारत नाही. कृष्णासारखा तेजस्वी आणि पराक्रमी मुलगा वृंदावनासारख्या लहान गावात फार काळ राहणार नाही हे माहीत असूनही राधेने कृष्णाच्या अस्तित्त्वालाच आपलंसं करण्याचा प्रयत्न करून परम आनंदाला प्राप्त करण्याचा प्रयत्न केला, तो याच निसर्गस्वभावामुळे.

तिच्यासाठी कृष्णाचा सहवास हे 'सुख' नव्हतं. तिच्यासाठी तो एक 'आनंद' होता. सुख आणि आनंदातला भेद ओळखण्यासाठी आवश्यक असणारा विवेक राधेकडे होता. राधेच्या जीवनात 'कृष्ण' नावाचा आनंद केवळ चौदा वर्षे बागडला. त्या चौदा वर्षांपैकी दहा वर्षे बालपणाचीच होती. त्यामुळे 'कळू लागल्यावर' कृष्ण केवळ तीन-चार वर्षेच राधेच्या जीवनात राहिला. काव्यात्मक भाषेत 'त्या तीन-चार वर्षांतील आनंद राधेला जीवनभर पुरला' असे म्हणणे राधेच्या मनुष्यत्वासाठी अन्यायकारक ठरेल. कारण तीसुद्धा इतर गोपिकांसारखीच एक गोपिका होती. तिलाही सर्व प्राणीमात्रांप्रमाणे आनंदाची

आशा होती. किशोरावस्थेच्या तीन-चार वर्षांत 'कृष्ण' नावाच्या एकमेव आनंदाचा परिचय झाल्याने तो आनंद पुन्हा प्राप्त करण्यासाठी राधेला वृद्धावस्थेपर्यंत 'कृष्ण परत येईल' या आशेतच राहावं लागलं. किशोरावस्थेतला तो आनंद जीवनभर आनंदी राहण्यासाठी पुरेसा ठरला असो वा नसो, कृष्णभेटीची इच्छा सदैव जागी ठेवण्यासाठी निश्चितच उद्युक्त झाला. असं काय घडलं त्या तीन-चार वर्षांमध्ये? कृष्ण आणि राधेचं अद्वैत गोकुळ-वृंदावनातल्या रमणीय वनांमध्ये कसे तयार झालं? हे जाणून घेण्यासाठी व्रजभूमीच्या सांगीतिक वातावरणात प्रवेश करावा लागेल.

व्रजभूमीतली गावं तशी आत्ममग्न होती, पण गंभीर नव्हती. ती गावं झगमगणाऱ्या जगापासून दूर असली, तरी स्वयंपूर्ण आणि हसती-खेळती होती. गोकुळ मथुरेपासून अगदी जवळ असलं, तरी मथुरेच्या वादळी वाऱ्यात आणि गोकुळात शांतपणे वाहणाऱ्या प्रफुल्लित वाऱ्यात जमीन आस्मानाचा फरक होता. कृष्णजन्माच्या आकाशवाणीपूर्वी व्रजभूमीतल्या गावांना मथुरेच्या वादळी वाऱ्यांनी स्पर्शही केला नाही. तिथे राहणारे गोप-गोपिका, त्यांचं सहजीवन, त्यांची गाणी, त्यांची निसर्गपूजक वृत्ती आणि वर्षानुवर्षांपासून चालत आलेल्या त्यांच्या परंपरा या सगळ्यांचा सुंदर मिलाफ झाला होता आणि खरं तर त्या सुगंधी मिश्रणाचंच नाव 'व्रजभूमी' असं होतं.

याच व्रजभूमीतील वृषभानु आणि कीर्तीदेवी या दांपत्याच्या पदरी नियतीने अपत्यप्राप्तीचं सुख दिलं होतं. कीर्तीदेवी गर्भवती होत्या. वृषभानुंसह सर्व कुटुंबीय देवींची काळजी घेत होते. आठ महिने उलटून नववा महिनाही सुरू झाला होता. कोणत्याही क्षणी कीर्तीदेवींना पुत्ररत्न किंवा कन्यारत्न लाभणार होते. प्रसूतीचा सुंदर क्षणही एका मंदिराबाहेर आल्याने वृषभानु आणि कीर्तीदेवी राधेसारखी गोंडस मुलगी दिल्याबाबत ईश्वराचे सदैव आभार मानायचे.

तो भाद्रपदातील अष्टमीचा दिवस होता. कीर्तीदेवी त्या दिवशी निकुञ्ज प्रदेशात होत्या. निकुञ्ज प्रांतात एक सुंदर मंदिर असल्याचं त्या ऐकून होत्या. त्यामुळे दोन गोपिकांसह कीर्तीदेवी देवदर्शनासाठी मंदिरात जात होत्या, तेवढ्यातच त्यांना प्रसूती वेदना सुरू झाल्या. त्यांना तिथेच एका वृक्षाखाली विश्रांतीसाठी बसवण्यात आलं. दुपारची वेळ होती. भाद्रपद सुरू असल्याने ऊनही खूप होतं, पण सुदैवाने प्रसूतीच्या क्षणी आकाशात नभांनी गर्दी केली होती. त्यामुळे कीर्तीदेवींना भोवळ आली नाही. त्याच मंदिराच्या परिसरात राधेचा जन्म झाला.[१]

---

१ गर्ग संहिता, अध्याय क्र. ८

वृषभानु आणि कीर्तीदेवींचा आनंद गगनात मावत नव्हता. राधेच्या जन्मानंतर कित्येक दिवस कीर्तीदेवींना तिला सोडावंसंही वाटत नव्हतं. कीर्तीदेवींच्या सख्या येऊन राधेचा पाळणा हलवत असत आणि विविध गाणी म्हणत राधेला खेळवत असत.

तिच्या जन्मानंतरच नामकरण संस्कार करण्यासाठी वृषभानुंनी पंडितांना आमंत्रित केलं होतं. अनेक गोपगोपिकाही जमल्या होत्या. व्रजभूमीत एकाच्या घरी मुलाचा किंवा मुलीचा जन्म झाला की सगळं गाव त्या नवजात शिशुचे लाड करण्यासाठी लोटत असे. कीर्तीदेवींच्या कन्येवर नामकरण संस्कार होणार आहे हे कळताच गावकरी त्यांच्या अंगणात उपस्थित झाले.

"अहो, हिच्याकडे पहा बरं. पंडितगण येण्यापूर्वी दूधातुपाची व्यवस्था मला नीट बघितली पाहिजे." कीर्तीदेवींनी राधेला वृषभानुंकडे दिलं.

"अगं, मीसुद्धा कामात आहे. ही रडायला लागली तर?"

"अशी कशी रडेल? आताच दूध पाजलंय. त्यामुळे निजेलच ती!"

"मग पाळण्यात ठेवू या. कुणा दासीला हिच्याकडे लक्ष ठेवायला सांग."

"दासीला?" काहीतरी गोपनीय सांगण्याच्या हेतूने कीर्तीदेवी वृषभानुंच्या जवळ आल्या. "अहो, नवजात मुलीला एकटं कसं ठेवणार? वातावरण किती वाईट झालंय हे तुम्हाला वेगळं का सांगायला हवं?"

"अगं, ही मुलगी आहे! कंसाला श्रीविष्णूंच्या अवताराची भीती आहे, लक्ष्मींच्या अवताराची नव्हे."

"तरीही!"

"तू दिवसरात्र हिला डोळ्यांसमोर ठेवू शकणार आहेस का? कुणा ना कुणा दासीवर विश्वास ठेवावाच लागेल!"

"बरं. मी ठेवते पाळण्यात." कीर्तीदेवींनी राधेला वृषभानुंकडून परत घेतलं आणि त्या वाड्यात गेल्या. त्यांनी राधेला पाळण्यात ठेवलं.

वृषभानु आणि कीर्तीदेवींचं निवासस्थान अतिशय सुंदर होतं. वृषभानु सधन होते, त्यामुळे प्रसिद्धही होते. त्यांचा वाडाही त्यांच्या कीर्तीला साजेसाच होता. वाड्याचा आकार आयताकृती होता. वाड्यासमोर सारवलेलं अंगण होतं. अंगणाच्या डाव्या भागात एक गायही बांधली होती. त्या आयताकृती वाड्यातही एक आयत होता, ज्यावर कौलं नव्हती. त्यामुळे वाड्याच्या मध्यभागी जाऊन उभं राहिलं की सूर्याचा प्रकाश अगदी डोक्यावर पडत असे. त्या व्यवस्थेमुळे सकाळी

आणि संध्याकाळीही संपूर्ण वाड्यात मुबलक प्रकाश असे. *त्या मध्यवर्ती खुल्या आयताकृती भागाच्या चारही बाजूंना विविध कक्ष होते. त्यांच्यावर मात्र कौलं टाकली होती.* वाडा चांगला एक मजली होता. पण वरच्या मजल्याचा वापर फारसा होत नसे. पुढे राधा चालू लागल्यावर ती सारखी वरच्या मजल्यावर जायची म्हणून ती पायदंडी बंद करावी लागली, हा भाग वेगळा.

वृषभानुंचे कुटुंबीय वाड्यात बसले होते. वाड्यातल्या त्या मध्यवर्ती मोकळ्या भागातच राधेवर नामकरण संस्कार होणार होता. पंडितगण येताच त्यांच्यासोबत गावकरीसुद्धा वाड्यात शिरणार, हे कीर्तीदेवींना माहीत होतं. त्या सगळ्यांना दूध आणि नंतर दुपारचं जेवण वाढण्याची जबाबदारी कीर्तीदेवींवरच होती.

या गडबडीत तान्ही राधा पाळण्यातून येणाऱ्या-जाणाऱ्यांची धावपळ बघत होती. म्हणायला तिचा जन्म झाला होता खरा; मात्र तिचा खरा जन्म कृष्णाचा परिचय झाल्यावरच झाला. त्याचा सहवास मिळावा म्हणून योग्य ठिकाणी योग्य वेळी राधेचा जन्म होणं ही नियतीचीच एक योजना होती.

वृषभानुंचे पिता सुरभानु अतिथींचे स्वागत करत होते. त्यांना दुरून पंडितगण येतांना दिसले. सुरभानुंनी वृषभानुंना हाक मारली आणि म्हणाले, "पंडितगण आले! चला!"

पंडितांचा आदरसत्कार झाला. पंडितजी आणि त्यांचे पट्टशिष्य आसनांवर विराजमान झाले. इतर शिष्य त्यांच्यामागे उभे राहिले.

"दांपत्याने मुलीसह समोर बसावं." पंडितजींची सूचना ऐकून कीर्तीदेवी राधेला आणण्यासाठी गेल्या. राधेला आणल्यावर वृषभानु कीर्तीदेवींसह पंडितांसमोर बसले. राधेला झोप लागली नव्हतीच. ती शांतपणे आईच्या मांडीवर पहुडली होती.

"वेदांमध्ये सांगितलेले सोळा संस्कार तुम्हाला ठाऊक असतील. आज आपण या कन्येवर नामकरण संस्कार करणार आहोत. तिचा जन्म होऊन अकरा दिवस झाले आहेत ना?"

"होय, पंडितजी." वृषभानु उत्तरले.

"नामकरण संस्कार अतिशय महत्त्वाचा आहे. या संस्कारामुळे व्यक्तीच्या जीवनाची रूपरेषा आखली जाते. मातापिता आणि गुरूजनांनी आपल्या जीवनासाठी कोणते उद्दिष्ट निश्चित केले होते, याचे व्यक्तीला सदैव स्मरण राहावे म्हणून नामकरण संस्कार केला जातो. याच कारणामुळे आपण उत्तम नाव शोधून व्यक्तीला एक ओळख देतो. ते नाव उत्तमच असायला हवे, कारण

पापकर्माचा विचार येताच व्यक्तीला स्वत:चे नाव आठवून पवित्र आणि मंगल गोष्टींची आठवण होईल. उदाहरणार्थ मातापित्याने मुलाचे नाव 'राम' असे ठेवले असेल, तर मुलावर त्या नावाच्या पावित्र्याला जपणारे आचरण करण्याचे दायित्वही दिले जाते. रावणाप्रमाणे दुष्कर्म करण्याचा विचार आला, तरीही सामान्य व्यक्तीला श्रीरामांचे चरित्र आठवून आत्मसंयमाची आणि आदर्श जीवन जगण्याची प्रेरणा मिळते."

"पंडितजी, आपण आमच्या कन्येवर नामकरण संस्कार करणार आहात हे तिचे आणि आमचे सौभाग्यच आहे. कृपया आमच्या कन्येसाठी सुयोग्य नाव सुचवावं." वृषभानुंनी पंडितांना विनंती केली.

त्या पंडितांपैकी सर्वांत जेष्ठ पंडितांनी डोळे मिटून काही क्षण विचार केला. काही क्षणांनंतर ते उत्तरले, "रा हा शब्द अतिशय सुंदर आहे. भगवान रामांच्या नावाचे ते अद्याक्षर आहे. रा हा शब्द विश्ववाचक आहे. 'म' हे अक्षर ईश्वरवाचक आहे. त्यामुळे विश्वाचा ईश्वर असणाऱ्या पुरूषाला 'राम' म्हटलं गेलं." पंडितजी आता 'र' या अद्याक्षरावरून कोणतं नाव सुचवतात हे ऐकण्याच्या उत्सुकतेने सर्व जण पंडितजींचा शब्दन् शब्द लक्षपूर्वक ऐकत होते. "या विश्वाचा प्रतिपाळ करण्यासाठी विश्वपिता आहे, तशीच या विश्वाचं सृजन करणारी 'प्रकृती' ही विश्वाची माताच आहे. मातृत्व ही सर्वांत विलक्षण सृजनशक्ती आहे. सृजनामुळेच विश्वाची वाढ होते. सृजनामुळेच हे विश्व सुंदर होतं. मातृत्व हा सृजनाचा आरंभबिंदूच मानला पाहिजे. या मातृत्वाला 'धा' हा शब्द समानार्थी आहे. त्यामुळे विश्वाचं मातृत्व स्वीकारण्याची शक्ती असणाऱ्या कन्येला 'राधा' म्हणायला हवं."

"राधा!" वृषभानुंनी नाव उच्चारत कीर्तीदेवींकडे पाहिलं. कीर्तीदेवींचा चेहराही आनंदामुळे प्रफुल्लित झाला होता.

"इतकंच नव्हे, तर 'राधा' या नावाचा अजून एक अर्थही संभवतो. 'रा' या शब्दाचा अर्थ दानवाचकही आहे, तसंच 'धा' या शब्दाचा अर्थ संसिद्धीवाचक आहे. संसिद्धी म्हणजेच मोक्ष. विश्वाचं मातृत्व स्वीकारून या मुलीने इतकं महान व्हावं की हिचं नाव उच्चारताच उच्चारकर्त्याला मोक्ष मिळेल. मोक्ष प्रदान करणारी स्त्री म्हणजेच राधा."

"पंडितजी, आपली कृपाच झाली. आमच्या मुलीसाठी तुम्ही सर्वांत सुंदर नाव सुचवलंत. तुम्हाला साष्टांग दंडवत!"

"वृषभानु, तुम्ही तुमच्या मुलीवर बालपणीच उत्तमोत्तम संस्कार केले, तरच तुमची मुलगी मोक्षदायिनी होईल. केवळ नाव ठेवल्याने व्यक्तीचे जीवन

उज्ज्वल होते, असे नाही. पवित्र नाव धारण करूनही काही व्यक्ती राक्षसाप्रमाणे वर्तन करतात. त्यामुळे सगळं काही तुमच्या संस्कारांवर अवलंबून आहे.”

“पंडितजी, तुम्ही ठेवलेलं नाव सार्थ व्हावं यासाठी आम्ही शक्य ते प्रयत्न करू. राधा निश्चितच एक योगिनी होईल.”

“तथास्तु!” पंडितजन उठले. वृषभानु आणि कीर्तीदेवींनी त्यांना वंदन केलं.

कोवळ्या दृष्टीने गर्दी पाहणाऱ्या राधेकडे बघत कीर्तीदेवींनी अलगदपणे तिचं नाव उच्चारलं, “राधा!”

❁

राधा दिसामासांनी वाढू लागली. तीन-चार वर्षांची होताच ती कीर्तीदेवींच्या कामात लुडबुड करू लागली. जणू ती गोपिका होण्यासाठीच जन्माला आली होती! दूध, लोणी आणि ताक तिला प्रचंड आवडत. अगदी दूध काढण्यापासून ते ताक कसं बनवलं जातं हे जाणून घेण्यापर्यंत सर्व गोष्टींमध्ये राधेची रूची होती. तिची बुद्धीही इतर मुलामुलींपेक्षा तल्लख होती. तिला प्रत्येक गोष्ट जाणून घेण्याची उत्सुकता असे. मातापित्याच्या मुखातून एखादा नवा शब्द ऐकला की लगेच त्याचा अर्थ जाणून घेण्यासाठी ती प्रश्न विचारत असे.

निजण्यापूर्वी आजोबांकडून नवीन कथा ऐकणं राधेला सर्वाधिक आवडत असे. याच माध्यमातून तिला अनेक ऐतिहासिक आणि दैवी कथा ऐकता आल्या. एकीकडे जगाला जाणून घेण्याची वृत्ती आणि दुसरीकडे इतिहासाचं ज्ञान मिळाल्याने राधा भविष्यात वैचारिक चर्चेत सहभागी होण्यासाठी नकळतपणे तयार होऊ लागली.

ती पाच वर्षांची झाली, तेव्हा व्रजभूमीवर एक अभूतपूर्व संकट कोसळलं होतं. त्या संकटाचे काळे नभ व्रजभूमीवर गेली आठ वर्षे घोंघावत होतेच. पण त्यातून संकटांचा वर्षाव होईल, असं कुणालाही वाटलं नव्हतं. ही संकटांची शृंखला कंस नावाच्या राजामुळे सुरू झाली होती. वस्तुत: ज्या राजाला प्रतिपालक म्हटलं जातं, त्याच राजामुळे प्रजेला त्रास होणं हे अस्वाभाविक होतं. मृत्युला घाबरलेला राजा स्वत:चं पद वाचवण्यासाठी कोणत्याही थराला जाऊ शकतो, याची व्रजवासियांना प्रचिती आली.

जवळपास आठ वर्षांपूर्वी घडलेली एक घटना कंसाच्या भीतीला कारणीभूत होती. गर्गमुनींच्या सल्ल्यानुसार देवकीचा विवाह वसुदेव यांच्याशी

लावण्यात आला. देवकी ही मथुरानरेश उग्रसेन यांची पुतणी. उग्रसेनांचा पुत्र कंस. या नात्याने देवकी ही कंसाची बहीण होती. वसुदेव स्यमंतपंचक नावाच्या क्षेत्राचे राजा होते. तिथे त्यांनी अश्वमेध यज्ञही केला होता. पण तो प्रांत मथुरेच्या तुलनेत अतिशय लहान होता. वसुदेव आणि गोकुळचे ग्रामप्रमुख नंद हे चुलत भाऊ होते.[२] वसुदेवांचा विवाह देवकीशी होणार आहे हे कळताच यादव मंडळी विवाहस्थळी पोहोचली. खूप मोठा सोहळा संपन्न झाला. कंसाने स्वत: त्या सोहळ्याचं नियोजन केलं होतं. विवाह झाल्यावर एक अनपेक्षित घटना घडली आणि मथुरेतील अक्षरश: प्रत्येक व्यक्तीचं जीवनच बदललं.

विवाह झाल्यावर आकाशवाणी झाली. तो आवाज कुणाचा होता, तो कुठून आला हे कुणालाही समजलं नाही. सर्वांना ऐकू येईल अशा मोठ्या आवाजात कुणीतरी म्हटलं, "मूर्ख कंसा, घोड्यांचा लगाम हातात घेऊन तू जिच्या रथात बसला आहेस, त्याच देवकीचा आठवा पुत्र तुझा वध करेल. तुला हे भविष्य ठाऊक नाही." ही दोन वाक्य ऐकताच कंसाच्या मनात कली शिरला. त्याने कशाचाही विचार न करता खड्ग हातात घेतलं आणि देवकीचा शिरच्छेद करण्यासाठी तो उद्युक्त झाला. मात्र वसुदेवांनी देवकीसमोर येत दयेची भिक्षा मागितली. हात जोडत ते कंसाला म्हणाले, "तुम्ही अतिशय कीर्तीवान आणि सामर्थ्यवान कुळात जन्म घेतला आहे. तुम्ही स्वत: अनेक योद्ध्यांचा पराभव करून कीर्ती प्राप्त केली आहे. एक आकाशवाणी ऐकून बहिणीची हत्या करणे तुम्हाला योग्य वाटते का? तुम्ही दया दाखवून तुमच्या बहिणीला जाऊ द्यायला हवं. हिच्या पोटी जन्म घेणारा लहानसा बालक तुमची हत्या कशी करू शकेल? कृपया तुम्ही देवकीची हत्या करू नये."

तरीही कंसाने वसुदेवांची विनंती मान्य केली नाही. तो देवकीवर प्रहार करणार एवढ्यात वसुदेव म्हणाले, "मी पुत्र होताच, तो तुम्हाला आणून देईन. मात्र तुम्ही देवकीला मारू नका. हे एका क्षत्रिय यादवाचे वचन आहे."

सर्वांसमक्ष दिलेलं ते वचन ऐकून कंसाने देवकीला सोडलं. त्याच्या मुखातून एकही शब्द फुटला नाही. कंसाचा चेहरा मृत्यूच्या विचारानेच घामेघाम झाला होता. त्याने देवकी आणि वसुदेवांना सोडलं खरं, पण काही काळातच त्यांना त्यांच्याच वाड्यात नजरकैद केलं.

देवकीला पहिला पुत्र झाला, तेव्हा वचनानुसार वसुदेव त्याला कंसाकडे घेऊन गेले. वस्तुत: तो नवजात पुत्र कंसाचा भाचा होता. ओळीने आठ भाच्यांचा

---

[२] हरिवंश पुराण

वध करण्यापेक्षा केवळ आठव्या पुत्रालाच ठार मारावं, असा विचार कंसाच्या मनात आला. त्याने वसुदेवांना पुत्राला परत नेण्याची अनुमती दिली. देवकी आणि वसुदेवांचा आनंद गगनात मावत नव्हता. ते आकाशवाणीच्या क्षणापासून आपले आठ पुत्र मारले जाणार आहेत, असाच विचार करत होते. त्यांच्यासाठी हा एक अनपेक्षित सुखद धक्काच होता. दोघांनी नवजात शिशुवर नामकरण संस्कार केले. त्याचं नाव 'कीर्तीमान' असं ठेवलं.

त्या कीर्तीमानाचं दुर्दैव म्हणजे, कंसाच्या मनात अधिक भीती निर्माण करण्यासाठी नारदमुनी कंसाला भेटायला आले. 'आकाशवाणीत आठव्या पुत्राचा उल्लेख आहे, मात्र आठवा पुत्र चढत्या क्रमाने धरावा की उतरत्या क्रमाने धरावा याबाबत काहीच भाष्य केलं नाही.' असं सांगून नारदमुनींनी कंसाच्या मनातील संशय आणि भीती अजूनच वाढवली.[३] नारदमुनींनी कंसाला हे का सांगितलं, हे नारदमुनींनाच ठाऊक. कारण कालांतराने देवकीचा आठवा पुत्र कृष्ण यानेच कंसाचा वध केला. जो क्रम सामान्यतः गृहित धरला जातो, त्या चढत्या क्रमानुसारच कृष्ण हा आठवा पुत्र होता. नारदमुनींच्या विधानामुळे कंसाने कीर्तीमानाला ठार मारलंच, शिवाय देवकी आणि वसुदेवांना अक्षरशः तुरूंगात जेरबंद केलं. देवकीला पुत्र होताच तो त्या मुलाचा वध करत असे.

कंसाचं हे दुष्कृत्य पाहून त्याचे पिता उग्रसेन त्याच्याविरूद्ध युद्ध करण्यास प्रवृत्त झाले. धृतराष्ट्राने दुर्योधनाच्या पापांकडे दुर्लक्ष केलं, तसं उग्रसेनांनी केलं नाही. परिणामतः पितापुत्रामध्येच युद्ध झालं, पण दुर्दैवाने कंस विजयी झाला. कंसाने स्वतःच्या पित्यालाही कैद केलं.

देवकीचा सातवा गर्भ जन्माला आलाच नाही. त्याच दरम्यान गोकुळात राहणाऱ्या वसुदेवांच्या दुसऱ्या पत्नीला पुत्ररत्न झालं. तिचं नाव रोहिणी. देवकीचाच गर्भ रोहिणीकडे गेला आणि तिच्यापोटी बलरामाचा जन्म झाला, असं पुढे म्हटलं जाऊ लागलं.

देवकीचा आठवा पुत्र कंसाचा वध करेल, या आकाशवाणीवर देवकी आणि वसुदेवांचाही विश्वास होता. त्यामुळे काहीही करून पापी कंसाचा वध करण्याची क्षमता असलेल्या आठव्या मुलाला वाचवण्यासाठी वसुदेवांनी एक धाडसी योजना आखली. श्रीकृष्णांचा जन्म होताच ते कृष्णाला घेऊन आपल्या चुलत भावाकडे निघाले. नंदाची पत्नी यशोदा हिलाही अपत्यप्राप्ती होणार असल्याची वार्ता त्यांना आधीच मिळाली होती. आपल्या आठव्या पुत्राला नंदांकडे

---

[३] गर्ग संहिता, अध्याय १०, श्लोक ६ ते १०

सुरक्षित ठेवून त्यांच्या नवजात कन्येला सोबत न्यावं, असा वसुदेवांचा विचार होता. नंदांनीही वसुदेवांना होकार दिला आणि त्यांच्या नवजात कन्येला वसुदेवांकडे सोपवलं. प्रसूतीवेदनेमुळे देवकीला ग्लानी आली होती. आपल्याला पुत्र झाला आहे की कन्या हे ती पाहू शकली नव्हती. काही काळाने तिला जाग आली, तेव्हा नंदराय कृष्णाला घेऊन यशोदेकडे गेले. यशोदेला सत्य ठाऊक नव्हते. कृष्ण हाच आपला पुत्र आहे, असं तिला वाटत होतं. याप्रकारे राधेचं भविष्य, राधेचं प्रारब्ध, राधेचा प्राण आणि राधेचं सर्वस्व गोकुळात आलं.

तिकडे मथुरेत बसून कंस मानवी इतिहासातील सर्वात निर्दयी आणि क्रुर योजना आखत होता. त्याने दहा-पंधरा दिवसांच्या अवधीत जन्माला आलेल्या सर्व नवजात शिशूंना ठार मारण्याचा आदेश दिला. महाविष्णूंचा अवतार जन्माला आला आहे हे कळताच त्याने यज्ञस्थळांना भग्न करण्यास सुरूवात केली. सगळीकडे हा:हाकार झाला!

"राधा! घरात जा पाहू! आता घराबाहेर पडायचं नाही!" कीर्तीदेवी मोठ्या आवाजात म्हणाल्या. राधा रडवेली झाली.

"का नाही?" राधेने विचारलं.

"नाही म्हणजे नाही! मोठ्यांना असे प्रश्न विचारायचे नसतात."

"मग मी खेळणार कुठे?"

"हे एवढं मोठं घर कमी पडतंय का? अंगणात खेळलं काय किंवा इथे खेळलं काय... त्याने काय फरक पडतो?"

"पण... पण... अंगणात गाय आहे." राधेने जे कारण सुचलं ते सांगितलं. तिला काहीही करून अंगणात जायचं होतं.

"गायीला बघून काय करायचंय तुला? इथून दारातूनच बघ."

"पण..."

"पण-बिण काही नाही. घरात म्हणजे घरात. बाहेर सगळे आजारी पडतायत! तुलाही आजारी होऊन पडून राहायचंय का?"

"नाही."

"मग माझं ऐक आणि आत जा. आणि हो! मी नसतांनाही गुपचुप बाहेर जायचं नाही. समजलं?"

आपल्याला अचानक घरात का थांबवलं जात आहे, हे राधेला समजलं नाही. घराबाहेर काहीतरी भयंकर घडतंय, हे तिला समजलं. काही दिवसांतच असुरांच्या कथा ऐकून आई आपल्या भल्याचंच सांगत होती, हे तिला पटलं. कारण

त्या दिवसानंतर गोकुळात एका पाठोपाठ एक असुर येत गेले. अबालवृद्ध भयभीत झाले होते. मात्र कृष्णाचा पराक्रम पाहून काही काळाने सर्व निश्चिंत झाले. असुरांना गोपगोपिकांचा नव्हे, तर कृष्णाचा प्राण हवा आहे हे सर्वांना समजलं. तसेच, कृष्णाचा प्राण घेणं हे कुणालाही शक्य नाही हेसुद्धा गोकुळवासियांच्या लक्षात आलं. त्यामुळे दोन-चार वर्षांनंतर ते निश्चिंत झाले. पण त्या दोन-चार वर्षांमध्ये असुराचं आगमन होताच सगळे घरात पळत असत. मातापिता त्यांच्या मुलांना बाहेर जाऊ देत नसत. सगळीकडे भयाचं साम्राज्य पसरलं होतं.

❁

राधेच्या कानी 'कृष्ण' हे नाव प्रथमत: पडलं, तेव्हाच तो कुणी सामान्य बालक नाही हे तिच्या लक्षात आलं होतं. म्हणायला तीसुद्धा अगदी लहानच होती. युद्ध, आकाशवाणी, राक्षस किंवा गंधर्व म्हणजे नेमकं काय हे तिला अजून समजायचं होतं. पण माता कीर्तीदेवीचा एका गोपिकेसोबत झालेला संवाद ऐकून तिला 'कृष्ण' हा कुणीतरी अद्‌भुत मुलगा आहे, एवढं मात्र तिच्या बालमनावर चांगलंच बिंबलं.

एक गोपिका अक्षरश: धावत राधेच्या घरी आली. राधेची आई कीर्तीदेवी गहू सुपात घेऊन खडे बाजूला करण्याच्या कामात मग्न होत्या. त्यांना दुरून 'ताईऽ ताईऽ' अशी हाक ऐकू आली. गोकुळात सगळ्या गोपिका एकमेकींना 'ताई' म्हणत. दुरून येणाऱ्या गोपिकेने मारलेली हाक एखाद्या दुर्घटनेची सूचना देणारी आहे, हे कीर्तीदेवींनी लगेच ओळखलं. हातातलं सूप खाली ठेवून त्या उभ्या राहिल्या.

"ताई, एक भयंकर गोष्ट झाली." गोपिका धाप टाकत म्हणाली.

"काय झालं? एवढी का घाबरलीस? आधी बस पाहू."

राधा जवळच खेळत होती. तिच्या कानावर असुरांच्या कथा पडू नयेत म्हणून कीर्तीदेवी राधेसमोर असुरांबाबत काहीही बोलत नसत. पण गोपिकेचा भांबावलेला चेहरा पाहून कीर्तीदेवी राधेला आतल्या कक्षात पाठवायलाच विसरल्या. राधाही आवाज न करता शांतपणे त्या दोघींचा संवाद ऐकत होती.

"परवाच नंदजी मथुरेला कंसाच्या राजसभेत कर भरण्यासाठी, वासुदेवजींना भेटण्यासाठी आणि कान्हाच्या जन्माची वार्ता सांगण्यासाठी गेले होते. ती एक चूकच ठरली. नंदजींच्या घरी एक तेजस्वी मुलगा जन्माला आलाय हे ऐकताच कंसाने एका राक्षसीला आपल्या गोकुळात पाठवलं."

"कधी? हे तुला कुणी सांगितलं?"

"कुणी सांगितलं म्हणून काय विचारता? मी स्वत: तिला पाहून आल्ये."

"काय?" कीर्तीदेवी चकीत झाल्या.

"हो तर! ती कान्हाच्या घराबाहेरच मरून पडली होती."

"देवा! हे कसं झालं? कान्हाला काही झालं नाही ना?"

"नाही! नाही! तेच तर नवल आहे! मी यशोदाताईंकडून प्रत्यक्ष ऐकून आल्ये."

"सगळं सांग पाहू. आपल्या गोकुळावर असा प्रसंग कधी ओढावला नाही!"

गोपिका ऐकलेला सविस्तर सांगू लागली, "ताई, जो उठतो तो कान्हाला कडेवर घेतो. लोकांचं प्रेम पाहून यशोदाताई कुणालाही अडवत नाहीत. याचाच त्या राक्षसीने फायदा घेतला! न जाणे कुठून ती आज अचानक गोकुळात आली. हेऽ उंचपुरी! पण चेहऱ्याला काय लावून आली होती, कुणास ठाऊक! यशोदाताई म्हणत होत्या की ती राक्षसी ऐन यौवनातली रंभाच दिसत होती! ती राक्षसी आहे हे ओळखूच येत नव्हतं. तिला पाहून रोहिणी आणि यशोदाताई चक्रावल्याच, की ही कोण रंभा आपल्या गोकुळात आली? ती येताच तिने कान्हाला तिच्या कुशीत घेतलं. त्याच्या डोक्यावरून हात फिरवला. कुणी काही बोलणार तेवढ्यात त्या राक्षसीने कान्हाला स्तनपान द्यायचा प्रयत्न केला!"

"अगो, हा काय प्रकार?"

"नाहीतर काय! तिचं स्तन विषाने माखलेलं होतं!"

"मग कान्हा वाचला कसा?"

"तेच कुणालाही समजलं नाही. सगळे म्हणतात की कान्हाने तिचं दूध प्यायलंच, सोबत तिच्या प्राणांचही प्राशन केलं. तीच 'मला जाऊ दे' असं ओरडत पळायला लागली. त्या गडबडीत तिचं कृत्रिम रूप पुसलं जाऊन खरं रूप दिसू लागलं. सगळा शृंगार पुसला गेला. शेवटी तिचा प्राण गेला आणि ती जमिनीवर कोसळली. सगळ्यांनाच वाटलं की कान्हाचे प्राण काही वाचणार नाहीत. कारण तोसुद्धा त्या राक्षसीसोबत जमिनीवर पडला. आश्चर्यकारक गोष्ट म्हणजे कान्हा तिच्या अंगावर आनंदाने खेळत होता आणि हसतही होता. त्याला बघताच यशोदाताई आणि रोहिणीताईंसह इतर गोपिका त्याच्याकडे धावल्या. यशोदाताईंनी त्याला कडेवर उचलून मिठी मारली. गोपिकांना त्या राक्षसीच्या स्तनांवर लागलेलं विष दिसलं. ते पाहून सगळ्या जणी अजूनच घाबरल्या. यशोदाताईंनी थेट

यमुनेकडेच धाव घेतली. कान्हाला आंघोळ घातली. त्याच्या अंगाला लागलेलं विष पुसलं. त्याने चुकून विष प्यायलं असेल, तर त्याला काही होऊ नये यासाठी प्रार्थना केली. अजून तरी कान्हाला काहीही झालेलं नाही. हा चमत्कार नाही तर काय?"

"खरंच, गं. याला चमत्कारच म्हणायला हवं. कान्हा अजून चालणं-बोलणंही शिकला नाही. इतका लहान असून त्याने त्या राक्षसीला कसं मारलं? कुणी काहीच पाहिलं नाही?"

"ही घटना अगदी यशोदाताईंसमोर घडली! त्यांना फक्त एवढंच दिसलं की कान्हाला दूध पाजता-पाजताच ती जमिनीवर कोसळली. शेवटच्या क्षणी तीच कान्हाला दूर सारण्याचा प्रयत्न करत होती. याचाच अर्थ, ती कान्हालाच घाबरली."

"पण एवढ्याशा मुलाला राक्षसी कशी घाबरणार?"

"बहुदा कान्हावर देवतांची कृपा असावी. त्यांनी कान्हाला वाचवलं असावं."

"अगं, बाळाचे पाय पाळण्यात दिसतात! उद्या हा कान्हा कुणी पराक्रमी योद्धा झाला, तर ही कथा आपण आवर्जून सगळ्यांना सांगू." कीर्तीदेवी म्हणाल्या.

काल्पनिक कथा ऐकून निजणारी राधा काल्पनिक कथेहून रोमांचक घटना ऐकून थक्क झाली होती. एक आपल्याहून लहान मुलगा गोकुळात आहे आणि त्याने एका भयंकर राक्षसीला हरवलं, या दोन गोष्टीच तिच्या लक्षात आल्या होत्या. मात्र कृष्णाबाबत मनात कुतूहल निर्माण करण्यासाठी त्या पुरेशा होत्या.

"मला यशोदाताईंकडे जायलाच हवं. तू राधेकडे लक्ष देशील का? मी थोड्या वेळात आलेच."

"राधेसोबत खेळायला कुणाला आवडणार नाही? तू सावकाश जा." गोपिका म्हणाली.

कीर्तीदेवी यशोदेच्या घरी पोहोचल्या, तेव्हा गोकुळातील सर्व प्रजाजन तिच्याआधीच तिथे उपस्थित झाल्याचं तिने पाहिलं. गोप त्या पुतनेच्या देहाला दूर नेत होते, तर गोपिका कृष्णाला बघण्यासाठी गर्दी करत होत्या. अगदी तान्हा असला, तरी कृष्णाभोवती एक वलय निर्माण झालं होतं. त्याच्या जन्मापासून ते त्याने वृंदावन सोडेपर्यंत गोपगोपिकांमध्ये या-ना-त्या कारणाने केवळ त्याच्या नावाचीच चर्चा होत राहिली.

गोपिका कृष्णाभोवती गोळा झाल्या होत्या. यशोदा आणि रोहिणी हात

जोडून प्रार्थना करत होत्या, 'यज्ञरूपधारी श्रीहरी तुझ्या कोमल नाकांचं रक्षण करोत. भगवान नृसिंह तुझ्या दोन्ही डोळ्यांचं रक्षण करोत. दशरथनंदन श्रीराम तुझ्या वाणीचं रक्षण करोत. भगवान कपिल तुझ्या हनुवटीचं रक्षण करोत आणि दत्तात्रेय तुझ्या छातीचं रक्षण करोत. भगवान ऋषभ तुझ्या दोन्ही खांद्याचे रक्षण करोत.'

❁

साधारणत: दहा-बारा वर्षांच्या मुलामुलींना 'किशोर' म्हटलं जातं. विसाव्या वर्षानंतर तारूण्याची सुरूवात होते. कृष्ण आणि राधा या दोघांमध्ये एक साम्य होतं, ते म्हणजे, ही दोन्ही मुलं दोन-तीन वर्षांआधीच किशोरवयात आली. दोघांची कुशाग्र बुद्धीमत्ता त्यांना वेळेआधीच किशोरवयात घेऊन आली. त्या दोघांमध्ये जिज्ञासा आणि विवेक समान गतीने वाढत होता. जितकी जिज्ञासा जास्त, तितकी शोधाची गतीही जास्त. शोध जितका अधिक, तितकंच ज्ञानही अधिक. त्यांची विवेकी वृत्ती गोवर्धन पुजेसारख्या अनेक प्रसंगांमधून दिसून आली. किशोरवयातच विवेक जागृत झाल्याने अष्टावक्रासारख्या विद्वानाला कृष्णासह राधाही वंदनीय वाटली.

राधेचे आजोबा सुरभानु हेच राधेसाठी एक विद्यापीठ होतं. तिला ज्ञानार्जनासाठी आश्रमात पाठवणार कोण? ती आजोबांनाच प्रश्न विचारत असे.

एके दिवशी सुरभानु राधेला सुंद आणि उपसुंद या असुरांची कथा सांगत होते. त्या कथेतून मर्यादा ओलांडणारी आसक्ती वाईट असते हे राधेच्या मनावर बिंबवण्याचं काम आजोबा सुरभानु करत होते.

सुरभानुंनी राधेला प्रश्न विचारला, "हिरण्यकश्यपू कोण होता बरं? तुला त्याची कथा आठवते ना?"

"हो! प्रल्हादाचे वडील हिरण्यकश्यपू." राधा उत्तरली.

"छान! खूऽप जुन्या काळात याच हिरण्यकश्यपूच्या कुळात, निकुंभ नावाचा एक प्रसिद्ध आणि बलवान राक्षस राजा होता. त्याला दोन मुलं होती, ज्यांची नावं सुंद आणि उपसुंद अशी होती. ते दोन्ही राक्षस राजपुत्र अत्यंत उग्र आणि क्रूर मनाचे होते. त्यांचा एकच निश्चय होता, तो म्हणजे लोकांना दु:ख देत राहाणं. ते दोघे नेहमी सोबत राहायचे. दोघांचा एकमेकांवर स्नेह होता. ते एकमेकांशी कायम गोड बोलायचे. एकदा तिन्ही लोक जिंकण्याच्या इच्छेने ते गुरूकडून दीक्षा घेऊन विंध्य पर्वतावर गेले आणि तिथे कठोर तपश्चर्या करू

लागले. राधे, त्यांच्या अंगावर फक्त एक पातळ वस्त्र होतं बरं! त्यांनी भूक-तहान या सगळ्या गोष्टींकडे दुर्लक्ष केलं."

"आजोबा, तपश्चर्येसाठी इतका त्रास का सहन करावा लागतो?"

"अगं, तो विश्वाचा नियमच आहे! आईला लोणी काढण्यासाठी किती कष्ट घ्यावे लागतात, ते तू पाहतेस ना? अगदी दूध काढण्यापासून सुरूवात करावी लागते. त्रास सहन केल्याशिवाय फळ मिळणार कसं?"

"समजलं." राधा बालसुलभ हावभावांसह गोड आवाजात म्हणाली.

"तर त्या दोघांचं संपूर्ण शरीर धुळीने माखलं! असं म्हणतात की ते हवा पिऊन जगत होते. त्यानंतर बराच काळ पायाच्या बोटांवर उभं राहून आणि दोन्ही हात वर करून त्यांनी तपश्चर्या केली. त्यांची उग्र तपश्चर्या देवतांनीही पाहिली. देवतांनी त्यांची तपश्चर्या मोडण्यासाठी अनेक प्रयत्न केले. पण त्या दृढनिश्चयी राक्षसांची तपश्चर्या भंग झाली नाही."

"आजोबा!"

"विचारा."

"एक तर... राक्षस देवांचीच प्रार्थना करत होते, तर देवांनी राक्षसांचं तप मोडण्यासाठी का प्रयत्न केले? आणि... प्रयत्न केले म्हणजे काय केलं?"

"अगं, त्रिदेव आणि इतर देवतांमध्ये भेद आहे. तुला आताच कसं लक्षात येईल ते? तरीही सांगतो. ऐकून ऐकूनच तुला लक्षात येईल. या सृष्टीची निर्मिती ब्रह्मदेव करतात, तर आपला सांभाळ महाविष्णू करतात. जेव्हा वाईट प्रवृत्ती बळावते, तेव्हा त्याच सृष्टीचा विनाश महादेव करतात. या संपूर्ण विश्वाच्या देवता आहेत. मी ज्या देवतांबाबत बोलतोय, त्या एका ठराविक घटकाच्या देवता आहेत. उदाहरणार्थ, अग्नीदेव किंवा वायूदेव किंवा सूर्यदेव. वायूदेव वायूला नियंत्रित करतात, मात्र महाविष्णू संपूर्ण सृष्टीचाच प्रतिपाळ करतात. तसंच या देवतांचा असुरांशी संघर्ष होत असतो, मात्र त्रिदेवांना कुणीही जिंकू शकत नाही. आणि त्या देवतांनी केलेले सगळेच प्रयत्न तुला सांगावे असे नाहीत. थोडक्यात इतकंच लक्षात घे की, देवतांना त्यांच्या मनात मोह निर्माण करायचा होता. त्यांच्यासमोर दागिने ठेवले जायचे किंवा उत्तमोत्तम वस्त्रं ठेवली जायची. काहीही करून त्यांची तपश्चर्या मोडणं हे देवतांसाठी आवश्यक होतं. कारण तपश्चर्या यशस्वी होताच ते दोन्ही असुर मिळालेल्या वराचा दुरूपयोग करणार, हे निश्चितच होतं."

"मग पुढे काय झालं?"

"शेवटी सर्व जगाचे पिता ब्रह्मदेव त्या दोन दैत्यांसमोर प्रकटले आणि त्यांना इच्छेनुसार वरदान मागायला सांगितलं. भगवान ब्रह्मदेवांना पाहून सुंद आणि

उपसुंद हात जोडून उभे राहिले आणि ब्रह्मदेवांना म्हणाले की आम्हाला अमर व्हायचंय. अमर म्हणजे कधीही न मरणारा. जशी तान्ही मुलं जन्माला येतात, तशी वृद्ध माणसं मरतात की नाही? सगळे जगत राहिले, तर या गोकुळात पाय ठेवायला तरी जागा शिल्लक राहील का, मला सांग? पण या दोघांना अमर व्हायचं होतं. ब्रह्मदेव म्हणाले की अमरत्वाचं वरदान सोडून काहीही मागा. त्यानंतर सुंद आणि उपसुंद म्हणाले की आम्हाला कधीही मृत्यूची भीती वाटू नये. अर्थात, या पृथ्वीवरील कुणालाही त्यांना मारता येऊ नये. दोघांना तो वर मिळाला. वर देऊन ब्रह्मदेव ब्रह्मलोकात गेले."

"हे ब्रह्मलोक कुठे आहे?" राधेने विचारलं.

"ते आपल्यासारख्या सामान्य माणसांना सांगता येत नाही. आपण जिथे राहतो, त्याला मनुष्यलोक म्हणतात. सुंद आणि उपसुंद वरदान प्राप्त करून त्यांच्या नगरात परतले. तपश्चर्येदरम्यान वाढलेले केस कापून त्यांनी डोक्यावर मुकुट चढवला. अलंकार आणि स्वच्छ वस्त्र परिधान करून ते राजसभेत जाऊ लागले. देवतांना ज्याची भीती होती, तेच झालं. सुंद आणि उपसुंदाने स्वर्गावर आक्रमण करण्याचा निश्चय केला! राक्षसांची सेना विविध शस्त्र घेऊन देवलोकात गेली. इंद्रलोक जिंकून त्यांनी साधुसज्जनांचा छळ सुरू केला. सुंदाने आज्ञा दिली, 'पृथ्वीवर अनेक ऋषी राहतात, जे यज्ञ करून देवतांची शक्ती वाढवतात. त्यामुळे यज्ञ करणारे ऋषीमुनी राक्षसांचे शत्रूच आहेत. त्यामुळे आपण सर्वांनी त्यांना ठार मारलं पाहिजे.' आदेश ऐकताच राक्षसांनी ऋषींच्या आश्रमांवर हल्ला केला. सर्व आश्रम जमीनदोस्त झाले. सगळीकडे आरडाओरडा सुरू होता, लोक रडत होते. शेतीचं कामही कुणाला करता येत नव्हतं. तो संहार पाहून महर्षिंना फार दु:ख झालं. ते सगळे ब्रह्मदेवांकडे गेले. ब्रह्मलोकात अनेक देव आश्रयासाठी आले होतेच. त्या सगळ्यांनी ब्रह्मदेवांना सुंद-उपसुंदाच्या क्रूर कृत्यांविषयी सांगितलं. ब्रह्मदेवांनी त्यानंतर विश्वकर्माला बोलावलं."

"आजोबा, हा विश्वकर्मा कोण?"

"विश्वकर्मांनी या विश्वात अनेक वस्तूंची आणि वास्तूंची निर्मिती केली. तसंच प्राचीन काळात मनुष्यदेह निर्माण करून त्याला जिवंत केलं जायचं. विश्वकर्मांना बोलावून ब्रह्मदेवांनी त्यांना एका कन्येचा देह निर्माण करण्याची सूचना दिली. तिला जिवंत करून तिचं नाव तिलोत्तमा असं ठेवण्यात आलं. ब्रह्मदेवांनी तिलोत्तमेला सुंद आणि उपसुंदाकडे पाठवलं. तिच्याकडे एकच काम सोपवण्यात आलं, ते म्हणजे, सुंद आणि उपसुंद यांच्यात भांडण लावणं. हे बघ, राधा, सज्जनांना त्रास देणं किंवा त्यांच्यात भांडण लावणं ही मुळीच चांगली गोष्ट

नाही. पण सगळ्या जगाला त्रास देणाऱ्या राक्षसांना मारावं लागतंच. तिलोत्तमा तिच्या योजनेत यशस्वी झाली. सुंद आणि उपसुंद या दोघांनाही वाटलं की तिलोत्तमा ही आपलीच पत्नी असावी. ते एकमेकांशीच लढायला प्रवृत्त झाले. ब्रह्मदेवांकडून वरदान मिळाल्याने इतर कुणीही त्यांना मारू शकलं नव्हतं, मात्र त्यांनी स्वत:चाच नाश केला. इतर कुणाला त्यांच्यावर आक्रमण करण्याची आवश्यकताच भासली नाही. या कथेतून आपल्याला दोन गोष्टी लक्षात येतात."

"कोणत्या?"

"एक म्हणजे काहीही झालं तरी सज्जनांना त्रास देऊ नये. दुसरी गोष्ट म्हणजे अनावश्यक मोहात पडू नये. सुंद आणि उपसुंदाकडे सगळं काही होतं. सत्ता होती, संपत्ती होती आणि वरदानही होतं. त्यांनी ठरवलं असतं, तर ते जगाच्या कल्याणासाठी झटले असते आणि सगळ्यांसाठी पूजनीय झाले असते. पण मोहामुळे त्यांचा विवेक नष्ट झाला. आयुष्यात कधीच मोहात पडू नये. मोहात पडताच आपल्या हातून चूक होते हे कायम लक्षात ठेव."

"हम्म्..." दोन वेण्या बांधून आजोबांसमोर बसलेली राधा अगदी प्रौढ व्यक्तीप्रमाणे गालांवर बोट ठेवत विचारी असल्याचा आव आणत शून्यात बघत होती.

"अगं, एवढाही विचार करू नकोस! दूधातुपाचा मोह ठेवला, तरी चालेल. नाहीतर उद्यापासून दूध पिणं बंद करशील आणि हे आजोबांनीच सांगितले होतं असं आईला सांगशील!"

आजोबांचं वाक्य ऐकून राधा ओठांवर हात ठेवत हसली आणि उठून आईकडे पळाली.

❁

कृष्णजन्माच्या दोन वर्षांनंतर गोकुळातील गोपगोपिकांच्या मनातील भीती काहीशी कमी झाली. कारण वारंवार राक्षस पाठवूनही कंसाला कृष्णाच्या केसालाही धक्का लावता आला नाही. कृष्ण निश्चितच कुणीतरी दैवी पुरूष असला पाहिजे, असं गावकऱ्यांना वाटू लागलं. कृष्णासारखा चमत्कारिक मुलगा गावात असतांना किती वेळ घाबरायचं आणि का घाबरायचं, असं गोकुळवासी म्हणू लागले. उखळीची कथा ऐकून तर गोकुळवासियांचा कृष्णाच्या अलौकिक शक्तीवर विश्वासच बसला.

एकदा यशोदा यमुना तीरावर स्नानासाठी गेली होती. ती परत येईपर्यंत कृष्णाने घरभर दही आणि लोणी सांडलं. दूध, दही, लोणी हे पदार्थ बाळकृष्णाच्या अगदी आवडीचे. ते पदार्थ सर्वच गोपपुत्रांना आवडत असत. त्यांचा उदरनिर्वाहसुद्धा याच पदार्थांवर चालत असत. कृष्ण काही अजून कळत्या वयात आला नव्हता. त्यामुळे दही आणि लोण्याने भरलेलं घर पाहून त्याला आनंदच झाला. कृष्णाची मधुर बाललीला अशी की सगळं घर दहीलोण्याने भरून यशोदेला आपण काहीच केलेलं नाही हे दाखवण्यासाठी तो स्वत:चा चेहरा पुसत होता. तेवढ्यात यशोदा स्नान करून घरी परतली. तिने बाळकृष्णाचे उद्योग पाहिले. घरात ठेवलेली दही आणि दुधाची भांडी कृष्णाने फोडली आहेत, हेसुद्धा तिला दिसलं. अगदी मधाचं भांडंही रिकामं झालं होतं. कृष्णाने मदतीसाठी मित्रांनाही घरात बोलावलं होतं. त्यामुळे सगळ्यांनीच काही ना काही खाल्लं होतं.

यशोदेने मुलांना विचारलं, "हे सगळं कुणी खाल्लं बरं? सांगा पाहू!"

यशोदेचा प्रश्न ऐकून सर्व मुलं एकसूरात म्हणाली म्हणाली, "कृष्णानेच! आम्ही तर फक्त त्याची मदत करायला आलो होतो."

अर्थात त्या गोपपुत्रांच्या मुखाला लागलेलं लोणी यशोदेलाही दिसत होतं. कृष्णानेच हा उद्योग करण्यासाठी मित्रांना बोलावलं असेल हे ठाऊक असल्याने ती कृष्णाला शिक्षा देण्यासाठी छडी शोधू लागली. ती छडी शोधते न शोधते, तोवर कान्हा घरातून पळाला. यशोदा कृष्णाचा पाठलाग करू लागली. पण यशोदा कृष्णाचा पाठलाग करणार तरी किती? शेवटी यशोदा पाठलाग करून थकली. तिचं अंग घामाने भिजलं. "कान्हा! कृष्णा! थांब! पळू नको!" असं ओरडून तिचा घसाही कोरडा पडला होता. शेवटी यशोदेने कृष्णाला जवळ आणण्यासाठी अगदी दु:खी झाल्याचं आणि पाय दुखत असल्याचं नाटक केलं.

आईच्या चेहऱ्यावर दु:ख पाहून कृष्ण लगेच तिच्याजवळ गेला. मुलं या कृतीतून एक उदात्त जीवनसूत्रच सांगतात. 'जोवर समोरचा क्रोधित आहे, तोवर हसत-खेळत त्याला शांत करण्याचा प्रयत्न करावा. मात्र दु:खी व्यक्तीची कधीही थट्टा करू नये.' बालपणी निसर्गत: अवगत असणारं हे जीवनसूत्र अनेक व्यक्ती प्रौढ झाल्यावर विसरतात. मात्र कृष्णाने जीवनात सदैव हीच भूमिका घेतली.

कृष्ण जवळ येताच यशोदेने त्याचे हात धरले आणि त्याला एका वृक्षाला बांधलं.

"जोवर माझं काम पूर्ण होत नाही, तोवर तुला असंच बांधून ठेवते. हीच तुझी शिक्षा" असं म्हणून ती तिची दैनंदिन कामं करण्यासाठी गेली. कृष्णाला सतत खेळण्याची आणि बागडण्याची सवय होती. तो एके ठिकाणी किती वेळ राहणार?

तो चुळबुळ करू लागला. काही क्षणांतच, कसा कुणास ठाऊक, तो वृक्षच कोसळला! सुदैवाने कृष्णाला काहीच लागलं नाही.

वृक्ष कोसळण्याचा आवाज ऐकून दोन गोपिका यशोदेच्या घरी आल्या. यशोदाही धावत अंगणात आली. कोसळलेल्या वृक्षाशेजारी उभ्या असणाऱ्या कृष्णाला पाहून तिचे डोळे पाणावले. ती धावतच कृष्णाकडे गेली आणि त्याला कडेवर घेतलं. कृष्णाच्या पायाशी असलेला दोरखंड पाहून गोपिकांना नेमकं काय झालं हे समजलं.

"नंदराणी, मुलाला कुणी बांधून ठेवतं का?" एक गोपिका म्हणाली.

"ती माझीच दुर्बुद्धी! कृष्णाने घरभर लोणी सांडलं म्हणून त्याला शिक्षा देण्यासाठी मी त्याला इथे बांधलं."

"नंदराणी, वाईट वाटून घेऊ नका. पण इतका गोंडस मुलगा तुम्हाला अगदी वृद्धापकाळाच्या उंबरठ्यावर मिळाला आहे. ही संपत्ती, धान्य आणि दूध मुलासाठीच आहेत!"

"अगदी खरं! मी पुन्हा कधीही त्याला शिक्षा देणार नाही. आज त्याला खरचटलं असतं, तरी मी स्वत:ला क्षमा करू शकले नसते." यशोदा हुंदके देतच म्हणाली. ही गोष्टही सायंकाळ होईपर्यंत गावभर पसरली आणि राधेपर्यंतही येऊन पोहोचलीच!

❀

कृष्ण अजून थोडासा मोठा झाल्यावर गोकुळात फिरू लागला आणि गोपगोपिकांसोबत बोलू लागला. त्याची राधेसह मैत्रीही झाली आणि प्रीतीही बहरली. मात्र त्यांची पहिली भेट काही वर्षांपूर्वी नंदांच्या समक्षच झाली होती. तेव्हा कृष्ण अगदी लहान होता आणि राधा अर्थातच त्याच्याहून मोठी होती. त्यांची पहिली भेट ज्या क्षणी झाली, तो क्षणही अद्‌भुत होता.

एके दिवशी माधवी आणि पारिजाता या दोघी राधेच्या प्राणप्रिय मैत्रिणी राधेची वाट बघत अंगणात उभ्या होत्या. राधा घराबाहेर येताच माधवी म्हणाली, "चल, आपण वनात जाऊ."

"वनात? हे कधी ठरलं?" राधा म्हणाली.

"कधीही ठरो. तू येतेस की नाही, तेवढं सांग."

"अगं, पण मला वनात जाण्यासाठी परवानगी घ्यावी लागेल.

आईबाबांना आधी सांगायला हवं ना!"

पारिजाता राधेला खिजवत म्हणाली, "काकू तुला अजूनही लहान मुलगीच समजतात की काय? त्यांना सांग की मी मैत्रिणींसोबत जातेय. मग काय भीती?"

"मी आईला विचारते. पण ती मला सोडेलच, असं वाटत नाही."

"अगं, गोकुळात मुली निर्धास्तपणे फिरतात. आपल्याच गोकुळात काय घाबरायचं? या तुझ्या वाड्यामागेही घनदाट वनच आहे ना? ती काही आपल्यासाठी नवी गोष्ट नाही."

"हो. तुझं खरं आहे. पण तू माझ्याहून एक वर्षाने मोठी आहेस! बहुदा तू मोठी असल्याने तुझे आईवडील तुला जाऊ देत असतील."

"छे! मी मागच्या वर्षापासूनच निर्धास्तपणे वनात जाते. त्याआधीही जाऊ शकले असते, पण राक्षसांची भीती वाटायची."

"मग आता काय झालं?"

माधवी म्हणाली, "अगं, आता तो कृष्ण कुणी सामान्य मुलगा नाही हे सगळ्यांना समजलंय! राक्षसांना त्याच्याशीच लढायचंय. फारफार त्याच्या कुटुंबीयांना धोका असेल. आपण का घाबरायचं? कृष्णाला अजून आपण पाहिलंही नाही."

"तेही खरंच. मी असं करते, आज रात्री आईला विचारते. आताच तिला विचारलं, तर तुम्ही माझ्या डोक्यात हे खुळ घातलंय असंच तिला वाटेल."

"वाटू दे! हे काही खुळ नाही. आपण सहजच वनात जाणार आहोत. तिथे जाणं हा काही गुन्हा आहे का? सगळे गोप गायींसह वनातच असतात. ती काही निर्मनुष्य जागा नाही." पारिजाता म्हणाली.

"तुम्ही आज काय वनात जायचा हट्ट करताय? मला वाटलं की आपण नेहमीप्रमाणे अंगणात खेळणार आहोत."

"राधाऽ, किती दिवस त्याच त्या भातुकलीसोबत आणि मातीच्या भांड्यांसोबत खेळायचं? आता बाहेर पडायला नको? वनात फिरायला नको? पुढे कधी आपलं लग्न होईल आणि कधी आपल्याच मुलांना कडेवर घेऊन फिरावं लागेल, हे आपल्याला कळणारही नाही. त्याआधीच मजा करायला हवी."

राधेने क्षणभर विचार केला. ती आईची अनुमती घेण्यासाठी घरात गेली. आईला कसंबसं पटवून तिने अनुमती घेतली. दूर न जाण्याच्या अटीवर राधेला अनुमती मिळाली होती. ती बाहेर येताच तिच्या दोन्ही मैत्रिणी आनंदीत झाल्या

आणि त्या तिघी किलबिलाट करत वनाकडे निघाल्या.

वनात तिच्या प्राणप्रिय सख्याची प्रथम भेट होणार आहे हे राधेच्या ध्यानीमनी नव्हतं.

श्रावणी

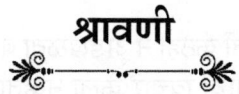

परतीचा प्रवास सुरू होणार म्हणून मी काहीशी उदास झाले होते. ही सहल संपूच नये, असं वाटत होतं. महाराष्ट्रात परतल्यावर माझ्या आयुष्यात काय होणार आहे याची कल्पनाही करावीशी वाटत नव्हती. कारण मी त्या दु:खापासून दूर जाण्याचा खूप प्रयत्न करत होते आणि अंतिमत: मी दूर जातेय असं वाटत असतांनाच त्या दु:खाचा उद्गाता माझ्या जीवनात पुन्हा डोकावत होता.

ठरल्याप्रमाणे मी सकाळीच वृंदावनात जाण्यासाठी निघाले. सकाळी वेगवेगळ्या उद्यानांमधून फिरत होते. तेवढ्यात मला रोहितचाच फोन आला. *'प्लिज मी फोन करू का?'* या त्याच्या मेसेजला मी रिप्लाय दिला नव्हता. त्याचा फोन उचलावा की उचलू नये हे मला कळत नव्हतं. आज सायंकाळी परतीचा प्रवास सुरू करायचाच आहे आणि उद्या ना परवा त्याच्याशी बोलायचंच आहे, तर मग आजच फोन का उचलू नये? असा विचार करून मी त्याचा कॉल घेतला.

"हॅलो?" खरोखर सिनेमात दाखवतात त्याप्रमाणे त्याच्या 'हॅलोमुळे' आमचा सगळा भूतकाळ वाऱ्याच्या रूपात येऊन माझ्यावर आदळला. सगळं काही डोळ्यासमोर उभं राहिलं. त्याने शब्द लांबवल्याने तो प्रश्नार्थक वाटत होता. मीच बोलतेय ना? मला बोलायचंय ना? असे प्रश्न त्या एका 'हॅलोमध्ये' सामावले होते.

"हॅलो!" मला दुसरं काहीच सुचलं नाही. हृदयाचे ठोकेही वाढले होतेच.

"आय एम रिअली रिअली सॉरी! तू भेटून बोलूया म्हणालीस आणि तरीही मी तुला फोन केला. पण मला राहावलं नाही. श्रावणी, मी खरंच तयार आहे. मला माहितीये की मी खूप दिवसांनी अचानक येऊन हे सांगतोय. पण मला आता

खरंच पटलंय की तुझ्याशिवाय इतर कुणाचाही विचार करणंच मला शक्य नाहीये. तू इथे आलीस की प्लिज मला एकदा तरी भेट. मी फक्त माझी भावना तुला सांगतोय. मी तुला खूप दुखावलंय, मला माहितीये. खूप खूप सॉरी. तुला आता माझ्यासोबत यायचं नसेल, तरीही मला चालेल. मला सॉरी म्हणायला खरंच एकदा भेटायचंय."

पाठ केल्याप्रमाणे तो कुठेही न अडखळता बोलत होता. या अशा प्रसंगी काय बोलावं? मी कधीही याचा विचार केला नव्हता. मी स्तब्ध झाले. "ओके. आपण भेटू शकतोच." *मी हे काय बोलले? शकतोच म्हणजे? म्हणजे 'केव्हाही भेटू शकतो' की 'तू म्हणतोयस म्हणून भेटू शकतो?'* देवा! एक ओळ बोलताच माझा असा गोंधळ उडाला. त्यामुळे मी फार काही न बोलण्याचंच ठरवलं.

"थँक यू सो मच!"

"ऐक ना... मी मंदिरात जातेय. मी तिकडे परत आले की बोलू."

"हो. सॉरी अगेन."

"बाय!" मी फोन ठेवला.

आता मी काय करू? एकच प्रश्न माझ्यासमोर होता. मी सगळं माझ्या घरी सांगितलं होतं. त्यामुळे घरचेही रोहितवर खूप रागावले होते. आता तर त्यांनी माझ्या भविष्याबाबत विचार करायलाही सुरूवात केली होती. पुन्हा रोहितला माझ्याशी बोलायचं आहे हे ऐकताच घरच्यांचं डोकं फिरेल. ते स्वाभाविकच आहे. मुळात माझंच डोकं का फिरलं नाही, तेच मला समजत नव्हतं. बहुदा तीन वर्षे रोज त्याच्यावर मनापासून प्रेम केल्याने अजूनही त्या प्रेमाचा अंश शिल्लक होताच. *तो अंश होता की सुप्तावस्थेत ते पूर्ण प्रेमच होतं? प्रेम कधी लयाला जाऊ शकतं का?* या प्रश्नांची उत्तरं माझ्याकडेही नव्हती.

याच विचारांमध्ये वृंदावनात फिरत असतांना मला अचानक एका स्त्रीच्या खांद्याचा धक्का लागला. मी मागे वळून तिच्याकडे बघण्यापूर्वीच तिने माझा हात धरला होता आणि मला ग्लानी आली. नेमकं काय झालं ते समजलं नाही. मी डोळे बंद केले. किंबहुना ते आपोआप बंद झाले.

मी डोळे उघडले तेव्हा मी जे अनुभवलं, त्यावर तुमचा विश्वास न बसणं स्वाभाविक आहे. पण ती अकल्पनीय गोष्ट माझ्यासोबत घडली. मी जणू माझ्या भौतिक अस्तित्वाच्या पलीकडे असणाऱ्या एका अवस्थेत प्रवेश केला आणि

माझ्यासमोर उभ्या असलेल्या एका स्त्रीला पाहिलं. तिच्या डोळ्यांमध्ये करूणा, प्रेम आणि सूज्ञता झळकत होती. तिने संधिप्रकाशाच्या तांबूस रंगाचं एक रेशमी वस्त्र परिधान केलं होतं. त्याच्या काठांवर जणू प्रेम आणि भक्तीच्या महाकाव्याचा एकेक अध्याय लिहिला गेला होता. तिच्या अलंकारांमधून जणू विश्वाची अनेक रहस्ये चकाकत होती. ही अतिशयोक्ती वाटत असली, तरी काही प्रसंगांचं वर्णन करण्यासाठी दुसरी उपमा शोधून सापडत नाही. काही प्रसंगच इतके अद्‌भुत आणि अकल्पनीय असतात की त्यांचं वर्णन आपल्याला अतिशयोक्तीने भरलेलं वाटतं.

तिची उपस्थिती ही निर्विवादपणे माझ्या कल्पनेतील देवत्वाची अनुभूती होती. मी तिच्यापासून दोन हात दूर उभी होते, तरीही मला तिच्या ज्ञानाचा कोमल स्पर्श जाणवत होता. तिचे तरल केस वितळलेल्या चंद्रप्रकाशासारखे खांद्यांवरून पाठीवर विसावले होते. झुळूक येताच मी कधीही न ऐकलेल्या प्रेमसंगीताच्या तालावर ते केस डुलतही होते. तिच्या केसांमध्ये तिने नाजूक फुलंही अडकवली होती.

"श्रावणी..." ती तिच्या मधुर आवाजात म्हणाली. तिचा प्रत्येक स्वर जणू प्राचीन मंत्रांच्या प्रतिध्वनीतून विणला गेला होता. आवाजाला शतकानुशतकांच्या प्रार्थनेनंतर एक स्वाभाविक ओलावा आणि मृदुता यावी, तसा तिचा आवाज होता.

मी काहीही न बोलता स्तब्ध होऊन तिच्याकडे बघत होते.

"घाबरू नकोस. मी राधा. श्रीकृष्णांची प्राणप्रिय गोपिका." तिने परिचय देताच मी अधिकच आश्चर्यचकीत झाले. ती कुणी सामान्य स्त्री नाही हे तिच्याकडे बघूनच माझ्या लक्षात येत होतं. त्यामुळे तू खरंच राधा आहेस का? असं विचारण्याची काही आवश्यकता नव्हती. अशी दैवी स्त्री तुमच्यासमोर येताच तुम्हाला तिच्या अलौकिक अस्तित्वाची अनुभूती होते. इतकं असूनही मी तिच्या म्हणण्यावर पूर्णत: विश्वास ठेवला आहे, असं दाखवलं नाही.

मला अजूनही तिचं बोलणं पटलं नाही हे पाहून ती मला म्हणाली, "ते बघ!"

तिने डोळ्यांनीच मला पाठीमागे बघायला सांगितलं. मी मागे वळून बघते तर काय! दूरवर मला तेच उद्यान दिसत होतं, जिथे मी फिरत होते. आश्चर्य म्हणजे मला दुरून मीच दिसत होते! जणू मला कुणाचाही धक्का लागलाच नव्हता! माझा माझ्या डोळ्यांवर विश्वासच बसत नव्हता. मी खरोखर डोळे चोळून पाहिलं. त्यानंतर मी राधेकडे वळून हात जोडले. "तुम्ही खरंच राधा आहात? हे माझ्यासोबत असं काय होतंय?"

"घाबरू नकोस, श्रावणी. मी तुझी सखी आहे, असंच समज. माझ्या

वृंदावनात एक तरूणी मनात गहन चिंता घेऊन फिरत आहे हे मला जाणवलं. मी सहज बोलण्यासाठी, तुझ्या भावना जाणून घेण्यासाठी तुला इथे आणलं."

"मग तिकडे कोण आहे?" मी कापऱ्या आवाजातच विचारलं.

"तिकडे तुझा देह आहे. तू माझ्या अस्तित्वाशी बोलतेयस आणि मी तुझ्या अस्तित्वाशी बोलतेय. आपला देह इथे नाही. आपण या सगळ्यात वेळ घालवणार आहोत का? तुला माझ्याशी बोलायचं नाही का? तसं सांग." ती गमतीने म्हणाली.

"नाही! तसं नाही. हे सगळं अचानकच घडलं. मला खरं तर काही कळतच नाहीये."

"बऱ्याच गोष्टी कळण्यासारख्या नसतातच. पण हे घडलंय ना? तू माझ्यासमोर आहेस ना? मग आता मला एक मैत्रीण समज."

"हो."

"ये." राधा हळूहळू वनाच्या दिशेने चालू लागली. ते वन नसावं. पुढे बरेच वृक्ष दिसत होते आणि मनुष्यवस्ती नव्हती, त्यामुळे मला वन वाटलं. मी तिच्यावर विश्वास ठेवून तिच्या मागून चालू लागले.

"तुम्ही इथेच असता का?" मी विचारलं.

"मी सगळीकडेच आहे." ती स्मित करत म्हणाली.

"तुम्ही माझीच निवड का केली? अनेक मुलींच्या मनात वेगवेगळे प्रश्न असतील."

"मी तुझीच निवड केली, असं तुला का वाटतंय? मी आता तुझ्यासोबत आहे. अगदी एक-दोन तासांसाठी. तुला संध्याकाळी परतायचं आहे ना?"

"हो." ते ऐकून माझा जीव भांड्यात पडला. कितीही अद्भुत असला, तरी तो भयावह अनुभव वाटत होता. कारण असं अचानक कुणी इतिहासातून वर्तमानात येऊन माणसाला भेटल्याचं मी कधी ऐकलं नव्हतं. त्यामुळे ती दैवी व्यक्ती आपल्याला परत जाऊ देणार आहे हे ऐकून मला बरं वाटलं. त्यानंतर मी तिच्याशी शांतपणे बोलू लागले.

"जीवनात बरीच उलथापालथ सुरू आहे, असं दिसतं."

"माझ्या?"

"हो!"

"तुम्हाला माहीत असेलच."

"पण त्याबाबत बोलण्याआधी तुझ्या मनात माझ्याविषयी काही प्रश्न असतील, तर ते विचार. त्यानंतर आपण तुझ्याविषयी बोलू. म्हणजे कुणा अनोळखी व्यक्तीशी बोलावं लागतंय, असंही तुला वाटणार नाही."

राधेला काय विचारावं हेच मला ऐनवेळी सुचत नव्हतं. म्हणून मी सुरूवातीलाच म्हटलं की ती मला भेटणार आहे हे मला आधी माहीत असतं, तर मी एक प्रश्नावलीच सोबत नेली असती. कारण विचारण्यासारखं बरंच होतं. आज तो प्रसंग लिहितांनाही मला बरेच प्रश्न सुचत आहेत. ते तेव्हा सुचले असते, तर बरं झालं असतं.

मी चटकन सुचलं ते विचारलं, "तुमच्याविषयी ज्या कथा प्रसिद्ध आहेत, त्या खऱ्या आहेत का?"

"अनेक कथा खऱ्या आहेत. तुला ऐकायची असेल, तर मी तुला माझी गोष्ट सविस्तर सांगेन. पण तुझ्या मनातल्या प्रश्नांची उत्तरं शोधणंही तितकंच महत्त्वाचं आहे."

कसं कुणास ठाऊक, पण ती बोलत असतांना मला त्या प्रसंगाचं महत्त्व जाणवलं. ही संधी पुन्हा येईल की नाही ते माहीत नसतांना उगाच घाबरत आणि संकोचत जे जे विचारता येईल ते न विचारणं हाच मूर्खपणा ठरला असता. ते मला जाणवलं. मी राधेला विचारलं, "मला ती गोष्ट ऐकायलाही आवडेल. राहिला प्रश्न माझा, तर प्रेम म्हणजे काय, हेच मला सध्या कळत नाही."

"प्रेम ही अगदी नैसर्गिक आणि सर्वांच्याच मनातली भावना असली, तरी तिचा अर्थ शोधणं हे सोपं काम नाही. तुला माझी क्लिष्ट उत्तरंही ऐकावी लागतील, कारण सगळंच सोपं करून सांगता येत नाही आणि सूज्ञ स्त्रीपुरूषांनी सोप्या स्पष्टीकरणांचा आग्रहच धरू नये. तू सूज्ञ आहेस. नीट ऐकलंस आणि लक्षात ठेवलंस, तर तू माझं उत्तर नक्कीच समजून घेशील."

मी इतर सर्व विचार थांबवून फक्त राधेचं उत्तर ऐकत होते. "प्रेम हे नऊ पाकळ्यांचं सुगंधी फूल आहे. विश्वास, संवाद, आदर, आनंद, संयम, तडजोड, विकास, आत्मीयता, आणि क्षमा. बघ! प्रेम दुर्मिळ असतं, असं तुम्ही म्हणता. त्यामागे हे कारण आहे. त्या फुलाचा सुगंध सगळ्यांनाच आवडतो आणि हवाहवासा वाटतो. पण या पाकळ्यांचं काय? त्यांना टवटवीत ठेवण्यासाठी प्रयत्न करावे लागतातच. कारण पाकळ्या हेच फूल आहे. पाकळ्यांशिवाय फूल असू शकत नाही. प्रेमाचा इतका सूक्ष्मपणे विचार केला, तरच ते जपता येईल."

"खरं सांगू का? तुम्ही 'मैत्रीण होऊन बोल' असं सांगितलं म्हणून सांगते. तुम्ही हे नऊ शब्द उच्चारले, ते लक्षात ठेवणंही माझ्या पिढीला अवघड आहे. ते आचरणात आणायचे म्हणजे..." मी इतकंच म्हणाले.

राधा किंचित हसून म्हणाली, "तुझं खरं आहे. प्रेम टिकवण्यासाठी *जाणीवपूर्वक* या नऊ पाकळ्यांचा विचार करत राहावं, असं काही नाही. ज्या

दांपत्याला प्रेम चिरकाल टिकवायचं असतं, ते *नकळत* या पाकळ्यांचा विचार करतं. पण ते शक्य होत नसेल, तर या नऊ गोष्टींचा विचार करायलाच हवा. ज्या गोष्टीचं संगोपन करायचं आहे, तिचे गुणधर्म समजल्याशिवाय संगोपन होणार कसं?"

"मला पुन्हा एकदा त्या नऊ गोष्टी सांगता का? आणि त्यांचं प्रेमाशी असलेलं नातंही सांगा. मी अधूनमधून प्रश्न विचारले किंवा बोलले, तर चालेल ना?"

"अगदी! विश्वास, संवाद, आदर, आनंद, संयम, तडजोड, विकास, आत्मीयता, आणि क्षमा या त्या नऊ पाकळ्या. आपण एकेक पाकळीचा विचार करू. विश्वास हा कोणत्याही नात्याचा पाया आहे. केवळ प्रियकर-प्रेयसीच्याच नाही, तर अगदी माता आणि पुत्राच्या नात्याचाही तोच पाया आहे. आईच्या कुशीत मूल निश्चिंत झोपतं, कारण त्याचा आईवर नितांत विश्वास असतो. कोणत्याही संकटातून ती मला बाहेर काढेल आणि माझी काळजी घेईल, असा विश्वास अगदी लहान मुलालाही असतो. पती आणि पत्नीच्या किंवा प्रियकर आणि प्रेयसीच्या नात्यात हा विश्वास सर्वांत महत्त्वाचा आहे. कारण दोन अपरिचित व्यक्ती एकमेकांच्या संपर्कात येतात. त्यांच्यात विश्वास नसेल, तर नात्याला संशयाचं ग्रहण अगदी सहज लागू शकतं."

"माझी गोष्ट तुम्हाला माहीत असेलच. रोहितने तीन वर्षांपासून त्याच्या मनातली भावना माझ्यापासून लपवली, यावरच माझा विश्वास बसत नव्हता. तो असं करू शकतो आणि आमचं नातंच तोडू शकतो, हेसुद्धा माझ्यासाठी अविश्वसनीयच होतं. एका अर्थी त्याने माझा विश्वास गमावलाच! असा तोडलेला विश्वास पुन्हा निर्माण करता येऊ शकतो का?" मी विचारलं.

"नाही. *विश्वास* ही काचेच्या वस्तूसारखी नाजूक बाब आहे. ती एकदा तुटली की तिचे असंख्य तुकडे होतात. विश्वासाचा अर्थ समजून घे. तुला 'अनपेक्षित' म्हणायचं आहे की 'अविश्वसनीय' हे एकदा स्वत:ला विचार. एखाद्या गोष्टीचा कधीही सखोल विचार केलेला नसतांना अकस्मात ती गोष्ट समोर येते, तेव्हा ती गोष्ट अनपेक्षित असते. तू रोहितवर विश्वास ठेवलास हे अगदी खरं. पण कशाबाबत? तो कायम एकनिष्ठ राहील याबाबत. तो कधीही तुला हेतूपूर्वक दुखावणार नाही याबाबत. तो विश्वास त्याने तोडला का?"

राधेच्या बोलण्यामुळे मी विचारात पडले. मला त्याचा निर्णय ऐकून धक्का बसला म्हणून त्याने माझा विश्वास तोडला, असं मी म्हणत होते का? "तुम्ही म्हणत आहात ते खरं आहे. पण त्याने विश्वास मोडला की नाही हा प्रश्नच उद्भवत

नाही. त्याने नातंच तोडलं.”

“ते तुटलंय का?”

“अम्...” मलाही उत्तर देता आलं नाही. मी वेगळा मुद्दा काढला, “त्याने माझा एक विश्वास निश्चितच तोडलाय. तो एक विचारी मुलगा आहे आणि वेळप्रसंगी समाजाविरूद्ध स्वत:ला योग्य वाटणारी गोष्ट करू शकतो, असं मला वाटायचं. तसा माझा विश्वासच होता. तो मोडला.”

“तो खरंच मोडला आहे का? काल त्याच्या संदेशाला वाचून तुला काय वाटलं?”

“विश्वास पूर्णत: मोडला नसेलही. पण...पण...” मला योग्य पद्धतीने माझा विचार मांडता येत नव्हता.

“नि:संशय त्याला धक्का लागला आहे आणि पुन्हा त्याच्याविषयी विचार करतांना तुला त्या प्रसंगाची आठवण होईलच. श्रावणी, तू त्याच्याकडे परत जावं म्हणून मी तुझ्याशी बोलत नाही. मी तुला नाण्याच्या दोन्ही बाजू सांगितल्या. तू एका बाजूला उभी आहेस म्हणून मला दुसऱ्या बाजूला उभं राहून बोलावं लागतंय. त्यामुळे मी त्याची बाजू घेतेय, असं तुला वाटू शकतं. तू तटस्थपणे विचार करायला लागलीस की मीसुद्धा तुझ्याप्रमाणे दोन्ही बाजूंच्या मध्यभागी येईन.”

“हो. तुम्ही विश्वासानंतर संवादाचा उल्लेख केला ना? आम्ही तीन वर्षे सतत बोलतच होतो. जगातल्या बहुतांश गोष्टींबाबत आम्ही आमची मतं एकमेकांना सांगितली असतील. बहुतांश मतं समान होती म्हणूनच आम्हाला कायम सोबत राहावंसं वाटत होतं.”

“*संवाद* हा तुमच्या प्रेमाचा आत्मा होता, असं दिसतं. ही खूप सुंदर गोष्ट आहे. संवादातून बहरणारं नातं काही वेगळंच असतं.” राधा म्हणाली.

“तो संवादही तुटला. सहा महिने आम्ही एकमेकांच्या संपर्कात नव्हतो.”

“संपर्कात नसण्याचं दु:ख माझ्याहून अधिक कोण समजू शकेल? कृष्ण वृंदावनातून मथुरेत गेला आणि पुढे परतलाच नाही! अगदी द्वारकेची उभारणी झाल्यावर त्याचा दूत मला शोधत आला. किती वर्षे आम्ही संपर्कात नव्हतो हे मला माहीतही नाही. जीवनाच्या अंतिम क्षणी असं वाटत होतं की हा जन्म म्हणजे एक विरहाचा शापच होता का?[१] जणू मी कृष्णाला किशोरावस्थेत चार-दोन दिवस भेटले आणि मग संपूर्ण जीवन त्याच्याशिवाय व्यतित केलं. खरं तर बालपणी

---

[१] ब्रह्मवैवर्तपुराणानुसार मनुष्य जन्मातील राधा आणि कृष्णाचा वियोग हा श्रीदाम नावाच्या हरिभक्ताचा शापच होता. (ब्रह्मवैवर्तपुराण, श्रीकृष्णजन्मखण्ड, अध्याय ३)

आणि किशोरावस्थेत आम्ही बराच काळ एकत्र होतो, पण तो काळही शेवटी काही दिवसांएवढा वाटायला लागला होता."

"अर्थात तुमची प्रत्यक्ष भेट झालीच नाही?" मी विचारलं.

"नाही."

"मग त्या काळात तुम्ही काय केलं?" मी बोलून गेले. तसा प्रश्न विचारणं योग्य होतं की नाही, कुणास ठाऊक?

"तेही सांगेनच. आधी आपण प्रेमासाठी आवश्यक असणाऱ्या या नऊ गोष्टींबाबत थोडक्यात बोलू. यातूनही तुझ्या काही प्रश्नांची उत्तरं मिळतील."

"हो. सॉरी. म्हणजे क्षमा करा. मी खूपच विषयांतर करतेय."

"हरकत नाही. अनेक वर्षे संवाद न होताही माझं कृष्णावर तितकंच प्रेम होतं याचा अर्थ तूही माझ्याप्रमाणेच वागावं असं मी म्हणत नाही. समोरची व्यक्ती परिपक्व असेल, तर संवाद निष्कर्षापर्यंत सुरू राहायला हवा. तुमचा संवाद त्या दिवशी अचानक थांबला. त्याविषयी तुमची सविस्तर चर्चाही झाली नाही आणि निष्कर्षही निघाला नाही."

"मी प्रयत्न करून पाहिला होता. निदान एकदा आईवडीलांना समजावून पाहू, असं मी म्हटलं होतं. पण पुढे काहीच होऊ शकत नाही, असं त्याचं मत होतं."

"त्या दिवशी त्याला तसं वाटलं असेल. आज त्याचं मत बदललंय. त्याला उशीर झाला की अजूनही संवाद होऊ शकतो हे तू ठरवायचं आहेस. तो निर्णय सर्वस्वी तुझा आहे."

"हो. मी त्याबाबतच विचार करणार आहे परत जातांना."

प्रेमाच्या पुढील पैलूबाबत राधा म्हणाली, "श्रावणी, एकमेकांचा *आदर* करणं खूप महत्त्वाचं आहे. तुमच्या पिढीत आदराची व्याख्या बदलली आहे. ते एका दृष्टीने चांगलं आहे आणि एका दृष्टीने उथळही आहे. आज तुम्ही मुली आदराची अपेक्षा करू शकता. कुणी अनादराने वागवत असेल, तर आवाजही उठवू शकता. तुमच्यात स्वाभिमान जागृत झाला ही चांगली गोष्ट आहे. पण मित्रमैत्रिणींमध्ये आणि प्रेमींमध्येही अनादराने बोलणं हे मैत्रीचं लक्षण समजलं जातंय, बरोबर?" राधा माझ्या उत्तरासाठी थांबली.

"हो."

"तुला असं वाटेल की मी माझ्या काळाची आणि तुझ्या काळाची तुलना करतेय. मात्र मित्रमैत्रिणी एकमेकांची चेष्टा कायमच करत होते. इथे तुलनेचा प्रश्न नाही. मला असं सांगायचंय की एका प्रेमी युगुलाचं नातं हे मैत्रीचं असलं, तरी ती मैत्री वेगळी असते. त्या मैत्रीचं लावण्य वेगळं असतं. हे वेगळेपण नसेल, तर इतर

नात्यांमध्ये आणि या नात्यात फरक काय? तोच गमतीतला अनादर कधी विखारी स्वरूप धारण करेल हे सांगता येत नाही. प्रियकर आणि प्रेयसीत मैत्री नसावी, असं मी मुळीच म्हणत नाही. मीच कृष्णाला सखा म्हणते, मग मी तसं म्हणू शकेन का? मला एवढंच सांगायचंय की आदर ही प्रेमाच्या फुलाची एक पाकळी आहे आणि ती जपायला हवीच!"

"आदर म्हणजे नेमकं काय? माझी आजी आणि पणजी त्यांच्या पतींना घाबरून राहायच्या, त्यांचं सगळं ऐकायच्या आणि कितीही राग आला तरी तो दाबायच्या, त्याला आदर म्हणायचं का? प्रियकराला किंवा पतीला आदर कसा द्यावा?"

"तुझ्या मनात हा प्रश्न आला हीच अतिशय चांगली गोष्ट आहे. कारण खोल प्रेम करण्यासाठी प्रेमाच्या प्रत्येक पैलूचा सखोल विचार करायलाच हवा. तो विचार न करता प्रेम करण्याचा प्रयत्न केला, तर पुढे दु:ख होणं स्वाभाविक आहे. पोहण्यासाठी पाण्याच्या खोलीचा, तापमानाचा किंवा नदीच्या लांबीचा विचार न करता आणि सराव न करता कुणी पोहण्याचा प्रयत्न केला, तर काय होईल? आता मी तुझ्या प्रश्नाचं उत्तर देते. एक मजेशीर गोष्ट सांगते. बघ, तूही तिचा विचार कर. तुलाही ती गोष्ट ऐकल्यावर मौज वाटेल. श्रावणी, वस्तुत: आदर ही भावनाही नाही आणि कृतीही नाही. आदर हा एक व्यावहारिक संकल्प आहे. मात्र एखाद्या व्यक्तीला तुम्ही सर्वस्व मानलं, तरच या संकल्पाचं एका स्वाभाविक भावनेत रूपांतर होऊ शकतं. तू तुझ्या आजीबाबत प्रश्न विचारला. तिने जे काही केलं, तो एका प्रकारे आदरच होता. पण तेव्हाच्या परिस्थितीमध्ये टिकून राहण्यासाठी सोडलेला तो एक व्यावहारिक संकल्प होता. त्यांच्यामध्ये प्रेम असतं, तर तो आदर तुलाही आक्षेपार्ह वाटला नसता. तुला ती प्रेमाचीच एक छटा वाटली असती. कारण जे तुझ्या आजीने केलं, तेच तुझ्या आजोबांनीही केलं असतं. मी श्रीकृष्णांचा जेवढा आदर करते, तेही माझा तितकाच आदर करतात."

"हे मी काही प्रमाणात अनुभवलंय. आम्ही ती मर्यादा ओलांडली नाही. म्हणजे कधी ओलांडलीच गेली नाही. कारण रोहित एक विचारी व्यक्ती म्हणूनही मला आवडायचा. तुम्ही म्हणालात तशी एक स्वाभाविक भावना माझ्या मनात तयार होत होती."

"मग तुला आदराविषयी अधिक सांगण्याची आवश्यकता नाही. आपण आनंदाविषयी निश्चितच बोलायला हवं. कारण आज तू आनंदी दिसत नाहीस. तुझ्या मते आनंद काय आहे?" राधेनेच मला प्रश्न विचारला. मी विचारात पडले. *खरंच आनंद म्हणजे नेमकं काय?*

मी म्हणाले, “मला सांगता येत नाहीये. मी रोहितसोबत जे अनुभवलं, त्याला आनंद म्हणता येईल असं मला वाटतं. आनंदाची व्याख्या मला सांगता येत नाहीये. मी याबाबत नक्की विचार करेन. एकेक भावनेचा असा सखोल विचार करणं मला आवडेल, असं मलाच वाटलं नव्हतं. मी खूप विचार करायचे, पण एखाद्या वाक्याचा किंवा एखाद्या घटनेचा! हे असं भावनांबाबत विचार करून मला एखाद्या तत्त्वज्ञासारखं वाटतंय.”

राधा स्मित करत म्हणाली, “अगं, दोन विचारी माणसंच एकमेकांवर मनस्वी प्रेम करू शकतात. इतिहासात शोकांतिका खूप आहेत, पण त्यामागे विचारांचा अभाव हेच मूळ कारण आहे. वृंदावनात कृष्ण आणि माझा वियोग होऊनही आमच्या कथेला शोकांतिका कुणीही म्हणत नाही. मला ते आवडणारही नाही. कारण आमचं प्रेम मनस्वी होतं. आम्ही आनंद पुरेपूर उपभोगला. रासमंडलातील नृत्य असो किंवा कृष्णासह वनविहार असो. आम्ही तो आनंद उपभोगला, पण विचारपूर्वक.”

“तुमच्या मते *आनंद* म्हणजे काय? किंवा प्रेमींमधला आनंद कसा असतो?”

“आनंदाची व्याख्या करण्यात अर्थ नाही. तुमचा प्रियकर हाच तुमचा आनंद. त्याचा सहवास, त्याचं स्मित, त्याचा पराक्रम किंवा कोणतीही लहानसहान गोष्ट असो. जिथे तो आहे, तिथे आनंद आहे. हा माझा आदर्शवाद नाही हे ओळखण्याइतकी तू सूज्ञ आहेस. हे कुणालाही साध्य होऊ शकतं. फक्त एकच अट आहे. दोघांनी अविचाराने कोणतीही कृती करायला नको.”

ते ऐकताच मला आमचं नातं त्या क्षणी तुटलं, तो क्षण आठवला. मी म्हणाले, “रोहितने तडकाफडकी नातं संपवण्याचा निर्णय घेतला, ती अविचाराने केलेली कृतीच होती ना?”

“हो. तडकाफडकी निर्णय घेणं हा अविचार आहे. मातापित्यांचं मत विचारात घेणं योग्यच आहे.”

“मातापित्यांचं मत माहीत असूनही प्रेम करणं हा अविचार नाही का?”

“मत माहीत असून आश्वासन देणं हा अविचार आहे.” राधा म्हणाली.

“अंतिम आश्वासन देण्याची वेळ आली, तेव्हा त्याने माघार घेतली. त्यापूर्वी प्रेमपूर्वक केलेली प्रत्येक कृती हे प्रेमाचं आश्वासनच नाही का?”

“याचं उत्तर खूप बोचरं आहे. पुरूषाने आणि स्त्रीने एकच कृती केली, तरी त्या कृतीमुळे समाज पुरूषाकडे वेगळ्या पद्धतीने बघतो आणि स्त्रीकडे वेगळ्या पद्धतीने बघतो. ही सवय इतकी खोल रुजली आहे की इतिहासात पुरूषाने

केलेली कृती एका स्त्रीने केली असती, तर काय झालं असतं हा विचारही आपला समाज करू शकत नाही. जोपर्यंत स्त्री पुरूषाप्रमाणे असामान्य पराक्रम गाजवून त्याच समाजाचं रक्षण करते, तोपर्यंत समाजासाठी ती आदरणीयच असते. पण सामान्य जीवन जगतांना इतर आदरणीय पुरूषांनी केलेली कृती त्याच आदरणीय स्त्रीने केली, तर ती क्षणार्धात समाजाच्या नजरेतून उतरते." राधेने केवळ रोहितबाबत न बोलता एका व्यापक समस्येबाबत भाष्य केलं. त्यात माझ्या प्रश्नाचं उत्तर दडलं होतंच, शिवाय एक नवा मुद्दाही समोर आला.

"हो! दुर्दैव म्हणजे समाजातील इतर स्त्रियांची विचारधारा आणि मानसिकताही पुरूषप्रधान विचारांच्या प्रभावानेच आकार घेत असल्याने त्या स्त्रियाही वेळप्रसंगी तुम्ही म्हणत असणाऱ्या आदरणीय स्त्रीच्या पाठीशी उभ्या राहत नाहीत. मी माझी गोष्ट अशा स्त्रीला किंवा पुरूषाला सांगितली, तर ते बहुदा रोहितच्या निर्णयाला अंशत: योग्य ठरवतील. मी तीन वर्षे रोहितला अंधारात ठेवून शेवटी नातं तोडण्याचा निर्णय घेतला असता, तर सर्वांनी माझ्याच चारित्र्यावर संशय घेतला असता. कृती एकच आहे, पण निष्कर्ष समान नाही."

"त्यामुळे संयमही तितकाच महत्त्वाचा आहे. प्रत्येक निर्णय संयमाने आणि विचारपूर्वक घेतला, तर पुढे समस्या उद्भवण्याची शक्यताही कमी होते."

"व्यक्ती पूर्णत:च बदलली, तर काय करावं? त्याच्या आईवडिलांच्या मतांची मला पुसटशी कल्पना होती म्हणून मीसुद्धा संयम बाळगला होता. रोहितही संयमाने आणि विचारपूर्वक निर्णय घेईल, असं मला वाटलं होतं. त्याने जो निर्णय घेतला, तो माझ्यासाठी अकल्पनीय होता. मला असं वाटलं की, हा रोहित कुणीतरी वेगळाच आहे. मग काय करावं?" मी विचारलं.

"तुझ्यासमोर जो प्रश्न आहे, तो क्लिष्ट आहे. जातीव्यवस्थाच त्या प्रश्नाच्या मध्यभागी असल्याने त्या प्रश्नाचं उत्तरही सहजसोपं नसेलच. रोहित खंबीरपणे आणि भले वेळ घेऊन, या प्रश्नाचं उत्तर शोधेल, असं तुला वाटत होतं. पण त्याने एक पळवाट शोधली. मला उत्तर सापडलं, असं आता त्याचं म्हणणं आहे. तू तुझ्या शहरात परतल्यावर त्याला भेटलीस, तर तू 'संयम' बाळगला असं म्हणता येईल."

"म्हणजे?"

"त्याच्या कुटुंबियांचं मत माहीत असून तू विवाहाबाबत निर्णय होण्याची 'प्रतीक्षा' केली. त्याला संयम म्हणता येत नाही. प्रतीक्षा आणि संयम यांमध्ये हाच सूक्ष्म भेद आहे. बिकट परिस्थितीत सुख त्यागून आणि मनावर दगड ठेवून योग्य निर्णय होईपर्यंत स्वत:लाच समजावत जगण्याला 'संयम' म्हणता येईल. तू

रोहितला आता भेटलीस, तर सहा महिने तू संयम बाळगला असं म्हणता येईल. त्याला भेटायचं की नाही हा सर्वस्वी तुझा निर्णय आहे. तू भेटलीस, तर या काळाचं वर्णन कसं केलं जाईल हे मी तुला सांगत आहे."

"बोलता-बोलता तुम्ही प्रेमाचे जे पैलू सांगितले, त्यापैकी बऱ्याच पैलूंबाबत आपण नकळत बोललोही! आपण त्याबाबतच बोलतोय हे माझ्या लक्षातही आलं नाही."

"कारण तुझं मन सतत रोहितचा विचार करत होतं. मला सर्वप्रथम या पाकळ्यांविषयीच बोलायचं आहे. पुढची पाकळी तशी कठोर आहे. ती म्हणजे *तडजोड*."

मी म्हणाले, "आजच्या मुली तडजोड करतच नाहीत असा एक गैरसमज आहे. म्हणजे माझ्याहून श्रीमंत किंवा गरीब मुलींबाबत मला माहिती नाही. किमान माझ्यासारख्या मध्यमवर्गीय मुली तरी तडजोड करू शकतात, असं वाटतं मला. फक्त तडजोड करणं वर्थ इट वाटायला हवं इतकंच. वर्थ इट म्हणजे... म्हणजे... एखादं नातं घडतांना छान वाटत असेल, तर तडजोड करतांना माणूस मागेपुढे बघत नाही."

"अन्नात मीठ किंवा तिखट अगदी प्रमाणशीर असावं लागतं. त्याचं प्रमाण जास्त झालं, तर अन्न बेचव लागतं. तडजोडही अशीच प्रमाणशीर हवी. ती जास्त झाली, तर तडजोड करणाऱ्या व्यक्तीला ते नातंही हळूहळू बेचव वाटू शकतं."

"ते प्रमाण ठरवणं खूप कठीण वाटतं. मोठमोठ्या आंतरराष्ट्रीय समस्यांचा आमच्याशी थेट संबंध नसूनही आम्ही त्यांचा विचार करतो. पण नात्यात तडजोड किती करावी, हाच खरा यक्षप्रश्न आहे. ते कसं ठरवावं हे मलाही माहीत नाही. तुम्ही मला सांगू शकाल का?"

"आवडीने! नात्यात तडजोडीचं प्रमाण किती असावं, याचं एक सोपं उत्तर आहे. ती 'तडजोड' वाटणार नाही इतकी तडजोड करावी. ज्याक्षणी त्या तडजोडीची जाणीव होऊ लागेल, त्याक्षणी तडजोड थांबवावी आणि दोघांनीही नवा उपाय शोधावा. दोघांचं एकमेकांवर मनस्वी प्रेम असलं, तर तडजोड मुळात जाणवतच नाही. हृदय प्रेमाने भरलं जातं. तिथे कटुता किंवा त्रासदायक भावनांना स्थानच नसतं. तडजोडीचा त्रास होणं म्हणजेच हृदयात प्रेमाव्यतिरिक्त अन्य भावनांचा शिरकाव होणं."

"किती छान विचार आहे हा! मी कायम लक्षात ठेवेन."

"स्त्रीला तडजोड तशी नवी नाही. कित्येक शतकांपासून स्त्री तडजोड

करत आली आहेच."

"हो. आणि आज एखाद्या स्त्रीने तडजोड करायला नकार दिला, तर तिला सगळेच दूषणं देतात. तुम्ही म्हणालात, त्याप्रमाणेच तडजोड करावीच. शतकानुशतके स्त्रीने सर्व प्रकारची तडजोड केली. तिला स्वातंत्र्य नव्हतं. अनेक शतकं शिक्षण मिळत नव्हतं. अगदी पन्नास वर्षांपूर्वीही तिचं काम रांधा, वाढा आणि उष्टी काढा हेच होतं. आज तिला पहिल्यांदा मोकळा श्वास घेता येतोय. एखाद्या मुलीला मनसोक्त जगण्याची इच्छा असेल, तर तिला दोषी ठरवलं जातंच; शिवाय तिचं उदाहरण देऊन सगळ्याच मुलींना वाईट ठरवलं जातं."

"अशा मानसिकतेबाबत आणि पुरूषांबाबत आपण नंतर सविस्तर बोलूच."

"मला माफ करा. मी तुमच्यासमोर माझी मतं मांडणं म्हणजे..." मी शरमले. "मी विसरलेच की मी एका देवीसमोर बसले आहे. खरं तर मी फक्त ऐकायला हवं."

"श्रावणी, असं मुळीच समजू नको. काय चांगलं आणि काय वाईट हे सांगणारी ज्ञानी मंडळी या पृथ्वीवर आहेतच. पण ते तुझ्याशी चर्चा करतीलच असं नाही. ते व्यासपीठावर बसून किंवा उभं राहून बराच वेळ बोलतील, पण संवादातून जे शहाणपण येतं ते अशी व्याख्यानं ऐकून येतंच असं नाही. तू तुझे विचारही मांडायला हवे. ते ऐकूनच तुला नेमकं काय सांगायचं हे समजेल. तू मला सखीच समज."

राधेचं बोलणं ऐकून मी स्मित केलं. "देवी, तुम्ही साक्षात माझ्यासमोर असून तुमच्या पायांवर डोकं ठेवावं हे मला सुचलंच नाही. माझ्यासारखी वेडी मीच! आधी मला तुमच्या पायांवर डोकं ठेवू द्या. तुमचं दर्शन लाभणं किती भाग्याची गोष्ट आहे!" मी राधेच्या पायांवर मस्तक ठेवलं. तिने माझ्या डोक्यावरून हात फिरवला. त्या स्पर्शालाही प्रेमाची ऊब होती. राधेच्या देहातच प्रेम पूर्णत: भिनलं होतं.

"सदैव सुखी रहा!" राधेने मला आशीर्वाद दिला.

"मी पाकळ्यांची नावं लक्षात ठेवण्याचा प्रयत्न केलाय. अम्... विश्वास, संवाद, आनंद, आदर, संयम आणि तडजोड. या सहा पाकळ्या झाल्या."

"हो. पुढचा पैलू म्हणजे विकास. माझ्या मते प्रेमाचा हा सर्वांत सुंदर पैलू आहे. ज्यांना या पैलूचं महत्त्व समजेल, त्यांचं जीवन खरंच उजळून निघेल. पत्नीला 'सहचारिणी' म्हटलं जातं. त्या शब्दाचा अर्थ लक्षात घ्यायला हवा. पुरूषही सहचारी असतो. त्या शब्दाचा अर्थच सोबत चालणारा किंवा चालणारी असा आहे.

सुखदुःखात त्यांना एकमेकांची साथ असते. निसर्गाने पुरूषाला आणि स्त्रीला विविध शक्ती दिल्या आहेत. पुरूषाच्या स्वभावात एखादी उणीव असेल, तर ती स्त्री भरून काढू शकते. स्त्रीला जिथे मदतीची आवश्यकता असेल, तिथे पुरूष मदत करू शकतो. एकमेकांना अशी मदत केली, तर जीवनात विकासाच्या अनंत शक्यता जागृत होतात."

"माझं हेच स्वप्न होतं. अजूनही आहे. रोहितसोबत माझा विकास होत होता. कधी कधी त्याचं एखादं वाक्य मला विचारात पाडायचं. आम्ही दोघंही विचारांनी समृद्ध होत होतो. त्याला कौटुंबिक नाती सांभाळणं जमायचं नाही, तेव्हा मी त्याला सल्ला द्यायचे."

"हाच *विकास* प्रेमाला अपेक्षित आहे. असंही म्हणता येईल की प्रेमाला विकासच अपेक्षित आहे. वासना आणि प्रेमात हाच फरक आहे. वासनेला विकासाशी काहीच घेणंदेणं नसतं. वासना तटस्थ असते. नात्यात विकास होत नसेल, तर ते नातं फक्त वासनेमुळे टिकून आहे हे ओळखावं."

"शिक्षण आणि नोकरी हासुद्धा या विकासाचा भाग असू शकतो का?"

"का नाही? आम्ही गोपिका दिवसभर कष्ट करायचो. गोपालन हा व्रजभूमीतील सर्वांत महत्त्वाचा व्यवसाय. आम्ही तोच व्यवसाय करायचो. दूध, तूप, लोणी आणि दही यांना तेव्हाही खूप मागणी होती. आमचा विवाह झाला म्हणजे आम्ही सदैव घरी असायचो, असं नाही. पती आणि पत्नी दोघे मिळून तो व्यवसाय करायचे. मग तुम्ही इतक्या शतकानंतर मागे का राहावं? पती आणि पत्नीचा एकमेकांवर विश्वास असेल, तर ते विवाहानंतर सहज दोन वेगळ्या ठिकाणी अर्थार्जन करू शकतात. तुझ्या मनात हा प्रश्न का आला?"

"माझ्या एका मैत्रिणीचं लग्न झालं आणि लग्नानंतर तिचा पती वारंवार संशय घेऊ लागला. तिने कुणाशी बोलावं आणि कुणाशी बोलू नये हे ठरवू लागला. जणू तिच्या नोकरी करण्यालाच त्याचा विरोध होता. ती एक बाब सोडली, तर तो खूप चांगला होता."

"विश्वास ही प्रेमाची पहिलीच पाकळी आहे. तिच्याशिवाय पुढील आठ पाकळ्यांचा विचारही करू नये. सगळं काही असलं आणि विश्वास नसला, तर प्रेम टिकू शकत नाही. मुळात ते प्रेम नसतंच. ते स्वामित्वाचं एक सौम्य रूप असतं. सौम्य असल्याने ते आपल्याला प्रेमासारखं वाटतं. मी सांगितलेल्या नऊ पाकळ्या एकत्र असल्या, तरच त्या फुलाला प्रेमाचा सुगंध येतो. विश्वास नसेल, तर एकत्र असूनही विकास होऊ शकत नाही. प्रेमाला विकासाशिवाय दुसरं काहीही अपेक्षित नाही."

"हेसुद्धा मला पूर्णपणे पटलं."

"हे ऐकून मला आनंद झाला. आता आत्मीयता आणि क्षमा या अंतिम दोन पैलूंबाबत बोलू. श्रीकृष्णांच्या आणि माझ्या नात्यात तुला एक गोष्ट प्रकर्षाने जाणवेल, ती म्हणजे आत्मीयतेचा सर्वोच्च बिंदू. गोलोकातून पृथ्वीलोकात जाण्याची वेळ आली, तेव्हा श्रीकृष्ण मला म्हणाले होते की शरीराशिवाय आत्मा कुठे राहील? आणि आत्म्याशिवाय शरीराचा उपयोग काय? जिथे आत्मा आहे, तिथे शरीर असणारच! जिथे तू असशील, तिथे मी असेनच! एकमेकांचा अविभाज्य भाग होणं ही सर्वाधिक आनंददायी गोष्ट आहे."

"देवी, *आत्मीयता* कशाला म्हणावं? हे कधी-कधी समजत नाही. ज्या व्यक्तीकडून सुख प्राप्त होतं, त्याच्याविषयी आपोआप आत्मीयता निर्माण होते का? श्रीकृष्ण जे म्हणाले, ते किती सुंदर आहे! त्यात एक आत्मविश्वासही आहे. तो कसा येतो? स्वाभाविकत: आम्ही तुमच्यासारखे होऊ शकणार नाही. पण तरीही तसं होण्याचा प्रयत्न कसा करावा?"

"हा तुझा गैरसमज आहे. तू निश्चितच ती भावना अनुभवू शकते. मी जे काही बोलत आहे, ते मानवी देहाबाबतच बोलत आहे. मी परब्रह्म श्रीकृष्णांबाबत नव्हे, तर त्यांच्या अवताराबाबतच बोलत आहे. निर्गुण ब्रह्म या भावनांच्या पलिकडचं आहे. त्याची मानवाशी तुलनाही होऊ शकत नाही. जे निर्गुण आहे, त्याची कोणत्या गुणाशी तुलना करणार? तुला जे शक्य आहे, त्याबाबतच मी बोलत आहे. ज्या व्यक्तीकडून सुख प्राप्त होतं, त्याच्याविषयी आपोआप आत्मीयता निर्माण होते का? हा तुझा प्रश्न गहन आहे. वरवर हा प्रश्न साधा वाटेल, पण याचं उत्तर शोधण्यासाठी सखोल विचार करावा लागेल. याचं सविस्तर उत्तर मी देऊ शकले असते, पण थोडक्यात सांगते. कारण अजून आपल्याला बरंच बोलायचं आहे. आत्मीयता ही एक स्वतंत्र भावना आहे. ज्या व्यक्तीचं मन कारूण्याने ओतप्रोत भरलं असेल, तिच्या मनात ही भावना कुणाबाबतही येऊ शकते. ज्या व्यक्तीला आपण पहिल्यांदाच भेटत आहोत, तिच्याबाबतही आत्मीयता वाटू शकते. ज्यावर प्रेम आहे, त्याच्याबाबत वाटणारी आत्मीयता एका वेगळ्या पातळीपर्यंत पोहोचू शकते. आमच्यात जशी आहे, तशीच. तिचा सुखाशी काहीही संबंध नाही. ज्याच्या मनात आत्मीयता आहे, त्याच्या मनात स्वाभाविकत:च कारूण्य आहे. ज्याच्या मनात कारूण्य आहे, तो हिंसा करूच शकणार नाही. त्यामुळे ज्याला आपल्याबाबत आत्मीयता वाटते, तो योग्य वर असू शकतो."

"आतापर्यंत तुम्ही मला जे सांगितलं, ते मला पटलं आणि मी ते

आत्मसात करण्याचा प्रयत्नही करेन. पण तुम्ही आता क्षमा हा पैलू सांगणार आहात आणि तो आत्मसात करणं माझ्यासाठी खूप कठीण असणार आहे. ते मी करू शकेन की नाही हे मला माहीत नाही." मी प्रांजळपणे आणि प्रामाणिकपणे म्हणाले.

"आपण काहीही ठरवण्यासाठी बोलत नाही हे मी तुला पुन्हा सांगते. आपण प्रेमाबाबत बोलत आहोत. तो गृहस्थाश्रमाचा गाभा आहे. त्या प्रेमाचे पैलू मी तुझ्यासमोर मांडत आहे. त्याने तुझं मन दुखावलं आणि आता तू त्याला क्षमा करू शकत नाहीस, हा विचार तू बाजूला ठेव. आधी क्षमा म्हणजे काय, याचा विचार कर."

"मी गेले दोन दिवस याबाबत माझ्या परीने विचार केला. चूक किती बोचरी आहे यावर *क्षमा* करावी की करू नये हे ठरतं. पण बऱ्याचदा ती किती बोचरी आहे हेच कळत नाही. आपणच विषय वाढवून नातं ताणतोय का, असं वाटतं. अशा वेळी तुम्ही प्रत्यक्ष भेटल्याने मला किती मोठा आधार मिळाला आहे हे माझं मीच जाणते." अर्थातच राधेलाही ते ठाऊक असेलच हे मला नंतर लक्षात आलं.

"तुझा भ्रमनिरास होणार आहे. तू काय करावं हे सांगण्यासाठी मी तुला भेटले नाही. तुझ्या अचेतन मनात कित्येक प्रश्न आहेत. काही प्रश्नांची अर्धवट उत्तरंही तिथे आहेत. तुला त्या प्रश्नांसमोर उभं करणं आणि उत्तर शोधण्याच्या प्रक्रियेत मदत करण्यासाठी मी तुला भेटले."

"प्लिज, कृपया मला असं सोडू नका. मला या प्रश्नाचं उत्तर द्या. माझं आयुष्य पूर्णतः बदलेल."

"ते उत्तर शोधण्याची क्षमता तुझ्यात आहे. एकदा तुझ्या अचेतन मनातल्या प्रश्नांची उत्तरं मिळाली की तुला हवं ते सहज गवसेल. ती उत्तरं शोधण्याचा प्रयत्न कर. प्रेम काय आहे, क्षमा काय आहे याचा विचार कर. अगं, खोलवर जाऊन विचार करावा अशी एकमेव गोष्ट म्हणजे प्रेम. विश्व काय आहे, ब्रह्मांड कसं आहे या प्रश्नांचा तळाशी जाऊन विचार केला आणि समजा उत्तर सापडलंही, तरी तुमच्या वैयक्तिक जीवनात काहीही बदल होऊ शकणार नाही. एखाद्याची जिज्ञासा पूर्ण होऊ शकेल, पण त्याहून अधिक काहीच होणार नाही. त्यामुळे तू तळाशी जा. तुझ्या सगळ्या धारणा अगदी स्वच्छ आणि स्पष्ट हव्या. मग तू गोंधळणार नाहीस."

"तुम्ही जो रस्ता दाखवत आहात, तो माझ्यासाठी निश्चितच हितकारक असेल. तुम्ही मला सांगितलं की क्षमा काय आहे याबाबत विचार कर. देवी, क्षमा

हे त्याच कारूण्यातून उद्भवलेली क्रिया आहे असं मला वाटतं. कारूण्य आणि आत्मीयता या दोन्ही भावनांची उपस्थिती असेल, तरच दयेचा पाझर फुटू शकतो."

"तुझा विचार अतिशय योग्य आहे."

"असा विचार केल्यावर माझ्या मनात दोन प्रश्न निर्माण झालेत. ज्याच्याबाबत तितकी आत्मीयता वाटत नसेल, त्यालाही क्षमा करावी का? आणि एखाद्या व्यक्तीमध्ये ठराविक गुण असले, तरच त्याला क्षमा करावी का?"

"अपराध्यांना क्षमा करता येत नाहीच. श्रीकृष्णांनी नरकासूर किंवा कंसासारख्या असुरांना कधीही क्षमा केली नाही. कारण त्यांनी तसा अपराध केला होता. एखाद्या व्यक्तीने अनावधानाने किंवा विवेकाच्या अभावामुळे चूक केली आणि ती सुधारण्याची संधीही त्याच्याकडे असली, तर त्याला किंवा तिला क्षमा करण्याचा विचार केला जाऊ शकतो. कुणाला क्षमा करावी? या प्रश्नाचं एक अतिशय सोपं उत्तर आहे. ज्याला क्षमा करावी, असं मनापासून वाटेल, त्याला क्षमा करावी. इतकंच लक्षात ठेवावं. कुणाला क्षमा करावी हे आपल्या मनाला माहीत असतं."

"देवी, हे ऐकून मला असंच वाटतंय की मी रोहितला क्षमा करावी. कारण त्याच्याकडे चूक दुरूस्त करण्याची संधीही आहे आणि त्याने फारसा विचार न करता निर्णय घेतल्याने त्याच्या कृतीला अपराधही म्हणता येणार नाही. तुम्ही जे निकष सांगितले, त्यानुसार तो क्षमेला पात्र ठरतो. पण... हा 'पण' काही केल्या जात नाही. मला त्याच्या निर्णयामुळे खूप मोठा धक्का बसलाय आणि त्याला तब्बल सहा महिन्यांनंतर चूक सुधारण्याची उपरती झाली! त्याने एक-दोन महिन्यातच ठाम भूमिका घेतली असती, तरी मी एवढा विचार केला नसता. पण सहा महिने का लागावे? या सहा महिन्यांमध्ये न जाणे काय काय झालं असेल!"

"श्रावणी, तुला माहिती आहे की मी याबाबत तुझी काहीच मदत करणार नाही. या प्रश्नांची उत्तरं तुझी तुलाच शोधायची आहेत आणि तू शोधशील हे मला माहीत आहे." राधा म्हणाली. मला उत्तरं सापडतील असं साक्षात राधेने म्हटल्याने माझ्या मनातही आत्मविश्वास जागृत झाला. कारण अशा दैवी विभूतींना भविष्यही माहीत असणारच, असं मला वाटलं. ते भविष्य माहीत असल्यानेच त्या तसं म्हणाल्या की माझ्यात आत्मविश्वास जागृत करण्यासाठी तसं म्हणाल्या हे त्यांनाच ठाऊक.

"मी काही क्षण विचार करू? तुमच्याकडून या प्रश्नाचं थेट उत्तर मला मिळणार नसलं, तरी या भेटीनंतर उत्तराकडे नेणारा मार्ग नक्कीच दिसणार आहे. माझ्या मनात प्रश्न शिल्लक असतील, तर बहुदा तो दिसणार नाही. तुम्ही भेटलात

आणि मी महत्त्वाचा प्रश्नच विचारला नाही असं होऊ नये म्हणून मी विचार करते आणि तुम्हाला प्रश्न विचारते."

"अवश्य. तुला हवा तेवढा वेळ घे."

मी चक्क आमचं संभाषण थांबवून विचार करू लागले. असं काय विचारावं, ज्यातून मला माझ्या प्रश्नाचं किमान सांकेतिक उत्तर मिळेल? काही क्षणांनंतर मी विचारपूर्वक विचारलं, "इतकं सगळं होऊनही मी त्याला माफ केलं, तरी माझ्या मनात कुठेतरी मी योग्य केलं की अयोग्य असं वाटत राहीलच. मी त्याला माफ नाही केलं, तर मी आयुष्यातली एक सुवर्णसंधी गमावली, असं वाटत राहील. त्यामुळे त्याला माफ न करणं हे क्षमा करण्यापेक्षा कठीण आहे. मी त्याला माफ केलं, तर त्याचे काय परिणाम होतील? त्याने 'मी पुन्हा असं वागणार नाही' असं वचन दिलं, तरीही माझ्या मनात संशय कायम राहीलच ना? कारण तो कधीही माझी साथ सोडणार नाही, असं अलिखित वचन त्याने पूर्वीही मला दिलंच होतं! त्याला माफ करावं की करू नये या प्रश्नाचं उत्तर मी देणार नाही, असं तुम्ही म्हटलं. त्याला माफ केल्यावर मी किंवा कुणीही सुखी होऊ शकेल का? कृपया मला या प्रश्नाचं उत्तर द्या."

"तू त्याला क्षमा करण्याचा विचार करत आहेस म्हणून मी त्या दृष्टीने उत्तर देते. तो संशय कोणत्याही नव्या मुलाबाबत तुझ्या मनात असेलच. तू त्याच्यावर दीर्घ काळ मनस्वी प्रेम केलं असल्याने तू पुन्हा इतर कुणावरही तसं प्रेम करू शकणार नाहीस हे उघडच आहे." प्रेम एकदाचं होतं की पुन्हा होऊ शकतं हा माझ्यासकट माझ्या पिढीला पडलेला प्रश्नही पुढे विचारावा, असा विचार मी राधेचं उत्तर ऐकता ऐकता केला. त्या पुढे म्हणाल्या, "हा मुलगा तुझ्या ओळखीचा आहेच, शिवाय त्याचंही तुझ्यावर प्रेम आहे. तो उशीरा का होईना, पण तुझ्याशी विवाह करण्याचा निश्चय करून इतरांची समजूत घालण्यासाठी तयार झाला आहे. त्याला स्वत:ला सिद्ध करावं लागेलच. बहुदा त्याने स्वत:ला सिद्ध केल्यावर तुझ्या मनातला हा संशयही दूर होईल. काळ ही अतिशय अद्‌भुत गोष्ट आहे. पाच-सहा वर्षांनंतर जसा शारीरिक बदल होतोच, तसा मानसिक बदलही होतो. तुमची विचारप्रक्रियाही बदलते. कधी कधी एका वर्षातही दृष्टीकोन बदलू शकतो."

"मग मी निश्चितच त्याच्याशी पुन्हा बोलायला हवं."

माझं मन एका बाजूला झुकत असतांनाच राधा म्हणाली, "तो तुझा निर्णय असेल. तू प्रश्न विचारले, म्हणून मी ही सकारात्मक बाजू सांगितली. त्याला क्षमा केल्याने काही नकारात्मक परिणामही होऊ शकतात. या सहा महिन्यांमध्ये नेमकं काय झालं हे तुला माहीत नाही. तो त्याबाबत किती सत्य सांगतो आणि पुढे

कुटुंबियांची समजूत कशी घालतो हेही तुला माहीत नाही, अशी दुसरी बाजूही आहे. योग्य निर्णय तुलाच घ्यायचा आहे."

ते ऐकून मी पुन्हा विचारात पडले. दोन्ही बाजू मला योग्य वाटत होत्या.

"तुमच्याशी बोलण्याची ही मौलिक संधी मला लाभलीये. मला अजून एक प्रश्न विचारायचा आहे. देवी, प्रेम हे जीवनात एकदाच होतं की पुन्हा होऊ शकतं?" मी तो प्रश्न *राधेला* विचारला होता. त्याचं उत्तर काय असेल, याची मला कल्पना होती. पण ते उत्तर राधा कशी देते हे जाणून घेण्याची उत्सुकता माझ्या मनात होती. 'प्रेम एकदाच होतं.' हे मलाही स्वतःला पटवायचं होतं, पण त्या तोडीचं स्पष्टीकरण मी कधीही ऐकलं नव्हतं. ते मला राधेकडून ऐकायचं होतं.

राधा उत्तरली, "बाळ, हा प्रश्न एका अर्थी गमतीशीर आहे. एका फुलाला किती वेळा सुगंध येतो, या प्रश्नाचं उत्तर काय?" ते वाक्य ऐकताच मी थक्क झाले. त्या एका वाक्यामुळे मला क्षणार्धात त्यांचा मुद्दा पटला. "प्रेम कधीही 'तडजोड' असू शकत नाही. ज्या अर्थी तुम्ही दुसऱ्या प्रेमाचा विचार करत आहात, त्या अर्थी तुम्हाला पराभूत झाल्यासारखं वाटत आहे. ज्याला तुम्ही प्रियकर म्हणत होता, त्याच्यासह जन्मभर राहण्याचा निर्णय पूर्ण होऊ न शकल्याने तुम्ही दुसऱ्या व्यक्तीचा विचार करत आहात. आजन्म एकांत सहन करण्याची इच्छा नसल्याने तुम्ही स्वाभाविकपणे एक नवा मार्ग शोधत आहात. पहिल्या व्यक्तीविषयी काहीही वाटत नाही, असं तुम्ही स्वतःला समजवता. खरं प्रेम कधीही नष्ट होऊ शकत नाही हे मनाच्या खोल तळाशी लपवलेलं सत्य तुम्हीही जाणता. हे ऐकल्यावर तुला किंवा कुणालाही असं वाटेल की मग आजन्म एकटं राहावं का? पुढे काय करावं? याचं उत्तर तुला थोडक्यात ऐकायचं आहे की सविस्तर? तू सांग."

"अर्थातच सविस्तर, देवी." राधेचं बोलणं संपूच नये, असं मला वाटत होतं. प्रेमाबाबत इतकं सुंदर विवेचन मी कधीही ऐकलं नव्हतं. तरीही, साक्षात देवी असूनही, तिने मला तो प्रश्न विचारला. प्रेम हे बंधन नसून एका प्रकारचं स्वातंत्र्य आहे, हे तत्त्व तिच्या बोलण्यातूनही मला जाणवत होतं. ती प्रेमाचं सर्वोच्च प्रतीक असूनही ती माझ्यावर प्रेमविषयक ज्ञान ऐकण्याची सक्ती करत नव्हती. तिने या बाबतीतही मला स्वातंत्र्य दिलं होतं. आम्ही सखींप्रमाणे संवाद साधावा, असं तिला अपेक्षित होतं. त्यानुसारच ती बोलत होती.

"तू प्रश्न विचारला - प्रेम हे जीवनात एकदाच होतं की पुन्हा होऊ शकतं? तू कोणत्या मार्गाने आणि पद्धतीने प्रेमाबाबत विचार करत आहेस हे या प्रश्नातून दिसून येतं. ही योग्य पद्धत नाही. कारण या विचारामुळे अन्य भावनांनाही प्रेम समजण्याची चूक होऊ शकते. या प्रश्नाऐवजी तू असा प्रश्न स्वतःला विचारायला

हवा की मी अजून कुणावर प्रेम केलं आहे का? ज्या नऊ पाकळ्यांबाबत मी तुला सांगितलं, त्या पाकळ्यांनी युक्त असलेल्या प्रेम नावाच्या फुलाचा सुगंध घेताच तुमच्या लक्षात येईल की यापूर्वी आपण ज्याला प्रेम समजत होतो, ते प्रेम नव्हतंच! पुरूषालाही हे समजेल आणि स्त्रीलाही. श्रावणी, वासना कधीही प्रेमाची जागा घेऊ शकत नाही. इतकंच काय तर 'प्रेम करण्याची इच्छा' ही भावनाही प्रेम नाही. उदाहरणार्थ, कुतूहलापोटी केवळ प्रेम अनुभवण्याच्या इच्छेने एखाद्या व्यक्तीचा विचार केला म्हणजे त्या व्यक्तीवर प्रेम केलं, असं नाही. तुम्ही वासना किंवा या कुतूहलाला प्रेम समजलं आणि ते अयशस्वी झालं, तर तुम्ही त्यानंतर दुसरं प्रेम कराल ही समजूत चुकीची आहे. तुम्ही कधी प्रेम केलंच नाही, असं म्हणायला हवं. श्रावणी, प्रेम ही भावनाही आहे आणि एक अतिशय दिव्य घटनाही आहे. प्रेम मृत्यूपूर्वी एका क्षणासाठी झालं, तरी ते तितकंच दिव्य आणि महत्त्वपूर्ण असतं. अशी घटना वारंवार झाली, तर तिचं वेगळेपणच काय? एक फूल तोडल्यावर दुसरं फूल येणार आहे हे लक्षात येताच पहिल्या फुलाचं महत्त्व संपतं. माळी ते फूल तोडतो आणि बऱ्याचदा दुसऱ्या फुलाची प्रतीक्षाही करत नाही. कारण ते येणारच आहे हे त्याला माहीत असतं. प्रेमालाही हाच सिद्धांत लागू आहे. त्यामुळे दुसरं प्रेम करण्यापेक्षा आजन्म एकटं राहावं का, हा प्रश्नही असंयुक्तीक ठरतो. खरं म्हणजे प्रेम केल्यावर तुम्ही आजन्म एकटं राहू शकत नाही. तुम्ही ठरवलं, तरी प्रेमाला दूर करू शकत नाही. जे मृत्यूपूर्वीच दूर होतं, ते प्रेम नाही. ती वासना असेल, ते कुतूहल असेल किंवा ते आकर्षण असेल."

"देवी, आपण मनापासून प्रेम केलं आणि समोरची व्यक्तीच अयोग्य असली, तर प्रश्न अधिक क्लिष्ट होतो का? मग आजन्म एकत्र राहण्याची शक्यताही राहत नाही आणि दुसऱ्या प्रेमाचीही." मी म्हणाले.

"प्रेमासारखी अद्‌भुत घटना चुकीच्या व्यक्तीसह होऊ शकतच नाही. बहुदा ही बाब नातं तुटल्यानंतर काही काळाने एखाद्याला समजेल. दोघांच्या मनात समान प्रमाणात आत्मीयता आणि विश्वास असला, तरच प्रेम जन्म घेऊ शकतं. ते क्षणार्धात घडत नाही. क्षणार्धात मैत्री होऊ शकते, आकर्षणही वाटू शकतं. पण प्रेमाचा अंकूर फुटण्यासाठी आधी आत्मीयता आणि विश्वासाची पेरणी करावी लागते. ज्या अर्थी समोरची व्यक्ती चुकीची आहे, त्या अर्थी या प्रक्रियेतच अनेक अडथळे येतील. नातं तुटल्यावर दु:ख होईलही. पण ते प्रेम नसेल हे निश्चित."

मी ते ऐकून नि:शब्द झाले होते. काही क्षण मी काहीही न बोलता फक्त ती वाक्यं स्मृतीत साठवत राहिले. त्यांचा अर्थही समजून घेत होते. राधाही माझी मन:स्थिती समजून अधिक काही न बोलता किंवा काही न विचारता मला शांतपणे

विचार करू देत होती. काही क्षणांनी मला अचानक आठवलं की राधाकृष्णाच्या विवाहाबाबत मला काहीच माहिती नाही! त्याबाबत प्रश्न का विचारू नये? मी राधेला विचारलं, "तुमचा विवाह झाला, असं तुम्ही म्हणालात. तो गोलोकात झाला की पृथ्वीवर?"

"अर्थातच आम्ही मनुष्यदेह धारण केल्यावर! इथेच! या वनातच!"

"मला ती कथा सांगाल का? मी विनंती करते." मी अगदी औपचारिकपणे म्हणाले.

"अवश्य! आमच्या विवाहाबाबत मी तुला सांगेनच. पण परस्परांमध्ये मैत्री आणि प्रेम होणंही महत्त्वाचं असतं! कृष्णाने मला कसं मोहित केलं आणि आमची मैत्री कशी झाली ते आधी सांगते. "

राधा

मी मैत्रिणींसह वनात गेले. जमिनीवर गळून पडलेल्या पानांवर पाऊल ठेवत पुढे जातांना होणारा विशिष्ट आवाज पक्ष्यांच्या मधुर गुंजनामुळे दुर्लक्षित होत होता. उंच झाडांमधून वाट काढत जमिनीपर्यंत येणाऱ्या प्रकाशाच्या सोनेरी छटांमुळे वनाचे काही भाग उजळले होते, तर काही भागांमध्ये गडद सावल्यांचा खेळ सुरू होता. मध्यान्हपूर्व समयी वाहणाऱ्या त्या गार वाऱ्यामुळे मला अगदी प्रसन्न वाटत होतं. तुम्हाला वाटत असेल की मला हे सगळं इतक्या वर्षांनंतरही कसं आठवतं? कारण मी त्या दिवशी प्रथमतः मनुष्य देहात कृष्णाला भेटले. त्या दिवशी घडलेली प्रत्येक गोष्ट मला जशीच्या तशी आठवते.

अधूनमधून मी मागे वळूनही बघत होते. कारण मैत्रिणींसह वनात जाण्याची ती पहिलीच वेळ होती. पण वृक्षांमधून डोकावल्यावर गोकुळ अगदी समोर दिसत होतं. त्यामुळे भीती वाटत नव्हती. एक-दोन गोपिकांनीही आम्हाला पाहिलं. आमच्याशी बोलून त्या पुढे गेल्या. आम्ही पुढे गेलो. एका ओढ्याजवळ पोहोचताच पारिजाता म्हणाली, "आपण इथे खेळूया!"

ओढ्याजवळ शेवाळी गालिचा पसरला होता. त्याच्यावरून अगदी सांभाळून मी पुढे जात होते. ते पाऊल टाकतांना मोठं होण्याची जाणीवही मनात होती. स्वतःहून काहीतरी करणं, तेही वनात, हे रोमांचकारक वाटत होतं. ओढ्याचा खळखळाट, कित्येक पक्ष्यांची किलबिल आणि मधूनच ऐकू येणारा मोराचा केकारव. निसर्गाचं ते संगीत आमच्या बालमनावर जणू सौंदर्याचा संस्कार करत होतं.

मी पाण्यात उभी राहिले. कुठेही बसण्यासाठी जागा नव्हती. सगळे

खडक ओले आणि शेवाळामुळे गुळगुळीत झाले होते. माधवी आणि पारिजाता माझ्याजवळच उभ्या होत्या. एकमेकांवर पाणी उडवण्याचा खेळ सुरू झाला. मी ओरडलेच, "नको! आईने कसंबसं मला येऊ दिलं. मी अशीच घरी गेले, तर मला पुन्हा इथे येऊच देणार नाही."

ते ऐकून दोघींनी पाणी उडवणं थांबवलं. माझी वस्त्र काहीशी भिजली होतीच. मी म्हणाले, "तुम्ही इथेच थांबा. मी उन्हात उभी राहते."

मी ओढ्याजवळच जिथे सूर्यकिरणं अगदी मातीला स्पर्श करत होती, तिथे जाऊन उभी राहिले. वस्त्र वाळण्याची वाट बघत असतानांच मला दुरून नंदजी त्यांच्या पुत्राला कडेवर घेऊन माझ्याच दिशेने येतांना दिसले. अर्थात त्यांनी मला पाहिलं नव्हतं. ते सहज मुलाला घेऊन वनात आले होते.

तेव्हा नुकताच पुतना राक्षसीचा मृत्यू झाला होता व जिथे तिथे त्याचीच चर्चा होती. आईने काही काळानंतर सांगितलं की त्या प्रसंगापासूनच गोकुळवासियांना कृष्ण कुणीतरी दैवी शिशु आहे, असं वाटत होतं. कारण आकाशवाणीनंतर देवकीच्या शिशुंची हत्या केल्यावरही कंस या एका शिशुपासून भयभीत होतो म्हणजेच हा कुणी दैवी शिशु असावा, असा गोकुळवासियांचा तर्क होता. त्यामुळे कृष्णाबाबत सर्वांच्या मनात कुतूहल होतं.

मला तेव्हा हे सगळं माहीत नव्हतं. पुतनेची कथा कानी पडली होती, पण तिचा अर्थ काही समजत नव्हता. मी अगदी लहान होते. नंदजी त्यांच्या तान्ह्या बाळाला घेऊन माझ्या दिशेने येत आहेत, एवढंच मला माहीत होतं. नंदजी गोपांचे प्रमुख होते म्हणून मी त्यांना ओळखत होते. सर्व गोपगोपी त्यांना मान देतात हे मला माहीत होतं. त्यांच्या कडेवर एक अतिशय गोंडस, निरागस बाळ पाहून मला त्याच्याशी खेळावंसंही वाटलं. तितक्यात माझ्या ओल्या वस्त्रांकडे माझं लक्ष गेलं. मी अवघडले. 'तुम्ही मुली इथे एकट्या काय करत आहात?' असा प्रश्न विचारून नंदजी रागवतील, असं मला वाटलं. पण तसं काही घडलं नाही.

ते मला म्हणाले, "मुलींनो, आज प्रथमच वनात दिसत आहात. तुमच्या माता कुठे आहेत?"

"त्या घरी आहेत. आम्ही खेळण्यासाठी इथे आलो." मी म्हणाले.

"तुझं नाव राधा ना? वृषभानूंची कन्या?"

"हो."

त्यांनी माझ्याकडे कौतुकाने पाहिलं. जणू ते मला आधीपासून ओळखत होते. वस्तुतः मी त्यांना प्रथमच भेटत होते. पण, का कुणास ठाऊक, त्यांच्या

दृष्टीत कौतुक, प्रेम आणि आत्मीयता होती. ते म्हणाले, "आमचा कान्हा पाहिलास का? खूप नटखट आहे हं!"

मी स्मित करत त्याच्याकडे पाहिलं. कान्हाही माझ्याकडे बघत होता. त्याने माझ्या कडेवर येण्यासाठी हात पुढे केला.

"हे पहा! याला तुझ्या कडेवर यायचं आहे वाटतं!" नंदजींनी त्यांच्या एकमेव बाळाला माझ्यासारख्या एका लहान मुलीकडे दिलं. ते तसं करतील, असं मला कदापि वाटलं नव्हतं. मी चुकून कान्हाला पाडलं तर? त्याला लागलं तर? असा विचार न करता त्यांनी कान्हाला माझ्याकडे दिलं.१

कान्हा अधूनमधून माझ्याकडे बघत होता.२ मी मात्र माझ्याकडून काही चूक होऊ नये याच विचारात आणि प्रयत्नात होते. काही महिन्यांच्या कान्हाला मी कसंबसं उचललं होतं. त्याचं वजन मला पेलवलं हीच माझ्यासाठीही आश्चर्याची बाब होती. तो माझ्याकडे बघत होता, पण त्याचं सुमुख अगदी माझ्या मानेशेजारी असल्याने मला त्याच्याकडे बघता येत नव्हतं.

मी काही क्षणांनी त्याला पुन्हा नंदजींकडे दिलं. तो माझ्याकडे स्मित करत बघत होता. नंदजी म्हणाले, "कान्हाला तुझ्यासोबत खेळणं आवडेल, असं दिसतं."

"मलाही." मी म्हणाले.

तेही स्मित करत पुढे गेले.

●

मी आधीच म्हटल्याप्रमाणे लोकांना कृष्णाबाबत कुतूहल वाटत होतंच. कंसाने त्यालाच मारण्यासाठी राक्षसीला का पाठवलं? या प्रश्नाचं एकच उत्तर होतं, ते म्हणजे कृष्णाकडून कंसाला धोका होता. कंसासारख्या बलशाली राजाला केवळ साक्षात नारायणांचीच भीती वाटत होती, कारण तेच कंसाचा वध करू शकत होते. त्यामुळे कृष्ण हा साक्षात नारायणांचा अवतार तर नसावा?

---

१ ब्रह्मवैवर्तपुराण, श्रीकृष्णजन्मखण्ड, अध्याय क्र. १५
२ श्रीकृष्ण आणि राधा यांच्या वयात किती अंतर होतं, याबाबत अभ्यासकांनी विविध मतं प्रदर्शित केली आहेत. काहींच्या मते ते अंतर ११ महिन्यांचंच होतं, तर काहींच्या मते ते अंतर १४ वर्षांचं होतं. पद्म पुराणात 'कृष्ण तान्हा असतांना राधा १४ वर्षांच्या मुलीसारखी दिसत होती' असा उल्लेख आहे. मात्र तिचं निश्चित वय सांगितलेलं नाही. ती बाळकृष्णाला उचलू शकत होती यावरूनच आपल्याला तिच्या वयाची कल्पना करावी लागेल.

असं गोकुळात ज्याला-त्याला वाटत होतं.

पुतना प्रकरणानंतर यशोदा देवी आणि नंदजी सावधान झाले. इतर गोपही कृष्णाला सुरक्षित ठेवण्याचा निश्चय करून कुणीही संशयास्पद व्यक्ती नंदजींच्या घरापर्यंत जाऊ नये यासाठी गावातल्या प्रत्येक कोपऱ्यावर लक्ष ठेवून होते. कृष्ण गोकुळात दिसामासाने वाढत होता. तो रांगू लागला, बोलू लागला, चालू लागला की संपूर्ण गोकुळ त्याला भेटायला जात असे. त्याच्याबाबत कुतूहल होतंच, शिवाय तो नंदजींचा पुत्र होता. मंडलाधीशाच्या पुत्राकडे गावाचं लक्ष असायचंच. कृष्णासोबत घडलेल्या घटनांमुळे कृष्णाकडे अधिक लक्ष होतं.

कृष्ण बघता-बघता एक, दोन, चार वर्षांचा झाला! त्यानंतर कृष्ण प्रसिद्ध झाला, तो त्याच्या लीलांमुळेच. तो केवळ नंदराय आणि यशोदा देवींचा राहिला नाही. तो संपूर्ण गोकुळाचा झाला. मातापित्याकडून गोकुळात एकट्याने चालण्याफिरण्याचं स्वातंत्र्य मिळताच कृष्ण दिवसभर गोकुळ पालथं घालत असे. कधी या गोपाच्या घरी, तर कधी त्या गोपिकेच्या दारी! तो वर्षभरातच सर्वांना नावानिशी ओळखू लागला. 'कान्हाला लोणी आवडतं' हे अगदी माझ्यासारख्या मुलीलाही माहीत झालं.

मी खूप महत्त्वाचा मुद्दा इथे तुमच्यासमोर मांडणार आहे. त्या योगे तुमच्या मनातील अनेक शंकाही दूर होतील, अशी मला आशा आहे. श्रावणीला ही कथा मी सांगत आहेच, पण या निमित्ताने तुम्हालाही मी तो मुद्दा सांगू शकते. कृष्ण आणि गोपिकांचं नातं नेमकं काय होतं? कसं होतं? सर्वच गोपिकांचं कृष्णावर प्रेम होतं, तर राधाला नेमकं कसं वाटत असेल? त्या प्रेमाचं स्वरूप काय होतं? असे कित्येक प्रश्न तुमच्या मनात निर्माण झाले असतील. या प्रश्नांची उत्तरं देण्यापेक्षा मी तो मुद्दा तुमच्यासमोर मांडणार आहे म्हणजे ते सर्व प्रश्नही आपोआप दूर होतील.

कृष्ण आणि गोपिकांचं नातं काय होतं याबाबत विचार करण्यापूर्वी कृष्णाचे पराक्रम आठवायला हवे. कृष्ण रासलीलेच्या वयात येण्यापूर्वी गोकुळ आणि वृंदावनात काय काय घडलं हे बघायला हवं. बकासुराचा वध, प्रलम्बासुराचा वध, कालियामर्दन, इंद्राच्या अहंकाराचं हरण, विश्वकर्मांनी केलेली कृष्णस्तुती आणि धेनुकासुरासारख्या कित्येक असुरांचा वध! हे सगळं आम्हा गोकुळवासियांसमोर घडलं! कृष्णाने वृंदावन सोडण्यापूर्वी एक वर्ष रासलीला केली असेल, पण तो जन्मापासूनच असुरांचा वध करत होता. आता तुम्हीच विचार करा. तुमच्या गावात एक मुलगा इतक्या असुरांचा वध करत असेल, तुमच्या राज्याचा राजा त्याला घाबरत असेल, विश्वकर्मा त्याची स्तुती

करत असेल आणि इंद्रही त्याच्यासमोर नतमस्तक होत असेल, तर गोपिका कृष्णाकडे कोणत्या दृष्टीने बघतील? रासलीलेपूर्वीच सर्व गोपिकांना हे माहीत होतं की कृष्ण निश्चितच महाविष्णूंचा आठवा अवतार आहे. इंद्राच्या बोलण्यातूनही ते स्पष्ट झालं होतं. गोकुळवासियांना ते सत्य समजताच, कृष्णासोबत अधिकाधिक क्षण व्यतित करता यावे यासाठीच सर्व प्रयत्नशील होते. तुमच्या गावात स्वत: भगवंत प्रकटले असतील, तर कोण मनुष्य त्यांच्यापासून दूर राहील?

मी रासलीलेचा प्रसंग सांगेन, तेव्हा रासलीलेबाबत बोलेनच. आता केवळ एक सूत्र सांगून पुढे जाते. मनातील शंका दूर झाल्यावर सखोल चिंतन करण्यासाठी ते सूत्र कामी येईल. रासलीलेत कृष्णाभोवती गोपिकाच का होत्या? या प्रश्नाच्या उत्तराबाबतही तुम्ही चिंतन करायला हवं. शतकानुशतके चित्रकार, शिल्पकार आणि कवींनी तो प्रसंग एकाच पद्धतीने का रंगवला असावा? त्यातून काय दिसून येतं? हे बघायला हवं.

कृष्ण हे तत्त्वज्ञानाच्या सृजनाचं स्थान आहे. श्रीकृष्णांच्या अंत:करणातूनच गीतेचं सृजन झालं आहे. तीच सृजनाची शक्ती स्त्रीला देण्यात आली आहे. स्त्री एका जागृत सृजनकेंद्राजवळ जाऊन आनंदीत होणं अतिशय स्वाभाविक आहे. शिवाय कृष्ण हे संगीत आहे. कृष्ण हे ज्ञानाचं मनोहर नृत्य आहे. त्याच्याभोवती एकत्र आल्यावर गोपिकांनी तल्लिन होऊन नृत्य करणंही तितकंच स्वाभाविक आहे. त्या गोपिकांची दृष्टी तीच आहे, जी मीरेची होती. किंबहुना जी तुमच्यासारख्या सद्भक्तांची दृष्टी आहे, तीच गोपिकांची दृष्टी आहे. मात्र पूर्णत: गोपिकांसारखं होणं हे भक्तांचं परमध्येय आहे. कारण तिथे शंका नाही, भय नाही, किंतू नाही आणि भौतिक विवंचनांना स्थानही नाही. तिथे केवळ कृष्ण आहेत आणि त्या आहेत. असो. त्याबाबत सविस्तर बोलूच.

ज्या प्रमुख घटनांमुळे गोकुळाला कृष्णाच्या ईश्वरत्वाची प्रचिती येऊ लागली, त्या थोडक्यात सांगायलाच हव्या. माझ्या प्राणनाथांचा पराक्रम मी सर्वप्रथम सांगायला हवा.

एके दिवशी माधवी धावतच माझ्या घरी आली. कृष्णाचं तब्बल तीन राक्षसांसह युद्ध झालं हे सांगण्यासाठी! ती मला भेटण्यासाठी आली, कारण कृष्णाप्रती माझ्या मनातील भावना तोवर लपून राहिल्या नव्हत्या. आम्ही फार बोललो नसलो, तरी गावातल्या गावात गाठभेट झाली होतीच. त्याच्या कथा कानी पडत होत्याच. सर्वांत महत्त्वाचं म्हणजे मला माझ्या मूळ रूपाचं स्मरण

झालं होतं. त्यामुळे मी वयाकडे कधी पाहिलंच नाही. श्रीकृष्ण आणि मी कायमच सोबत होतो. मी गोलोकातही त्यांची प्राणप्रिय पत्नी होतेच. काही कारणांनी पृथ्वीवर जन्म घ्यावा लागला आणि श्रीकृष्णांनी आम्हाला त्यांच्या आधी गोकुळात पाठवलं म्हणून आम्ही त्यांच्याहून वयाने मोठे होतो. वय मनुष्याचं असतं आणि परमेश्वराचं नसतं हे मला ज्ञात झालं होतं. त्यामुळे कृष्णाकडे मी हळूहळू पतीच्या रूपातच पाहू लागले. बकासुराशी युद्ध होण्यापूर्वीच मला माझा भूतकाळ आठवला होता. या जन्मातही श्रीकृष्णांशीच विवाह होणार आहे हेसुद्धा मला माहीत झालं होतं. माझी ही भावना माधवी आणि पारिजाताला माहीत होती. त्यामुळे माझ्या प्रिय कृष्णाबाबत वार्ता सांगण्यासाठी माधवी माझ्या घरी आली होती.

तिने मला अंगणात नेलं आणि ती म्हणाली, "मला माझ्या भावाने आताच सांगितलं की कृष्णावर राक्षसांनी हल्ला केला!"

"काय?" मी चिंतातूर होऊन विचारलं.

"घाबरू नकोस. कृष्णाला काहीच झालं नाही."

"हे राक्षस अचानक आले कुठून? आणि का?"

"कृष्ण आणि त्याचे मित्र मधुवनात गेले होते. वनात एक महाभयंकर राक्षस होता म्हणे! पांढऱ्या रंगाचा. त्याने दुरूनच पाहिलं की गायींच्या घोळक्यात कृष्ण उभा आहे. त्याच्यासह बलरामही होताच."

"मग पुढे काय झालं?"

"कुणास ठाऊक नेमकं काय झालं? पण..."

मी तिचं वाक्य तोडत म्हणाले, "कुणास ठाऊक काय? तुझा भाऊ होताच ना तिथे?"

"अगं, मला वाक्य पूर्ण करू दे! माझ्या भावाने सांगितलं की कृष्णाने काहीतरी चमत्कार केला आणि तो राक्षस मारला. त्या राक्षसाच्या अंगाचा दाह होऊ लागला. कृष्णाने ते कसं केलं ते मला ठाऊक नाही, असं म्हणत होता."

"म्हणजे ते सगळे सुखरूप घरी आले ना?"

"हो. पण कृष्णावर हल्ला करणारा तो काही एकमेव राक्षस नव्हता! अजून दोन होते."

"दोन? आज या राक्षसांना काय झालं? कृष्णाने काय वाईट केलं त्यांचं?" मी म्हणाले.

"त्या राक्षसांनाच ठाऊक! दुसरा राक्षस बैलासारखा होता म्हणे! त्याने कृष्णाला त्याच्या दोन्ही शिंगांनी उचललं आणि हवेतच फिरवायला सुरुवात

केली. हे पाहून माझ्या भावासह इतर मुलं इकडे-तिकडे धावायला लागली आणि रडायलाही लागली. पण कृष्ण लगेच जमिनीवर उभा राहिला आणि त्यानेच बैलाची दोन्ही शिंगं पकडून त्याला आकाशात फिरवलं. कल्पना कर, ते दृश्य कसं असेल! एक लहान मुलगा एका राक्षसाला हवेत कसं उचलू शकतो? तो खरंच देवाचा अवतार असावा. त्याने असुराला जमिनीवर आपटलं. तिथेच तो असुर मारला गेला."

माधवी जे सांगत होती, ते मी थक्क होऊन ऐकत होते. असुर कृष्णाचं काहीही करू शकणार नाहीत हे मला माहीत होतंच. तरीही कृष्ण सुरक्षित असल्याचं ऐकून माझा जीव भांड्यात पडला. त्याच्या पराक्रमाची कथा ऐकून अभिमानही वाटला.

"दोन राक्षस मारले गेल्याचं पाहून तिसरा राक्षसही कृष्णावर धावून आला. माझ्या भावाने त्याचं विचित्र वर्णन केलं आहे. त्या राक्षसाने, म्हणे, पायाच्या बोटांनी जमीन खोदून कृष्णाला वेढलं. कृष्णाचा हातही त्याने दातांमध्ये पकडला आणि रागाने चावायला सुरुवात केली. पण कृष्णाचे हात वज्रासारखे टणक झाले. त्याला हात चावताच आला नाही." माधवी हसत म्हणाली, "त्याचेच दात तुटले. त्यानंतर कृष्णाने तेजस्वी रूप धारण केलं! त्याच तेजाकडे पाहून तो राक्षस मरून पडला. राधे, हा कृष्ण आहे तरी कोण? तो खरंच देव आहे का?"

"हे सगळं ऐकूनही तुझ्या मनात शंका आहे?" मी विचारलं.

"नाहीच! पण तसं असेल, तर तो इथे काय करतोय?"

"त्यालाच विचार!"

"छे! मी असं काय विचारू?"

"मग मी सांगते!"

"तुला कसं गं ठाऊक?"

"कारण माझ्यासाठीच तो इथे आला आहे!" मी म्हणाले. माधवीला वाटलं की मी गमतीने बोलत आहे.

"हो! अगदीच! देवाचा अवतार या गोकुळात का आला? तर आमच्या राधेसाठी! इतकं कसं समजलं नाही मला! मीही खुळीच!"

"आता समजलं ना? मग तेच लक्षात ठेव."

"हो! तू सुद्धा एक गोष्ट लक्षात ठेव."

"कोणती?"

"जर कृष्ण खरोखर देव असेल, तर श्रीरामांप्रमाणे तो एखाद्या मोठ्या

कामासाठी पृथ्वीवर आला असेल. त्याच्याशी शक्य तितक्या लवकर बोल. मैत्री कर. तो इथे किती दिवस थांबेल हे आपल्याला काय ठाऊक?" माधवीच्या वाक्याने मला विचारात पाडलं. 'मी पृथ्वीवर आले खरी, पण इथे मला सदैव श्रीकृष्णांचा सहवास लाभेल का? माधवी म्हणते ते खरंच आहे. तिने केवळ शक्यता व्यक्त केली. ती शक्यता ही उद्याची वस्तुस्थिती असणार आहे हे मला माहीत आहे. पृथ्वीवरचा भार कमी करण्यासाठी हा कृष्णावतार झाला आहे. गोकुळात राहून श्रीकृष्ण तो भार कसा कमी करणार? त्यांना इथून बाहेर पडावंच लागेल. ते किती दिवस गोकुळात राहणार?'

त्या दिवशी सायंकाळी सर्व गोप विचारमंथन करण्यासाठी जमले. गोकुळात आपली मुलं सुरक्षित नाहीत, असं त्यांना वाटू लागलं. याबाबत काय उपाययोजना करावी याचा विचार करण्यासाठी ते जमले होते. नंदरायांच्या नेतृत्वात भरलेल्या त्या ग्रामसभेत माझे पिता वृषभानुही गेले होते.

गावात काय सुरू आहे हे मला समजलं होतं. मी स्वयंपाकघरात आईशी बोलायला गेले.

"पुढे काय होणार गं, आई?" मी विचारलं.

"चार जेष्ठ माणसं बसतील आणि ठरवतील. तू चिंता करू नको हं, बाळ." आईला माझी काळजी वाटत होती. या घटनांच्या आम्हा लहान मुलामुलींवर परिणाम होत असेल हे ती जाणत होती. त्यामुळे मी राक्षसांबाबत अधिक विचार करून घाबरू नये म्हणून ती तसं म्हणाली.

"मी तेच विचारत आहे. ते काय ठरवतील?"

"ते मला कसं सांगता येईल? इथे राहण्यात अर्थ नाही असं मलाही वाटत आहे. दिवसाढवळ्या राक्षस येतात आणि इतक्या लहान मुलांवर हल्ला करतात म्हणजे काय? व्रजभूमीत इतर ठिकाणी अशी घटना घडत नाही आणि गोकुळातच कशी बरं घडते?" आईने तिच्या मनातला विचार सांगितला. पण ते ऐकून मी अधिकच घाबरेन असं तिला वाटल्याने तिने लगेच विषय बदलला. "ते जाऊ दे. उद्या सकाळी काय खायला आवडेल? तू सांगशील ते मी करेन."

ग्रामसभेत काय निर्णय होईल याबाबत मी इतका विचार करत होते की आईच्या प्रश्नाकडे माझं लक्षच गेलं नाही. मी म्हणाले, "कृष्ण देवाचा अवतार आहे, असं सगळे म्हणत आहेत."

आईने स्मित करत विचारलं, "तुलाही असं वाटतं?"

"इतका लहान मुलगा राक्षसांना मारू शकत असेल, तर दुसरं काय म्हणावं? राक्षस दिसताच त्याचे इतर मित्र पळाले. तोच एकटा राक्षसाशी लढला आणि जिंकलाही."

"तू याबाबत खूप विचार करत आहेस, असं दिसतं." आई तिचं काम करतच माझ्याशी बोलत होती.

"हो! वनात राक्षस आहेत हे समजल्यावर आम्हाला तिथे कसं जाता येणार? मातापिता मुलांना घरापासून दूरही जाऊ देणार नाहीत."

"तुझंही खरं. इथून दुसऱ्या गावात जाण्याचाच निर्णय होवो." आई म्हणाली. मी पुढे काही बोलले नाही. ती तिचं काम करत होती. थोड्या वेळातच बाबा आणि आजोबा घरी परतले.

आजोबा म्हणाले, "गोकुळ सोडण्याचा निर्णय झाला आहे. सगळ्या गोपगोपिका गोकुळ सोडून वृंदावनात जाणार आहेत. गोकुळात राहणं आता सुरक्षित राहिलं नाही."

"याच निर्णयाची प्रतीक्षा करत होते." आई म्हणाली.

"चला! उद्यापासून प्रस्थानाची तयारी सुरू करायला हवी. पुढे वृंदावनात जाऊन नवं गावही वसवायचं आहे."

दुसऱ्या दिवशी सकाळीच आवरासावर सुरू झाली. काय सोबत न्यायचं आणि काय टाकून द्यायचं यावर चर्चा होत होती. आईला बऱ्याच गोष्टी सोबत न्याव्याशा वाटत होत्या, पण बैलगाडीत मर्यादित सामानच नेता येणार होतं. त्यामुळे तिला इच्छेविरूद्ध बऱ्याच गोष्टी गोकुळातच सोडून जावं लागणार होत्या. आम्हा मुलींना त्यातही मौज वाटत होती. नवं घर, नवं गाव, नवा प्रदेश बघण्यासाठी आम्ही उत्सुक होतो. स्थलांतराच्या निमित्ताने गावाचं एका मोठ्या कुटुंबात रूपांतर झालं होतं. एका बैलगाडीवर दोन ते तीन घरांतील सामान चढवलं जात असल्याने सगळे शेजारीपाजारी एकत्र आले होते. सगळेच तुम्ही काय नेलं आणि आम्ही काय सोडलं याबाबत गप्पा मारत होते. कृष्ण त्याच्या मित्रांसह गावभर फिरत होताच आणि कुठे काय सुरू आहे ते बघत होता. माझं त्याच्याकडे लक्ष जात होतंच.

आम्ही बैलगाडीतून वृंदावनाकडे निघालो. वृंदावनात सुरक्षित आणि सुखी जीवन जगता येईल या आशेने गोकुळवासी वृंदावनाकडे निघाले होते.

कृष्ण स्मित करत त्या सर्वांकडे बघत होता.

❁

वृंदावन! मला सर्वाधिक प्रिय असणारं ठिकाण! तेव्हापासूनच या वृंदावनात सूर्यकिरणं पहाटे पृथ्वीवर पडू लागताच निसर्गाच्या अलौकिक सौंदर्याची उधळण सुरू व्हायची. तेव्हापासूनच ही पवित्र यमुना नदी इथून शांतपणे वाहते. शतकानुशतकं तिच्या सौम्य लहरी गोपगोपिकांच्या अनेक कथा बघत-ऐकत पुढे जातात. कृष्णाच्या बासरीतून मधुर स्वर बाहेर पडल्यापासूनच इथल्या वातावरणाला तृप्तता आणि मांगल्य प्राप्त झालं आहे. आम्ही ती तृप्तता प्रत्यक्ष अनुभवली आहे.

वृंदावनात आल्यापासूनच कृष्ण हळूहळू बासरी वाजवणं शिकत होता. जो प्रलम्बासुरासारख्या असुरांचा सहज वध करू शकत होता, त्याच्यासाठी बासरी वाजवणं ही काय कठीण गोष्ट होती? वस्तुतः सगळ्या कला त्याच्या कल्पकतेतूनच निर्माण झाल्या होत्या. तरीही आपण हळूहळू बासरी शिकत आहोत, असं दर्शवत होता. काही दिवसातच तो उत्तम बासरी वाजवू लागला, यात काहीच नवल नव्हतं. त्याच्या बासरी वादनामुळे तो परिसर खरोखर तृप्त आणि तल्लीन होत असे.

वृंदावन गोकुळापेक्षा खूप प्रशस्त होतं. साक्षात विश्वकर्मांनी त्या नगराची निर्मिती केली, असं म्हटलं जात होतं. वृंदावन हे गाव नव्हतं, तर महानगर होतं. वृंदावनात नंदरायांचं घर सर्वांत अनोखं होतं. घर नव्हे, राजभवनच! ते चार खोल खंदकांनी वेढलं होतं. त्या खंदकांच्या दोन्ही काठांवर फुलझाडं होती. त्यामुळेही तो राजमहाल सुंदर दिसत होता. ती फुलझाडं नसती, तर त्या खंदकांमुळे ते राजभवन इतर राजभवनांप्रमाणे एका आत्ममग्न आणि क्रूर राजाचं निवासस्थान वाटलं असतं. पण नंदरायांचं राजभवन तसं नव्हतं. ते केवळ सुंदरच होतं असं नव्हे, तर ते गोपगोपिकांसाठी सदैव उघडं होतं. त्यांच्या राजभवनात जाणं किंवा त्याच्या जवळून जाणंही अल्हाददायक वाटत असे. कारण त्या फुलांचा सुगंध त्या भवनाभोवती दरवळत असे.

नंदरायांच्या उद्यानात फणस, नारळ, डाळींब, संत्री, केळी आणि केवड्याची झाडं होती. ते खंदक वस्तुतः युद्धाच्या काळात प्रमुखाच्या भवनाची सुरक्षा व्हावी म्हणून बांधले होते, पण कृष्ण आणि त्याचे मित्र त्या खंदकांचा उपयोग जलक्रीडेसाठी करत असत. दुतर्फा वृक्ष असल्याने त्या खंदकांवर कायम

सावली पडत असे. त्यांच्यामध्ये पाणी भरून कृष्णाने एक लहानसं सरोवरच
निर्माण केलं. त्या खंदकांच्या मागे उंच भिंत होती आणि तिच्या अग्रभागी
देवतांच्या मूर्ती कोरल्या होत्या.

वृंदावनातील रस्तेही प्रशस्त आणि दुतर्फा असलेल्या वृक्षांमुळे रमणीय
होते. वृंदावनातील सर्वांत सुंदर बांधकाम म्हणजे तिथलं रासमंडप! ते गोलाकार
रत्नांनी सजलं होतं. प्रत्येक स्तंभाला प्रतिदिन फुलमाळांनी सजवलं जात असे.
गोपगोपिका नृत्य आणि गायनासाठी तिथे एकत्रित येत असत. कृष्णाचं नृत्य
सर्वच वृंदावनवासियांना मनमोहक वाटत असे.

रासमंडपात सर्वच उपस्थित असत. त्यामुळे नंतरनंतर कृष्ण आणि मी
एकांतात आम्हा दोघांनाच नृत्य करता यावं म्हणून मधुवनातील लहानशा
रासमंडपात जात असू. ते एका वटवृक्षाच्या आणि तलावाच्या शेजारी उभारलं
होतं. त्या रासमंडपाचं वैशिष्ट्य म्हणजे त्यात आरसेही होते. त्या आरशासमोर
उभे राहून आम्ही एकमेकांना बघत असू. तेव्हा कुणी आमचं तैलचित्र काढलं
नसलं, तरी ती प्रतिमा मी डोळ्यांत कायमची साठवली होती. कृष्ण वृंदावन
सोडून गेला, तेव्हा मी डोळे बंद करून सदैव ती प्रतिमा मनपटलासमोर आणत
असे.

वृंदावनाचं मूळ नाव वृंदावन असं नव्हतं, हे इथे नमूद करायला हवं. ते
'नंदव्रज' म्हणून ओळखलं जायचं. मुख्य नगर, रासमंडप आणि वन अशा तीन
भागांमध्ये तो प्रदेश विभागला होता. त्याला कालांतराने 'वृंदावन' या नावाने
ओळखलं जाऊ लागलं. 'वृंदा' हे माझं दुसरं नाव. या वनात श्रीकृष्ण राहिले
आणि त्यांनी माझ्यासोबत रासलीलेचा आनंद घेतला म्हणून त्याला 'वृंदावन' हे
नाव प्राप्त झालं.[३] या स्वरूपात माझं दुसरं नावही चिरकाल कृष्णभक्तांच्या
स्मरणात राहील. ते माझं भाग्यच आहे.

अशा सुंदर नगरात आम्ही राहू लागलो. त्या नगरात आल्यापासून मला
कृष्णाशी बोलायचं होतं. मी योग्य वेळेची वाट बघत होते. तो बऱ्याचदा माझ्या
समोरून जायचा. एक-दोन वाक्य बोलायचाही. स्वाभाविकतः त्यालाही तो कोण
आहे आणि मी कोण आहे याची जाण होती. तो माझ्याकडे बघायचा, तेव्हा
त्याच्या दृष्टीत ही बाब मला जाणवायची. ती दृष्टीभेट होताच मानवी देह, त्याचं
वय, स्थळ आणि काळाची जाणीव बाजूला होऊन आम्ही जणू मूळ स्वरूपातच
एकमेकांना भेटायचो. पण माझी प्रतीक्षा सुरू होती. जेव्हा आम्ही भेटू आणि

---

[३] ब्रह्मवैवर्तपुराण, श्रीकृष्णजन्मखण्ड, अध्याय क्र.१७

बोलू, तेव्हा कृष्ण त्याच्या मूळ स्वरूपातच मला भेटेल आणि माझ्याशी बराच वेळ बोलेल हे मला माहीत होतं. त्यामुळे मी घाई करत नव्हते.

वृंदावनात आल्यावर राक्षसांचे हल्ले थांबले. भीतीची जागा नृत्य आणि गायनाने घेतली. नगर सुरक्षेच्या दृष्टीनेही उत्तमरित्या बांधल्याने कुणालाही वृंदावनात येऊन कृष्णाच्या भवनात गुपचूप शिरण्याची सोय राहिली नव्हती. आम्ही मुलंमुली मोठे होत होतो. मासांमागून मास जात होते. कंसाच्या जाचक राजवटीखाली असलेल्या व्रजभूमीत एक आमचं वृंदावनच समृद्ध आणि सुरक्षित होतं. ही बाब कंसाच्या डोळ्यांमध्येही खुपत होती. खरं तर वृंदावनाच्या समृद्धीपेक्षा कृष्णाची प्रसिद्धी कंसाला अधिक खुपत होती. कारण राक्षसांचा वध करणारा एक चमत्कारी मुलगा वृंदावनात वाढत आहे ही बाब सर्वत्र चर्चेचा विषय झाली होती. आज ना उद्या कंस कृष्णाला संपवण्यासाठी कठोर निर्णय घेऊ शकतो हे सर्वांना माहीत होतं, पण कुणी त्याबाबत चर्चा करत नव्हतं. मी किशोर वयात प्रवेश केला होता. मलाही ती बाब लक्षात आली होती. एका क्रूर राजाशी कृष्णाचं युद्ध होईल, तेव्हा कृष्णाचं कर्तृत्व केवळ वृंदावनापुरतं मर्यादित राहणार नाही, याची जाणीव मला तेव्हाच झाली होती. मात्र मनाला काही केल्या समजावता येत नव्हतं.

❀

कृष्णाच्या लीला उत्स्फूर्त वाटत असल्या, तरी प्रत्येक लीलेमागे एक विशिष्ट हेतूही होता. कधी कुणाची इच्छा पूर्ण करणं, कधी कुणाचं दुःख दूर करणं, तर कधी स्वतःच्या शक्तीचा ओझरता परिचय देणं. त्यामुळे वृंदावनवासियांना हा कुणीतरी चमत्कारी बालक आहे हे समजलं होतंच. एके दिवशी कृष्णाने त्याचं मूळ स्वरूप वृंदावनवासियांना दाखवण्याचा निश्चय केला आणि निमित्त झालं ते कालिय नागाच्या उच्छादाचं!

एके दिवशी कृष्ण गोपाळांसह यमुनेच्या तीरी गेला. यमुनेत एक भला मोठा नाग असल्याची वार्ता गावात पसरली होतीच. त्याच्यापासून सावध राहण्याची सूचनाही मातापित्यांनी त्या लहान गोपाळांना दिली होती. शक्यतो यमुनेच्या तीरी न जाण्याची सूचनाही दिली होती. तरीही कृष्ण सर्वांना तिथे घेऊन गेलाच. त्याचा मोठा भाऊ बलराम त्याच्यासमवेत नव्हता. गायी जवळच्या मैदानात चरत होत्या. कृष्णासह त्याचे सवंगडी वृक्षाखाली फळं खात बसले होते. खाऊन झाल्यावर त्यांनी एक खेळ सुरू केला. त्यांचे गायींकडे दुर्लक्ष झाले.

गायींना तहान लागल्याने त्या यमुनेचं पाणी पिण्यासाठी नदीजवळ गेल्या आणि दुर्दैवाने त्यांनी ते विषारी पाणी प्यायलं. गायींच्या शरीराचा दाह होऊ लागला. अनेक गायींचा तिथेच मृत्यू झाला. त्यांचं हंबरणं ऐकून कृष्णासह सर्व गोपाळ त्यांच्या दिशेने धावले. ज्यांच्यावर आपला उदरनिर्वाह अवलंबून आहे अशा गायींचे कळप मृत झाल्याचं पाहून गोपाळांचं हृदय चिंताग्रस्त झालं. त्यांच्या चेहऱ्यावर दुःख, भय आणि चिंता स्पष्ट दिसत होती. त्याच क्षणी श्रीकृष्ण गोपाळांना त्यांच्या अमोघ शक्तीचा परिचय देणार होते. त्यांनी त्या मृत गायींना पुन्हा जिवंत केलं. जमिनीवर पडलेल्या गायी क्षणार्धात उठून उभ्या राहू लागल्याचं पाहून सर्व गोपाळ अवाक् झाले. तो चमत्कार पाहून सर्वांचे हात जोडले गेले. तेवढ्यात तो अजस्त्र नाग यमुनेच्या डोहात दिसला. वृंदावनवासी त्या नागाला 'कालिय' म्हणत.

"कालिय! तो पहा! तो पहा!" सर्व गोपाळ घाबरून ओरडू लागले.

तो कालियनाग समोर दिसताच कृष्णाने त्याच्यावर प्रहार केला. त्याच्या एका प्रहारातच तो नाग जखमी झाला. कृष्ण त्याच्या विशाल फण्यावर उभा राहिला!

काही गोप समस्त वृंदावनाला ही वार्ता सांगण्यासाठी मोठ्या आवाजात 'यमुनातीरी चला! कृष्णाने मेलेल्या गायींना जिवंत केलं! तो कालियच्या मस्तकावर चढला आहे! चमत्कार पहा!' असं म्हणत रस्त्यांवरून धावत होते. सगळे यमुनेच्या तीराकडे धावत सुटले. आईने माझा हात धरून मला यमुनेच्या तीरी नेलं. आम्ही सर्व कृष्णाचा तो पराक्रम प्रत्यक्ष बघत होतो!

कृष्ण त्या कालिय नागाच्या फण्यावर उभा राहून म्हणाला, "गोपगोपिंनो, भय सोडा आणि आनंदाने जगा. जो माझा परमभक्त आहे, त्याच्या पाठीशी मी उभा आहे. कालिय, तुला हे ठिकाण सोडून जावे लागेल. तुला हे दुःख भोगावे लागेलच. परंतु तुझ्या कपाळावर माझ्या तळपायाचे ठसे उमटल्याने मनुष्य नागांची भक्तिभावाने पूजा करेल. तू याच क्षणी वृंदावन सोडून जा!"

कालियनाग लगेच नरमला. कृष्ण त्याच्या फण्यावरून खाली येताच तो दूर गेला. वृंदावनवासियांना कृष्ण हा एक अवतारी पुरूष असल्याची प्रचिती आली. ते सर्व हात जोडून कृष्णाच्या सुमुखाकडे बघत होते. नंदराय आणि यशोदा मातेच्या डोळ्यांतील आश्चर्य आणि आनंद मला दुरूनही दिसत होता. असा एक अवतार आपल्या वृंदावनात अवतरल्याचा सर्वांनाच आनंद झाला होता.

बलराम मोठ्या आवाजात म्हणाला, "गोपांनो आणि गोपिकांनो, माझ्या

बोलण्याकडे लक्ष द्या." सर्व त्याच्याकडे पाहू लागले. "जो जगाचा भार वाहणारा आहे, जो शेषनागाचा स्वामी आहे, जो सृष्टीचा कर्ता आहे; त्याला या पृथ्वीवर कोण पराभूत करू शकेल? श्रीकृष्ण सर्वश्रेष्ठ आहे. श्रीकृष्ण हा विश्वाचा आत्मा आहे. परमेश्वरी तत्त्वाला आदी, मध्य आणि अंत नसतो. श्रीकृष्णांनी या पृथ्वीवर मनुष्य रूपात जन्म घेतला असला, तरी न त्यांचा कधी जन्म झाला न कधी मृत्यू होईल. या अवतारानंतर ते पुन्हा त्यांच्या वैकुंठी जातील."

बलरामाचं बोलणं ऐकून सर्व आश्चर्यचकीत झालेच, मात्र कृष्णाबाबत हे सत्य बलरामाला कसं ठाऊक असा प्रश्नही त्यांच्या मनात आला. याचा अर्थ बलरामही कुणी दैवी पुरूष असावा, असं सर्वांना वाटू लागलं. तो प्रसंग विलक्षण होता. कृष्ण हा ईश्वराचा अवतार आहे हे सर्वांना पटलं होतं. त्या दिवसानंतर कृष्ण जोवर गोकुळात राहील, तोवर सर्वांनी कृष्णाची पूजाच केली असती. सर्व त्याच्यासमोर नतमस्तक झाले असते. कुणीही त्याला पूर्वीप्रमाणे एका गोपाळासारखं वागवलं नसतं. ईश्वराच्या अवतारासमोर कोण हास्यविनोद करणार? मित्रांसह एखाद्या घरातून लोणी चोरल्यावर कोण त्याला रागवणार? आणि सर्वच इतके गंभीर झाले, तर कृष्णलीला तरी कशी होणार? अजून रासलीलाही झाली नव्हती! या वातावरणात रासलीलाही कशी होणार? त्यामुळे परिस्थिती अशीच गंभीर राहू नये म्हणून कृष्ण सर्वप्रथम नंदराय आणि यशोदा मातेसमोर गेला. त्याने मातापित्याला वंदन केलं आणि तो अतिशय नम्रपणे म्हणाला, "माझा पराक्रम पाहून दादाला माझी स्तुती करण्याची सवय आहे. तो कायम माझ्या पाठीशी असतो. मी तुमचा पुत्रच आहे. या वृंदावनातला एक गोप आहे."

अर्थातच ते कुणालाही पटलं नाही. कृष्णाने जे चमत्कार केले, ते पाहून कुणालाही ते पटणं शक्यच नव्हतं. पण तीच तर कृष्णाची लीला होती! त्याला जे सांगायचं आणि दाखवायचं होतं, ते त्याने दाखवलं होतं. वृंदावनातलं खेळतं वातावरण अकस्मात गंभीर होऊ नये म्हणून त्याने स्वतःलाच 'गोप' म्हटलं. परमेश्वर स्वतःला गोप म्हणत असेल, तर तेही कोण नाकारणार? सर्वांनी कृष्णाला 'गोप रूपात जन्माला आलेला देव' असंच मानलं. तेच कृष्णाला हवं होतं. यातून 'गोप' ही ओळखही कायम राहिली आणि अजूनही किशोरावस्थेत न पोहोचलेल्या कृष्णाचा शब्दही प्रमाण मानला जाऊ लागला. त्या प्रसंगापर्यंत कृष्णाबाबत कुतूहल होतं, पण त्याच्या मातेसह सर्व गोपगोपिका त्याला एक नटखट बालक म्हणून ओळखत होत्या. आता तेच सर्व त्याला ईश्वर म्हणत होते. कृष्णानी असं का केलं हे कालांतराने आमच्या लक्षात आलं. वृंदावन

सोडण्यापूर्वी कृष्णाला एक मोठी सामाजिक क्रांती घडवायची होती. वृंदावनवासियांनी इंद्रयाग यज्ञ करू नये, असं आवाहन करायचं होतं. कृष्ण कोण आहे हे जाणल्याशिवाय वृंदावनवासियांनी ते आवाहन स्वीकारलं असतं का? मित्रांसह चोरून लोणी खाणाऱ्या आणि बासरी वाजवणाऱ्या एका नटखट मुलाचं आवाहन व कालिय नागाच्या फण्यावर नृत्य करणाऱ्या ईश्वरी अवताराचं आवाहन यामध्ये निश्चितच मोठा फरक होता.

हे सर्व चमत्कार सांगण्यामागचं कारण म्हणजे मी मनुष्य जन्मातही कृष्णाच्या प्रेमात कशी पडले हे तुम्हाला सांगायचं आहे. मला पूर्वजन्माचं स्मरण नसतं, तरी कृष्णाच्या त्या लीलांनी मला मोहित केलं असतंच. याच एका प्रसंगात कृष्णाचा पराक्रमही दिसतो, नम्रताही दिसते आणि चातुर्यही दिसतं. पराक्रम केल्यावर स्वत:ची प्रशंसा करून घेणारा आणि त्याच सामर्थ्याच्या धुंदीत राहणारा पुरूष कालांतराने भ्रमिष्ठ होतो. स्त्रीला पराक्रम आवडत असला, तरी अशा भ्रमिष्ठ पुरूषाचा सहवास तिला प्रिय नसतो. कृष्णाचं वैशिष्ट्य म्हणजे तो साक्षात ईश्वराचा अवतार असला, तरी त्याच्या मातापित्यांना तो आपला पुत्रच वाटायचा आणि सख्यांना सखाच वाटायचा. कृष्ण समोरच्या व्यक्तीप्रमाणे वागायचा. मी किती पराक्रम केला आहे हे मी त्याच्या मुखातून कधीही ऐकलं नाही. जे सर्वांना ज्ञातच आहे, ते वारंवार सांगण्याची आवश्यकता केवळ भ्रमिष्ठ आणि गर्विष्ठ व्यक्तींनाच भासते.

या पराक्रमाच्या कथा सांगण्यामागे अजून एक हेतू आहे. कृष्ण माझ्याहून वयाने लहान होता. तरीही त्याच्यासह माझा विवाह झाला हे मी तुम्हाला सांगितलं आहेच आणि तो कसा झाला हे पुढे सांगणार आहेच. मात्र त्या विवाहामागील सामाजिक पैलूही समजून घ्यायला हवे. त्या काळात विविध पद्धतींनी विवाह होत असे, मात्र त्या सर्व विवाहांमध्ये एक गोष्ट समान होती. ती म्हणजे वराच्या वयाला कोणतीही मर्यादा नव्हती. नुकतेच तारूण्यात प्रवेश करणाऱ्या सीतेच्या स्वयंवरात अतिशय वृद्ध असणारा रावणही सहभागी होऊ शकत होता. अन्य पद्धतीने विवाह ठरला, तरी वर एका ठराविक वयाचाच असावा अशी काही मर्यादा नसायची. मात्र वधू वराहून मोठी असल्याचं उदाहरण अतिशय दुर्मीळ होतं. काही ठिकाणी तसं घडलं असेलही, पण ती जनरीत नव्हती. कृष्णाचं ईश्वरत्व, त्याचा पराक्रम आणि त्याच्या थोरवीमुळे ते शक्य झालं. मनुष्यजन्म असला, तरीही मला इतर कुणाचाही विचार मनात आणण्याची इच्छा नव्हती. द्वारकाधीश श्रीकृष्णाने अनेक विवाह केले असतील. मी आजन्म

त्याची प्रतिक्षा केली.[४]

❁

इतकं होऊनही नंदरायांना एकदा कृष्णाच्या शक्तीचा आणि मूळ रूपाचा विसर पडला ही बाब माझ्यासाठीही आश्चर्यकारक होती. नंदरायांनाच काय तर इंद्रालाही त्याचा विसर पडला. चमत्काराशिवाय मनुष्यांसह देवतांनाही नारायणांचा अवतार ओळखता येऊ नये? मला खरोखर नवल वाटलं.

त्या दिवशी नंदजींनी इंद्रयागाचा संकल्प केला होता. यज्ञाच्या तयारीला सुरूवात झाली होती. नगरातील सर्व गोपगोपिकांना संदेश देण्यात आला. इंद्रयाग यज्ञादरम्यान सर्व गोपगोपिका दही, दूध, तूप, लोणी, गूळ, मध इत्यादी पदार्थांना अर्पण करून इंद्राची भक्तिभावाने पूजा करत असत. यज्ञाचा संकल्प सोडल्यावर नंदजींनी स्वतः एका प्रशस्त आणि सुंदर ठिकाणी यष्टिका उभारली. तिच्यावर रेशमी वस्त्र आणि फुलांची सुंदर माळ गुंडाळली गेली. तिच्यावर चंदन, कस्तुरी आणि कुमकुमाचा अभिषेक केला गेला.

नंदजींनी शुभ्र उत्तरीय परिधान केले होते. ते पाय धुवून सोन्याच्या आसनावर बसले. यज्ञस्थळी पुजारी, गोप, गोपी, आणि मुलं उपस्थित होते. त्यांनी इंद्राला अर्पण करण्यासाठी विविध प्रकारच्या भेटवस्तू आणि पूजेची सामग्री सोबत आणली होती. मीसुद्धा माझ्या कुटुंबियांसह तिथे उपस्थित होते. हळूहळू गर्ग आणि जैमिनींसारखे ऋषीगण आपल्या शिष्यांसह येऊ लागले. ते नंदरायांना 'गोपराज' या उपाधीने संबोधित करत होते. हे सांगण्यामागचा उद्देश म्हणजे तो यज्ञ गोकुळातल्या एका ग्रामणीने आयोजित केलेला साधासुधा यज्ञ नव्हता. नंद हे व्रजभूमीतील अतिशय प्रतिष्ठित व्यक्तिमत्त्व होतं. त्यामुळे कृष्णाने जेव्हा या यज्ञालाच विरोध केला, तेव्हा नंदरायांची प्रतिष्ठाही एका अर्थी पणाला लागली. कृष्णाची अगाध शक्ती माहीत असूनही आणि कृष्णाने स्वतः त्या यज्ञाला विरोध करूनही नंदरायांनी चमत्कार घडेपर्यंत कृष्णाचं का ऐकलं नसावं, असा कधीकधी प्रश्न पडतो. कारण आपल्या प्रतिष्ठेला धक्का लागू नये म्हणून स्वतः इंद्रही श्रीकृष्णाचं मूळ रूप विसरू शकतो, तर नंदरायांसारख्या सामान्य मनुष्याकडून ती चूक होऊ शकतेच!

इकडे यज्ञाची तयारी सुरू असतांना कृष्ण त्याच्या मित्रांसह खेळत

---

[४] ब्रह्मवैवर्तपुराण, श्रीकृष्णजन्मखण्ड, अध्याय क्र.९१-९२

होता. खेळ संपल्यावर तो यज्ञस्थळी उपस्थित झाला. नंदराय काय करत आहेत हे माहीत असूनही त्याने नंदरायांना विचारलं, "पिताश्री, तुम्ही हे काय करत आहात? तुमचं आराध्य दैवत कोणतं? या यज्ञाचं स्वरूप काय आहे आणि अशा प्रकारे यज्ञ केल्याने काय परिणाम होतो? असा यज्ञ करून आजवर काय प्राप्त झालं आहे? देवतांचा कोप झाला, तर काय होतं?"

कृष्णाला पुढे काय करायचं आहे ते नंदांना माहीत नव्हतं. कृष्ण केवळ यज्ञाचं स्वरूप जाणून घेण्याच्या उद्देशाने ते प्रश्न विचारत आहे, असं त्यांना वाटलं. ते स्मित करत म्हणाले, "पुत्र, प्राचीन काळापासून महेंद्रांची पूजा केली जाते. इंद्रयाग केल्याशिवाय चांगला पाऊस पडत नाही. या यज्ञामुळे सर्व प्रकारची पिकं घेता येतात. अन्न हा जीवनाचा स्त्रोत आहे हे तू जाणतोस. त्यामुळे व्रजातील लोक पिढ्यान् पिढ्या देवेंद्राची पूजा करतात. या यज्ञाचा उद्देश विचारशील, तर सर्व अडथळ्यांपासून मुक्त होणं आणि सर्वांचं कल्याण होवो अशी प्रार्थना करणं हाच या यज्ञाचा उद्देश आहे."

त्यानंतर कृष्ण जे म्हणाला, ते ऐकून सगळेच थक्क झाले. तोच काय, व्रजातील कोणताही मुलगा असं काही बोलू शकतो हे कुणाच्या स्वप्नातही आलं नव्हतं. कृष्ण म्हणाला, "पिताश्री, आज मी तुमच्याकडून खूप विचित्र आणि आश्चर्यकारक गोष्ट ऐकली आहे. इंद्र पाऊस पाडतो हे तुम्हाला कुणी सांगितलं? असं कुठेही लिहिलेलं नाही.[५] ही सृष्टी कशी चालते हे आज मी सर्वांना सांगतो."

अनेकांच्या भुवया उंचावल्या. कृष्ण आज काय करणार आहे? सर्वांना प्रश्न पडला. त्याने क्षणभर उपस्थितांकडे कटाक्ष टाकला आणि तो म्हणाला, "पाण्यामुळे पिकं, झाडं वाढतात हे आपण जाणतो. त्यांच्यातूनच अन्न आणि फळं तयार होतात. त्याच अन्नामुळे सजीव जगतात. पण हे कसं होतं? ते मी सांगतो. सृष्टीचे काही नियम आहेत. ते कुणाच्याही सूचनेमुळे बदलता येत नाहीत. सूर्य आपल्या किरणांमुळे पृथ्वीवरून जे पाणी शोषून घेतो, तेच पाणी पावसाळ्यात पुन्हा पृथ्वीवर येतं. सूर्य आणि नभ सृष्टीच्या निर्मात्याचं एका अर्थी प्रतिनिधित्व करतात. या कालचक्राची रचना निर्मात्याने स्वतः केली आहे. प्रत्येक वर्षी किती पाऊस पडला यावरच किती पिक घेता येईल हे समजू शकतं. हे सृष्टीचक्र प्रत्येक वर्षात, प्रत्येक युगात आणि प्रत्येक कल्पात असंच सुरू राहील. पाणी, सूर्य आणि हे सृष्टीचक्रही केवळ परमेश्वराच्या इच्छेनेच

---

[५] निरूपणं नास्ति कुत्र शक्राद्वृष्टिः प्रजायते ॥१०३॥
- ब्रह्मवैवर्तपुराण, कृष्णजन्मखण्ड, अध्याय क्र.२१

अस्तित्वात आलं आहे. त्यामुळे इंद्राला श्रेय देता येत नाही. पिताश्री, भूतकाळ, वर्तमान आणि भविष्य निर्मात्यानेच निश्चित केलं आहे. ते कुणालाही बदलता येत नाही हे कृपया लक्षात घ्या. भगवंताच्या आज्ञेमुळेच ब्रह्मदेवांनी या सृष्टीची निर्मिती केली. त्याच्या आज्ञेमुळेच वारा वाहतो आणि खळखळणारी नदी सागरापर्यंत जाते. त्याच्या आज्ञेमुळेच अग्नी प्रज्वलित होतो. तो निर्गुण परमात्मा श्री हरी मृत्यूचाही नाश करण्यास समर्थ आहे. असं असतांना केवळ इंद्राची पूजा करणं ही एक विडंबना आहे."

कृष्णाचं संबोधन ऐकून सगळेच भारावले. नंदरायांचं अंतःकरण आनंदाने भरून आलं. कौतुकाने आणि आनंदाने त्यांच्या डोळ्यांतून अश्रू वाहू लागले. नंदबाबा म्हणाले, "पुत्र, तू जे सांगितलं ते आम्हा सर्वांना पटलं. किंतु आपण परमेश्वराप्रती आणि या सृष्टीप्रती कृतज्ञता व्यक्त करायला हवी. ती कशी करावी?"

"हा गोवर्धन पर्वत आपल्यासमोर आहे. आपलं जीवन ज्या गोमातेमुळे समृद्ध आणि संपन्न झालं आहे, त्या गोमातेचं वर्धन करणारा हा पर्वत आहे. याच्यावर मुबलक प्रमाणात चारा उपलब्ध असल्याने गायीही तृप्त होतात. अनेक गायींना इथे आश्रय मिळू शकतो. सृष्टीत असे कित्येक पर्वत आहेत. आपल्याला त्यांचं प्रातिनिधिक पूजन करण्याची संधी आहे. माझ्या मते आपण या गोवर्धन पर्वताची पूजा करायला हवी."

कृष्णाची सूचना सर्वांना आवडली. नंदजींनी स्वस्तिवाचन केलं. त्यानंतर सर्व ऋषींनी गोवर्धनाची स्तुती केली. त्यांनी गिरीराज गोवर्धन, महान भिक्षूगण, विद्वान पंडित आणि गायींची पूजा केली. कवींनी उत्स्फूर्तपणे गोवर्धनाची स्तुती करणारी कवने रचली. यज्ञ संपल्यावर गोवर्धनाचा जयघोष, शंखध्वनी आणि हरिनाम कीर्तन संपन्न झालं. आम्ही सर्व आनंदाने आपापल्या घरी परतलो.

कृष्णाला 'पूर्ण पुरूष' का म्हटलं जातं याची मला पुन्हा प्रचिती आली. कृष्ण केवळ पराक्रमी नव्हता, तर नम्रही होता. तो धर्मप्रवणच नव्हता, तर क्रांतीकारकही होती. तो केवळ क्रियाशील नव्हता, तर विचारशीलही होता. तो तत्त्वज्ञान सांगतांना जितका गंभीर असे, तितकाच गोपगोपिकांसह हास्यविनोदही करत असे. त्याच्या हातात शस्त्रही शोभून दिसत होतं आणि बासरीही. अशा कृष्णाने वृंदावनात एक मोठी सामाजिक क्रांती केली होती. मात्र दुर्दैवाने ती क्रांती स्वतः श्रीविष्णूंच्या अवताराने केली आहे याचा इंद्र आणि काही देवांनाच विसर पडला. याच देवांनी श्रीविष्णूंना अवतार घेण्याची विनंती केली होती. आता तेच

देव अवतारावरच क्रोधित झाले.

प्रथमत: देवांचा राजा इंद्र क्रोधित झाला. वृंदावनात काय होत आहे हे पाहून त्याचं अंग क्रोधामुळे थरथरू लागलं. त्याने त्वरित रथावर आरूढ होऊन आमच्या नंदनगरीवर आक्रमण केलं. अनेक देव रागाने हातात शस्त्रे घेऊन रथावर आरूढ झाले व इंद्रासह वृंदावनात आले. वाऱ्याचा आवाज, ढगांचा गडगडाट आणि देवांच्या गगनभेदी गर्जनेने वृंदावन हादरलंच! माझे मातापिताही व्यथित झाले. सर्व वृंदावनवासी नंदजींच्या भवनासमोर जमले. मी आईचा हात धरून धावत तिथे पोहोचले.

नंदजी म्हणाले, "यशोदा आणि रोहिणी, तुम्ही बलराम आणि कृष्णाला व्रजापासून दूर घेऊन जा. मुलं, मुली आणि महिलांनीही त्यांच्यासह दूर जावं. केवळ बलवान गोपांनीच माझ्यासमवेत राहावं."

"पिताश्री, हे संकट माझ्यामुळे आलं आहे. तुम्ही चिंता करू नका. मी इथेच थांबेन. इंद्र काहीही करू शकणार नाही." कृष्णाचा दृढसंकल्प पाहून नंदजींनी त्याला दूर जाण्याचा आग्रह केला नाही. कृष्ण खरोखर या संकटातून सर्वांना वाचवू शकेल, असं त्यांना वाटत असावं.

नंदजींची सूचना ऐकताच मुलं, मुली, वृद्ध पुरूष आणि स्त्रिया वनाच्या दिशेने धावल्या. कृष्णाचं काय होईल? तो काय करेल? त्याचं आणि इंद्राचं युद्ध होईल का? तसं झालं, तर किती मोठा अनर्थ होईल! मी विचार करत होते.

तिकडे नंदराय भयभीत झाले होते. ते दोन्ही हात जोडून इंद्राची स्तुती गात होते, जेणेकरून इंद्राचा क्रोध शांत व्हावा. ते पाहून कृष्ण क्रोधित झाला.

कृष्ण नंदजींना म्हणाला, "तात, तुम्ही इंद्राची स्तुती का गात आहात? तो कोण आहे? इंद्राचं भय सोडून द्या. त्याचं गर्वहरण मी स्वत: करणार आहे. तुम्ही गाई, वासरं, मुलं आणि सर्व नागरिकांना गोवर्धनाजवळ न्या. निर्भय रहा." कृष्णाने ती सूचना देताच नंदराय आमच्याजवळ आले आणि आम्हाला गोवर्धनाजवळ घेऊन गेले. कृष्णाचा पराक्रम वृंदावनवासियांनी पाहिला होता, मात्र आता त्याचं मूळ स्वरूप बघण्याची वेळ आली होती.

कृष्णाने तो गोवर्धन पर्वत त्याच्या करंगळीवर उचलला! सर्वच अवाक् झाले होते. सर्वांच्या मनातील भीती क्षणार्धात दूर झाली. सर्व गोपगोपिका श्रीकृष्णाच्या त्या बलशाली रूपासमोर नतमस्तक झाल्या. तो खरोखर ईश्वरी अवतार आहे यात आता काहीच संशय राहिला नव्हता. मी त्याच्याकडे पाहून स्मित करत होते. माझ्या प्राणप्रिय कृष्णाचा पराक्रम पाहून माझं मनही अभिमानाने आणि आनंदाने भरलं होतं.

आम्ही त्या गोवर्धनाच्या छत्राखाली उभे राहिलो. इंद्राने कितीही पाऊस पाडला, तरी आमच्या अंगाला एका थेंबाचाही स्पर्श होत नव्हता. सर्व वृंदावनवासी कृष्णाभोवती हात जोडून उभे होते. आपले सर्व प्रयत्न व्यर्थ जात असल्याचं पाहून इंद्राने वज्रच आपल्या हातात घेतलं! या इंद्राला म्हणावं तरी काय? आधीच आपल्या चारित्र्यासाठी प्रसिद्ध! राक्षसांकडून वारंवार पराभूत होऊन हाच विष्णूंना शरण जातो आणि आता त्याच विष्णूंवर शस्त्र उगारतो? इंद्राचा तो बालिशपणा पाहून कृष्ण स्मित करत होता. जो मनुष्य पर्वत लीलया उचलू शकतो, त्याला वज्राचा धाक दाखवणाऱ्या इंद्रावर सर्व गोपगोपिकाही हसत होत्या. आता आम्हाला कशाचीच भीती राहिली नव्हती. स्वत: भगवान श्रीकृष्ण आमच्यासमोर होते! मग भीती ती कशाची?

अंतिमत: कृष्णाकडे पाहून इंद्राला त्याच्या अपराधाची जाणीव झाली. जे गोवर्धनाला करंगळीवर उचलून स्मित करत आपल्याकडे बघत आहेत, ते दुसरे-तिसरे कुणीही नसून श्रीविष्णूंचे अवतार आहेत हे त्याच्या लक्षात आलं. आपण ही बाब कसे विसरलो याचं त्यालाही अप्रूप वाटलं. अहंकाराने आणि क्रोधाने आपली बुद्धी भ्रष्ट झाली होती हे त्याला जाणवलं. त्याने लगेच हात जोडून श्रीकृष्णांची क्षमा मागितली. श्रीकृष्णांची स्तुती गायली.

पाऊस थांबला होता. आम्ही पुन्हा वृंदावनाकडे निघालो. कृष्ण आणि इंद्राचा संवाद झाला. इंद्र गुडघ्यावर बसून कृष्णाची क्षमा मागत होता. कृष्णाचं हृदय विशाल होतं. त्याने इंद्राला क्षमा केली.

मी आईला सहज विचारलं, "आई, कृष्ण खरोखर कोण आहे? तो सामान्य मुलगा निश्चितच नाही."

"राधे, तू अजून कसं ओळखलं नाहीस? कृष्णच ईश्वर आहे!"

मी स्मित केलं.

त्या दिवसापासून कृष्ण दिसताच गोपगोपिका त्याच्या मागे धावू लागल्या. आता कृष्णाला एकांतात भेटावं कधी आणि त्याच्याशी बोलावं कधी हे मला कळेनासं झालं. त्याला भेटण्याची आतुरता दिवसेंदिवस वाढत होती. पण त्याला एकांत लाभणं अशक्यप्राय वाटत होतं.

हाच विचार करत मी हंड्यात पाणी भरण्यासाठी नदीजवळ जात होते. तितक्यात कृष्ण माझ्यासमोर आला! तो असा अचानक मला भेटेल हे माझ्या

ध्यानीमनीही नव्हतं. त्यामुळे त्याच्याशी काय बोलावं ते मला चटकन सुचलंच
नाही.

तो आता लहानसा कान्हाही राहिला नव्हता. त्याचे दंड, छाती आणि
पाय आकार घेऊ लागले होते. शरीर पिळदार होत असल्याची झलक दिसत
होती. इतर गोपांप्रमाणे त्याने डोक्याला प्रोञ्छ[६] बांधले असले, तरी त्यात सदैव
एक मोरपीस असे. कृष्णाच्या हातात एकतर बासरी तरी असायची किंवा गायींना
चरण्यासाठी वनात नेतांना हातात काठी तरी असायची. त्या दिवशी त्याच्या
हातात काहीच नव्हतं. पिवळं उत्तरीय त्याने परीधान केलं होतं. त्याच्या कुरळ्या
केसांना न्हाव्याने नुकताच आकार दिला आहे हे दिसत होतं. अंगावर कुठे
मातीही लागलेली नव्हती म्हणजेच तो खेळून-फिरून मला भेटण्यासाठी आला
नव्हता. तो बहुदा फक्त मला भेटण्यासाठी नुकताच शुचिर्भूत होऊन माझ्यासमोर
आला होता.

त्याने विचारलं, "राधा, आज एकटीच पाणी भरण्यासाठी जात
आहेस?"

"तुला माझं नाव बरं ठाऊक?" मी गमतीने म्हणाले.

"तुझं नाही, तर मग कुणाचं नाव ठाऊक असेल?"

"ते मला काय माहीत? इतक्या वर्षांनी आज तुला उसंत मिळाली." मी
सहज तक्रार केली. मला माझ्या स्वरूपाचंही स्मरण आहे हे त्यातून कृष्णाच्या
लक्षात आलं.

"शेवटी मनुष्यजन्म आहे. बाळ दिसामासाने वाढतं. किशोरावस्थेत येतं.
तोवर स्वतःहून कुणाला कसं भेटू शकेल?"

"बाळाने बालपणीच कित्येक असुरांचा वध केला. तो रासलीलेत
सहभागी होऊ लागला. त्याने गोवर्धन उचलायचा पराक्रमही केला. त्यानंतर
त्याला माझी आठवण झाली!" मी स्मित करत म्हणाले.

"नाही! तू माझ्या जीवनाचा प्रत्येक क्षण उलगडून पाहिला, तर असा
एकही क्षण सापडणार नाही ज्या क्षणी तुझी आठवण झाली नाही. खरंच! आपण
अधूनमधून बोलायचोच!"

मी हसत म्हणाले, "मी गंमत करत होते. स्पष्टीकरणाची काहीच
आवश्यकता नाही."

"तुला झोका आवडतो?"

---

६ गमछा.

"काय?"

"झोका!" त्याने हातवारे करत झोक्याचं वर्णन केलं.

"ते समजलं. पण अचानक झोका का आठवला?"

"का म्हणजे? झोक्यावर बसणं कोणाला आवडणार नाही? चल!"

"अरे, पण मला पाणी भरण्यासाठी जायचं आहे."

"नंतर जा!"

"आईला काय सांगू?"

"हेच! कृष्णाने अडवलं असं सांग."

"उशीर झाला म्हणून ती रागावली तर?"

"तर मी येऊन क्षमा मागेन. मग तर झालं?"

"तरीही मी एका अटीवर येईन." मी स्मित लपवत म्हटलं.

"अट मान्य आहे."

"ऐक तर आधी! तू बासरी वाजवायला हवी."

कृष्णाने लगेच हात पाठीमागे घेतला आणि अधरीयात खोचलेली बासरी बाहेर काढली. "बासरी माझ्यासोबतच आहे."

"चल!"

कृष्ण मला झोक्याजवळ घेऊन गेला. मी झोक्यावर बसले व तो मागून झोका देऊ लागला. झोका घेणं आम्हा दोघांना खूप आवडत असे. मी कृष्णाला म्हणाले, "तू मला झोका देत राहिलास, तर बासरी कधी वाजवणार?"

"तुला झोका देऊन झाल्यावर!"

तो झोका इतर झोक्यांप्रमाणे लांब नव्हता. माझे पाय जमिनीला टेकत नव्हते, अन्यथा मी स्वतःहून झोका घेतला असता. कृष्ण बराच वेळ मला झोका देत राहिला. माझ्यानंतर तो झोक्यावर बसला आणि चातुर्याने त्याने झोक्याची लांबी वाढवली. अशी त्याने कोणती क्लृप्ती वापरली हे मला समजायच्या आत तो झोका लांब झाला.

"लांबी का वाढवलीस?"

"मी झोक्यावर एकटाच बसलो आहे आणि तुला कष्ट करावे लागत आहेत हे काही मला मान्य नाही. तू इथेच शेजारी थांब." कृष्ण म्हणाला.

मी झोक्याच्या शेजारी उभी राहिले. कृष्ण बासरी वाजवू लागला. तिच्यातून निघणारे स्वर मन प्रसन्न करणारे आणि अतिशय मोहक होते. कृष्ण बासरी वादनात तल्लीन झाला होता आणि मी ऐकण्यात.

नंदरायांच्या कडेवरून मी कृष्णाला हातात घेतलं, त्यानंतर आम्ही

प्रथमच इतका वेळ एकत्र व्यतित केला होता. पण आम्ही प्रथमच भेटत आहोत असं मुळीच वाटलं नाही. आम्हाला भूतकाळाचं स्मरण नसतं, तरीही असंच वाटलं असतं. क्षणार्धात तयार झालेल्या त्या नात्यात कुठेही संकोच नव्हता, अहंकार नव्हता, चढाओढ नव्हती आणि भयही नव्हतं. नदी सागराला जितक्या सहजतेने मिळते, फुलातून जितक्या सहजतेने सुगंध दरवळतो, वारा जितक्या सहजतेने अंगाला स्पर्श करून पुढे जातो, तितक्याच सहजतेने आमचं नातं पुन्हा फुललं.

विश्वातील सर्वांत सुंदर गोष्टींची निर्मिती अशीच सहज होते. त्यासाठी कोणतेही वेगळे कष्ट घ्यावे लागत नाहीत. ज्याअर्थी त्या नात्यात सहजता नाही आणि अधिक कष्ट घ्यावे लागत आहेत, त्याअर्थी दोन मनांचा संयोग निसर्गत: झालेला नाही. त्यात तृष्णा, कुतूहल, चढाओढ किंवा अन्य घटकांचा समावेश आहे. एकदा ती तृष्णा, कुतूहल आणि चढाओढ संपली की भिन्नता दिसू लागते. त्या क्षणापर्यंत एकरूप होणं अपेक्षित असतं, पण होतं उलटंच! असो.

आमची भेट झाल्यावर मी पाणी भरण्यासाठी यमुनातीरी निघाले.

"उद्या पुन्हा याच ठिकाणी मला भेटशील?"

मी स्मित करत म्हणाले, "आईने पुन्हा यमुनेकडे पाठवलं, तर निश्चितच येईन."

कृष्णानेही माझ्याकडे बघत स्मित केलं. मी पुढे निघाले.

श्रावणी

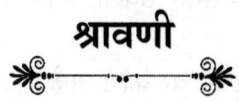

"लग्न ही फक्त एक जनरीत आहे की विवाहाचा प्रेमाशी प्रत्यक्ष संबंध आहे? माझ्या ओळखीत अशा खूप मुली आहेत, ज्यांचं लग्न ठरलं आणि सोहळा एका महिन्यात पार पडला. विवाहाचा प्रेमाशी आणि मैत्रीशी प्रत्यक्ष संबंध असेल, तर ही पद्धत योग्य आहे का?" मी माझ्या मनातली शंका विचारली.

"तू विवाहाबाबत विचार करतांना 'जनरीत किंवा प्रेम' असे दोन पर्याय डोळ्यांसमोर ठेवले. तू 'किंवा' शब्दाऐवजी 'आणि' हा शब्द वापरायला हवा. ती जनरीतही आणि त्याचा प्रेमाशी प्रत्यक्ष संबंधही आहे." राधा उत्तरली. मी अशी नवी उत्तरं ऐकण्यासाठीच राधेला तसे प्रश्न विचार होते. त्यांचा माझ्याशी थेट संबंध नव्हता, पण या प्रश्नांची उत्तरं मला अन्यत्र कुठेही मिळाली नसती. राधेचं उत्तर ऐकून मला नवा दृष्टीकोन मिळाला. काही शंका मनात होत्याच.

"मग एका महिन्यात दोन-चार वेळा भेटून प्रेम होणं शक्य आहे का?"

"प्रेम ही निश्चितच एक प्रदीर्घ प्रक्रिया आहे. ती आयुष्यभर चालू शकते. मी प्रेमाच्या ज्या नऊ पाकळ्यांबाबत बोलले, त्या उमलण्यासाठी बराच वेळ जाऊ शकतो. पण ते प्रेम करण्यासाठी समोरची व्यक्ती योग्य आहे की नाही हे आपल्याला प्रथमत: पारखून घ्यावंच लागतं. त्याला किती वेळ लागेल या प्रश्नाचं उत्तर व्यक्तिपरत्त्वे बदलतं. मी कृष्णाला बालपणापासूनच ओळखत होते. रूख्मिणीने केवळ त्याची कीर्ती ऐकली होती. तिला ती कीर्तीही कृष्णावर विश्वास ठेवण्यासाठी पुरेशी होती. विद्योत्तमेसारख्या विदुषीला[१] केवळ कीर्ती पुरेशी वाटली

[१] कालिदासाची पत्नी.

नाही, तर तिला कसा दोष देता येईल? तिला स्वत: उपस्थितांच्या विद्वत्तेची परीक्षा घेऊन वराची निवड करायची होती. तुमच्याच या समाजाने प्राचीन काळी विद्योत्तमेला तसं स्वयंवर आयोजित करण्याचीही मुभा दिली होती. सीतेचं स्वयंवरही कित्येक मास सुरू होतं![२] बघ, प्राचीन काळातील तुझ्या परिचयाची कित्येक उदाहरणं मी तुझ्यासमोर ठेवली. एकच निकष सर्वांना कसा लावता येईल?"

"आपल्यासाठी उत्तम वर कोण आहे हे ओळखण्याची क्षमता स्वत:त कशी आणावी? ते किती कठीण काम आहे! आज स्त्रियांनाही विभक्त होण्याची मुभा असली, तरी खूप कमी स्त्रिया ते पाऊल उचलू शकतात. ज्यांना ते पाऊल उचलता येतं, त्यांच्याकडे समाज वेगळ्या दृष्टीने पाहतो. समाजाचा विचारही क्षणभर बाजूला ठेवला, तरी त्यांना स्वत:ला त्रास होतोच. त्यामुळे विभक्त होण्याची मुभा असली, तरी तो निर्णय तितकाच महत्त्वाचा ठरतो."

"विवाहाचा निर्णय अतिशय महत्त्वाचा आहेच. तू ज्या क्षमतेचा उल्लेख केलास, ती क्षमता प्राप्त करण्यासाठी फक्त एका गोष्टीची आवश्यकता आहे. ती म्हणजे स्वत:ला स्वत:चा परिचय असणं. आपलं रूप, आपली बुद्धी, आपली क्षमता आणि आपली इच्छा आपल्यालाच माहीत नसेल तर विवाहाऐवजी प्रथमत: व्यक्तिमत्त्वाचा विकास करायला हवा. कारण स्वत:बाबत अवास्तव कल्पना मनात असल्या, तर त्या अवास्तव इच्छांना जन्म देतात. आज स्त्रियांना विभक्त होण्याचा अधिकार आहे हे तू सांगितलंच. या समानतेच्या जगात तुझ्यासारख्या मुली मुलांप्रमाणेच संपत्तीचा संग्रह करू शकतात. काळ बदलला आहे, पण मी सांगितलेलं तत्त्व बदललं नाही." राधा म्हणाली.

"तुम्ही मला जे सांगितलं, ते ऐकून माझ्या मनात पुन्हा वेगवेगळे प्रश्न निर्माण झालेत. ते कृपया विचारू का?"

"त्याच्यासाठीच आपण भेटलो आहोत."

"तुमचं बोलणं मला पटलंच. पण याचा अर्थ आपल्याहून चांगला वर शोधण्याचा प्रयत्न करू नये असा होतो का? मला फक्त शंकेचं निरसन करून घ्यायचं आहे." मी विचारलं.

"बघ! पुन्हा प्रश्नच चुकल्याने तुला योग्य ते उत्तर मिळालं नसतं. ज्याच्याशी विवाह करायचा आहे, तो आपल्याहून चांगला आहे की वाईट आहे याचा विचार करायचा नसतो. *तो योग्य* आहे की नाही याचा विचार करायचा

---

[२] माझ्या 'उर्मिला' कादंबरीत याबाबत सविस्तर लिहिलं आहे.

असतो. चांगला आणि वाईट असे पर्याय डोळ्यांसमोर ठेवले, तर नकळत आपल्याकडून एक उतरंड तयार होते. आपण तिच्या मध्यभागी असतो. आपण त्या उतरंडीत जिथे उभे असतो, तो बिंदू आपल्या अहंकाराला दर्शवतो. आपल्याहून कुणीतरी वाईट आहे या पायावर ती उतरंड रचली जाते. हा चांगला आणि तो वाईट असा विचार केला, तर योग्यतेकडे दुर्लक्ष होऊ शकतं. कारण चांगला आणि वाईट हे पर्याय ठराविक निकषांवर उभे असतात. रंग, रूप, आवाज, बुद्धी किंवा हे सर्वच! या निकषांची पूर्तता करणारा तुमच्याहून चांगला असू शकतो, पण तो तुमच्यासाठी योग्य असतोच असं नाही. उलट तुमच्यासाठी जो योग्य असतो, तो आपोआपच चांगला वाटू लागतो. मी मागे म्हटलं त्याप्रमाणे तुम्ही डोळसपणे बघत असाल, तरच तो चांगला वाटू शकतो हेही तितकंच खरं."

"मला अजून विस्तारपूर्वक सांगाल का? कारण कुणाला तरी चांगलं म्हणण्यामागे काही निकष असतील, तर योग्य म्हणण्यामागेही काही निकष असू शकतातच." मी काहीशी गोंधळले.

"अगदी बरोबर. मात्र योग्यतेचे निकष मी सांगितलेल्या पहिल्या सूत्राशी निगडीत आहेत. पहिलं सूत्र म्हणजे स्वत:ला नीट ओळखणं. आपली क्षमता आणि इच्छा लक्षात आल्यावर त्याला अनुसरून आपल्यासाठी कोण योग्य असू शकेल याचा विचार करणं हितकारक ठरतं. त्या चिंतनातून काही निकष मनात येतीलही. पण ते बऱ्याचदा मूर्त स्वरूप धारण करत नाहीत. उदाहरणार्थ, तिच्याहून रूपवान दिसणारा युवक समजा एखाद्या मुलीला हवा आहे. सौंदर्याच्या या परीक्षेत तिने स्वत:लाच एक ते दहापैकी सहा अंक दिले आहेत. तिला सहापेक्षा अधिक अंक मिळवू शकणारा मुलगा तिच्याहून चांगला वाटेल. मात्र स्वत:चा परिचय ज्या मुलीला आहे, तिला कुणीतरी असा युवक दिसेल, ज्याच्याशी बोलतांना तिला स्वत:च हे जाणवेल की हा मुलगा या अंकांच्या पलिकडे आहे. त्याच्या बोलण्यातूनच हे समजत आहे की तो माझ्याहून अधिक विवेकी आहे. मग त्याच्याकडे पाहताच असं वाटेल की हा अंकांच्या पलिकडे आहे. श्रावणी, एका अर्थी मी तुला या मानवी जीवनातील एकमेव जादुई गोष्टीकडे नेण्याचा प्रयत्न करत आहे. जिथे कोणतीही परीक्षा नाही किंवा निकषांचं मोजमाप करण्याची आवश्यकता नाही. अशा पुरूषाशी विवाह करावा, ज्याच्याशी बोलतांना आणि ज्याच्या सहवासात तुमच्या मनात प्रेम बहरणं अतिशयच *स्वाभाविक* वाटेल. मी कृष्णाची कथा सांगतांना काय म्हणाले? वारा अंगाला स्पर्श करून पुढे जातो, तितक्या सहजतेने प्रेम व्हावं. नदी समुद्राला प्रयत्नपूर्वक मिळते का? तितकी सहजता हवी."

"आता माझ्या लक्षात आलं. देवी, हे प्रत्येकाच्या नशीबात असतं का? हे सगळ्यांनाच हवंहवंसं वाटतंच. पण असं प्रेम सगळ्यांना करता येऊ शकतं का?" मी विचारलं.

"प्रारब्ध हा महत्त्वाचा घटक आहेच. प्रारब्धाचा प्रभाव हा व्यक्तीच्या जन्मावर असतो. तपस्येमुळे एकवेळ तुम्ही जीवनातील सर्व संकटांचा सामना करून स्वत:चं जीवन घडवू शकता, मात्र जन्माचं ठिकाण बदलता येत नाही. ज्यांना भोजनही उपलब्ध होत नाही, त्यांना सर्वप्रथम आर्थिक संकटाचा सामना करावा लागतो. मात्र प्रेम स्वभावत:च प्रत्येकाच्या मनात अंकुरतं. प्रत्येकाची आर्थिक, सामाजिक आणि वैचारिक परिस्थिती वेगळी असते. मात्र प्रगती करण्याची प्रबळ इच्छा मनात असली आणि त्या दिशेने धडपड केली, तर निश्चितच प्रगती करता येते. ती धडपड न करणारे प्रत्येक युगात प्रारब्धाला दोष देतात. वस्तुत: प्रारब्धाचा या मानवनिर्मित गोष्टींशी संबंधच नसतो. आपण याबाबत बोलतच आहोत म्हणून विस्ताराने सांगते. प्रारब्धाचा प्रेमाशी संबंध आहेच. जोडीदार निवडतांनाही आपण प्रारब्धाचा असा विचार करू शकतो."

"मला ऐकायला आवडेलच."

"एक साधा तर्क विचारात घेतला, तरी तुला माझं बोलणं सहज समजेल. मानवनिर्मित व्यवस्था ही बदलत असते. मग सृष्टीचा नियम या बदलणाऱ्या व्यवस्थेनुसार बदलेल का? सृष्टीतील सर्व प्राण्यांसाठी वेगळा नियम आणि मानवासाठी वेगळा नियम असेल का? मानव स्वत:ला मध्यवर्ती ठेवून विश्वाचा विचार करतो एवढंच यातून सिद्ध होतं. प्रारब्ध ही किती मोठी गोष्ट आहे हे बऱ्याचदा मानवाच्या लक्षात येत नाही. सृष्टी तुझ्या कल्पनेहूनही अधिक भव्य आहे. असंख्य ग्रहमाला अस्तित्वात आहे. या सृष्टीच्या विराट स्वरूपाचा विचार केल्यावर तुझ्या लक्षात येईल की मानवाच्या जीवनात घडणाऱ्या लहानसहान गोष्टीला सृष्टीस आकार देणारी शक्ती किती महत्त्व देईल?"

"मग आपल्याला हवा तसा सोबती निवडणं आणि तुम्ही सांगितलं तसं प्रेम करणं हा प्रारब्धाचा भाग नाही का?"

"श्रावणी, एका दृष्टीने पाहिलंस तर तू अस्तित्वात असणं हासुद्धा तुझ्या प्रारब्धाचाच भाग वाटेल. मी म्हटलं त्याप्रमाणे प्रारब्ध तुमच्या जन्मापासूनच तुमच्या जीवनावर प्रभाव टाकतं. तुमच्यात प्रेम करण्याची क्षमता असणं हे प्रारब्ध आहे. तुम्हाला बुद्धी आहे हे तुमचं प्रारब्ध आहे. तुम्ही अनेक व्यक्तींच्या संपर्कात येता हेसुद्धा तुमचं प्रारब्ध आहे. तुम्हाला दिलेल्या क्षमतेचा आणि संधीचा तुम्ही

योग्य वापर करू शकता की नाही हे सर्वस्वी तुमच्यावर अवलंबून आहे. ईश्वराची कृपा झाली, तर तो भरलेलं ताट तुमच्यासमोर वाढू शकेल. त्यानेच दिलेले हात वापरून अन्नाचा स्वीकार करायचा की नाही हे तुम्हालाच ठरवायचं आहे.”

“देवी, तुम्ही म्हणता ते मला पटतं. पण ते जसंच्या तसं जीवनात उतरवता येईल का, याबाबत आत्मविश्वास वाटत नाही. माझ्या वयाच्या इतर मुलीही आणि मुलंही हे कितपत अंगीकारू शकतील? असा प्रश्न पडतो. बहुदा आमच्या जडणघडणीतच एक उथळपणा आला आहे आणि विवेकी होण्यापेक्षा श्रीमंत होण्यालाच जास्त महत्त्व दिलं गेलं आहे. तुम्ही मला जे काही सांगितलं, ते ठरवलं तर सहज अंगीकारता येईल हे मलाही जाणवतं. तरीही स्वप्नवत वाटतं.”

“बाळ, मानवी जीवन तुला जितकं क्लिष्ट वाटतं, तितकं ते क्लिष्ट नाही. तुला असं वाटेल की मी एक देवी आहे आणि मी मानव नसल्याने मला असं वाटत आहे. पण मी मानवी जन्म घेऊन इथे वृद्धापकाळापर्यंत राहिले आहे. एकटी का असेना, मानवी जीवन जगले आहे. आपण जिथे बसलो आहोत, तिथेच मी माझं तारूण्य व्यतीत केलं. त्यामुळे मानवी जीवन कसं आहे याची मला एक देवी म्हणून कल्पना आहेच, शिवाय मी ते अनुभवलं आहे. मी देवी आहे हे तू क्षणभर विसरलीस, तरी चालेल. एक माणूस म्हणूनच माझं बोलणं ऐक. मी माणसांसाठी अशक्यप्राय असणाऱ्या गोष्टींबाबत बोलत आहे, असं तुला क्षणभरही वाटलं का?”

“नाही. खरंच नाही. मी स्वत:ला दुरून पाहिलं नसतं, तर हा एक चमत्कार आहे हेसुद्धा मला जाणवलं नसतं. तुम्ही देवी असला, तरी मला समजेल अशाच भाषेत बोलत आहात.”

“मग माझ्यावर विश्वास ठेव. सृष्टीवरील सर्वच प्राण्यांचं जीवन आहार-निद्रा-भय-मैथुन या चक्रातच अडकलं आहे. माणसाची बुद्धी प्रबळ असली, तरी माणूसही या नियमाला अपवाद नाही. हे सत्य स्वीकारता आलं, तरी अनेक समस्यांचं निराकरण होईल. तुम्हाला फक्त स्वत:ला ओळखायचं आहे. तुम्हाला काय आवडतं, तुमचा स्वभाव कसा आहे आणि त्या स्वभावाशी जुळवून घेण्याची इच्छा आणि क्षमता समोरच्या व्यक्तीमध्ये आहे की नाही एवढंच तुम्हाला माहीत हवं. तू म्हणालीस तसं तुमच्या युगात विवेकापेक्षा श्रीमंतीला अधिक महत्त्व असल्याने मुलांना बालपणापासून स्वत:चा परिचय करून घेण्याचा उपदेश दिला जात नसेल. त्यामुळेच तुझ्या मैत्रिणींनाही अशा समस्यांना सामोरं जावं लागत असेल.”

"हो." मी काही क्षण विचार केला. माझं मन नकळत माझं आणि रोहितचं नातं राधेने सांगितलेल्या आदर्श नात्यासारखं आहे का, याबाबत विचार करू लागलं. पण माझ्याबाबतच बोलण्यापेक्षा राधेच्या काळातील जनरीत अधिक बारकाईने जाणून घ्यावी या हेतूने मी विचारलं, "तुमच्या काळात स्वयंवर व्हायचं. प्रत्येक स्वयंवरात एक स्पर्धा असायची. मग तेव्हा त्या दांपत्यामध्ये असं प्रेम बहरायचं का? कारण त्यांना बहुदा एकमेकांचा स्वभावही माहीत नसायचा आणि तुम्ही ज्या नऊ पाकळ्या सांगितल्या त्यापैकी दोन भावना तरी पुरूषाच्या मनात आहेत का हे कळण्याचाही मार्ग नसायचा. मग तेव्हा कसं व्हायचं?"

राधा किंचित हसत म्हणाली, "या स्वयंवरांबाबत मी इतकं ऐकलं आहे की काय सांगू! प्रत्येक स्वयंवराची कथा वेगळीच! राजे वेगवेगळ्या संकल्पनांनुसार वैविध्यपूर्ण स्वयंवर आयोजित करायचे. त्यांच्या मुलींना ते स्वयंवर जो जिंकेल, त्याच्या गळ्यात वरमाला घालावी लागायची. रावणासारखे दुष्ट राजेही अशा स्वयंवरांमध्ये सहभागी होत असत. कधी कधी सर्वांत रूपवान पुरूषाला निवडण्याची संधी मुलीला प्राप्त व्हायची. तू म्हणालीस त्याप्रमाणेच त्याचा स्वभाव कसा असेल हे तिला माहीत असण्याची शक्यता कमीच. हे स्वयंवर मुख्यत: राजकन्यांचं होत असे. आपण समस्त स्त्रीवर्गाचा विचार करू. याबाबत आपण स्त्रियांनी खूप चढउतार पाहिले आहेत. पुरूष मोहित होताच कुमारिकेशी विवाह करण्याची कामना करत असे. रावण मंदोदरीवर भाळला आणि तिला विवाह करावा लागला. आपल्या पतीचं मूळ राक्षसी रूप दिसल्यावर तिला काय वाटलं असेल? सीतेला श्रीरामांसारखा उत्तम पती लाभला, मात्र ते विष्णूंचे अवतारच होते हे आपण विसरायला नको. युवक आणि युवती दोन्ही मानव आहेत व त्यांनी आनंदाने एकमेकांशी विवाह केला, असंही एक उदाहरण आहे. नल-दमयंतीचं. पण दुसरीकडे अनेक अन्यायकारक आणि दु:खद अनुभवही आहेत. अतिशय रूपवान असलेल्या आम्रपालीने कोणा एका पुरूषाशी विवाह करणं हा इतर पुरूषांचा अपमान आहे असं म्हणून तिला 'नगरवधू' होण्यास प्रवृत्त केलं गेलं. कधी कधी स्त्रीला वस्तू समजून वाटलं गेलं. गरीब कुटुंबांमध्ये 'दिल्या घरी सुखी रहा' हा कानमंत्र देऊनच मुलीला सासरी पाठवलं जात असे. वर प्रेमळ आणि विवेकी असला, तर तो निश्चितच मनापासून प्रेम करत असे. पण तो तसा असेलच याची शाश्वती नसायची. प्रत्येक युगात क्रूर पुरूष होते, तसे प्रेमळ पुरूषही होते. माझ्या काळात मुलीचा जन्म कुठे झाला आहे यावरून अनेक गोष्टी ठरायच्या. त्यामुळे प्रारब्धच अप्रत्यक्षपणे विवाहावर प्रभाव टाकत असे, असंही म्हणता येईल."

"देवी, ते माझ्याबाबतही म्हणता येईलच ना? त्याची जात वेगळी आणि माझी जात वेगळी. जात जन्म होताच ठरते."

"रोहित त्याबाबतच तुझ्याशी बोलणार आहे ना?" राधा म्हणाली. मला लगेच माझ्या चुकीची जाणीव झाली. मी विचारांच्या ओघात माझ्या काळाला आणि राधेचा काळाला समान म्हटलं. माझ्या काळात आमची जात वेगळी असली, तरी किमान आम्हा दोघांना विचार करण्याची संधी मिळाली होती. आईवडिलांची संमती घेण्यासाठी आम्ही प्रयत्न करू शकत होतो.

"हो. माझं चुकलंच."

"हरकत नाही. त्याचा विचार येताच स्वारी गडबडली, असं दिसतं."

"हो. तो माझ्याशी लग्नाबाबतच बोलणार आहे. आम्हाला त्याच्या आईवडिलांची संमती घ्यायची आहे. लग्नाचा विचार मनात येताच मी गडबडते."

"विवाह ही जीवनातील सर्वांत महत्त्वपूर्ण घटनांपैकी एक घटना आहेच. तू तुझ्या प्रियकरासह विवाह करायचा की नाही हा निर्णय तुलाच घ्यायचा आहे. पण आपण एकंदरीतच विवाहाबाबत बोलू शकतो. बहुदा त्यातून तुला एखादा मार्ग सापडेल."

"निश्चितच!"

"लग्न का केलं जातं? तुझं मत काय?" राधेने विचारलं.

मी विचारात पडले. लग्नाबाबत आपण खूप विचार केला आहे, असं मला वाटत होतं. पण मला त्या प्रश्नाचं उत्तर काही सुचेना! तरीही मी प्रयत्नपूर्वक शब्दांची जुळवाजुळव करून म्हणाले, "देवी, मला फारशी माहिती नाही. मी जे वाचलं आहे, त्याच्या आधारे उत्तर देण्याचा प्रयत्न करते. विवाहसंस्था विकसित करण्यापूर्वी विचित्र रीती अस्तित्वात होत्या. टोळीत राहणारा माणूस नुकताच कुटुंबासह आपापल्या झोपडीत राहू लागला होता. विवाहसंस्था अस्तित्वात नसल्याने त्याच्यासह राहणारी 'स्त्री' ही त्याची 'पत्नी' नव्हती, तर समाजाच्या दृष्टीने एक 'स्त्रीच' होती. त्या दांपत्याला परस्परांप्रती प्रेम वाटत असलं, तरी ते एकमेकांवर अधिकार सांगणार तरी कसा? हा पुरूष किंवा ही स्त्री सर्वस्वी माझी आहे आणि इतर कुणीही तिला प्राप्त करण्याची इच्छा मनात ठेवू नये हे सांगणार तरी कसं? बहुदा या पजेसीव... पजेसीव म्हणण्यापेक्षा एका प्रेमळ स्वामित्त्वाच्या भावनेतून लग्न व्हायला सुरूवात झाली असावी."

"आणि आजही लग्नाचं तेच कारण आहे, असं तुला वाटतं का?"

"हो. अजून काही कारणंही असावी. हे प्राचीन काळातलं कारण आजही

अस्तित्त्वात आहे असं मी म्हटलं, कारण लग्नात दोघेही एकनिष्ठ राहण्याचा संकल्प करतात. त्याचा अर्थ 'इतर कुणालाही आता दोघांना प्राप्त करता येणार नाही' असाच असतो. पण आजच्या काळात ही बाब सर्वांना मान्यच असल्याने ते सदैव विवाहाचं एकमेव कारण असतं, असं म्हणता येणार नाही. काही प्रेमी युगुलांना आनंदाने एकत्र राहण्याची तीव्र इच्छा असल्यानेही लग्न करावंसं वाटू शकतं. काही लोक केवळ वासना तृप्त करण्यासाठी लग्न करत असतील."

"तुला मातापित्याने बळजबरीने कुणाशी विवाह करण्याची आज्ञा दिली नाही. तू केवळ वासनापूर्तीसाठीही विवाह करत नाहीस. त्यामुळे आपण तूर्त त्या दोन स्थितींचा विचार बाजूला ठेवू. आनंदाने एकत्र राहण्याची तीव्र इच्छा मनात असल्यानेच तुम्ही विवाहाबाबत विचार करत आहात, हो नं?"

"हो!"

माझं उत्तर ऐकताच राधेने स्मित करत आणि एक भुवई उंचावून माझ्याकडे पाहिलं. मी 'हो' म्हटल्याने माझ्या मनातही रोहितसोबतच विवाह करण्याची इच्छा आहे असं दिसून येत असल्याचं माझ्या लक्षात आलं. "नाही! म्हणजे हो. पण आता सगळं बदललं आहे."

"बरं. तू म्हणतेस तर आपण यावर विश्वास ठेवू."

"देवी, तसंच आहे. मी अगदी मनापासून खरंच सांगतेय."

"मी चेष्टा केली गं!

मी विचारलं, "इथे पृथ्वीवर मानव जन्म घेतल्यावर तुम्ही कृष्णासोबत लग्न का केलं? खरं तर असा प्रश्न विचारणंही वेडेपणाचं ठरेल, तरीही मी विचारते. तुम्ही गोलोकातून इथे आलात आणि पूर्वीपासूनच तुम्ही पतीपत्नी होतात ही बाब आपण क्षणभर विसरलो आणि फक्त एक माणूस म्हणून विचार केला, तर कृष्णाशी लग्न करण्यामागे काय कारण होतं? तुम्ही त्याच्याहून वयाने मोठ्या होता. घरून संमती कशी मिळाली?"

"ती खूप मोठी गोष्ट आहे. मी तुला सांगणार आहेच. आधी तुझ्या पहिल्या प्रश्नाचं उत्तर देते. कृष्णाने वृंदावन सोडलं, तेव्हा तो अकरा वर्षांचा होता.[३] पण शरीराने बळकट असल्याने तो त्याहून मोठा वाटत असे. अगदी माझ्या वयाचा. त्याने कंसाच्या राजसभेत अनेकांना मल्लयुद्धात पराभूत केलं होतं, यावरूनच तू त्याचं शरीर किती बलशाली असेल याची कल्पना करू शकतेस. पण त्या वयात आमचा विवाह होणं माझ्या कुटुंबियांना अनपेक्षित नव्हतं. कारण कृष्ण आणि माझं

---

[३] भागवत महापुराण, खण्ड क्र. ३, सर्ग क्र. २, श्लोक क्र. २६

प्रेम समस्त वृंदावनाला प्रतिदिन दिसत होतंच. शिवाय गोवर्धन उचलणारा आणि राक्षसांचा संहार करणारा एक अवतारी मुलगा आपल्या मुलीचा पती झाला आहे, ही बाब कोणत्या पित्याला आवडणार नाही? गोलोकातील जीवन विचारात घेतलं नाही, तरी ही बाब विसरता येणार नाही की कृष्णाने मानव रूपातही अनेक चमत्कारिक पराक्रम केले. त्यामुळे आमच्या कथेला एक दैवी संदर्भ कायम राहणारच आहे. तरीही उत्तर द्यायचं झालं तर असं म्हणता येईल की त्या वयातच मला कृष्णाशिवाय इतर कोणत्याही पुरूषाचा सहवास नको हे समजलं होतं. जीवनाच्या अंतिम काळातही एकाच गोष्टीचं वाईटं वाटलं. ती गोष्ट म्हणजे मला विवाहानंतर कृष्णाचा फारसा सहवास लाभला नाही. त्यामुळे ज्याला तुम्ही 'सहजीवन' म्हणतात, ते अनुभवण्याची संधी मला मिळाली नाही."

"आम्ही इतर गोपिकांबाबतही अशीच आख्यायिका ऐकतो. ते खरं आहे का?"

"गोप आणि गोपी या वयाने बऱ्याच मोठ्या होत्या. प्रेमाने कृष्णाचा कान धरणाऱ्या आणि त्याची तक्रार करणाऱ्या गोपी त्याच्या मातेच्या किंवा बहिणीच्या वयाच्या होत्या. शिवाय गोपगोपिका कृष्णाला पूजनीय मानत असल्याने त्याच्याकडे भक्तीमय प्रेमाच्या दृष्टीने बघत असत. कृष्णाचा विवाह झाला, तो माझ्यासोबतच. रूख्मिणीला कृष्णाची पहिली पत्नी म्हटलं जातं, पण त्याची पहिली पत्नी मीच होते."

"कृष्ण फार काळ वृंदावनात राहणार नाही हे तुमच्या लक्षात आलं होतं, असं तुम्ही म्हणालात."

"मग काय झालं? तो कधीतरी वृंदावनात परतेल, अशी आशा मनात होतीच. त्याच्याशिवाय दुसरं कुणीही नको हा दृढनिश्चय झाल्यावर वेळ तरी का दवडावा? असा विचार केला."

"तुमचा विवाह कुठे झाला?"

"इथेच! वृंदावनात!"

"सगळ्यांच्या उपस्थितीत?"

"नाही. फक्त ब्रह्मदेवांच्या."

"ही बाब तुमच्या मातापित्यांना..."

"अर्थातच माहीत होती. त्यामुळेच मी आजन्म कृष्णाची प्रतीक्षा करत एकटी राहू शकले."

"मला हे सगळं जाणून घ्यायचं आहे. तुमचा विवाह, वृंदावनातली रासलील आणि तुमचा विवाह झाल्यावर वृंदावनवासियांची काय प्रतिक्रिया होती

तेसुद्धा."

राधा स्मित करत म्हणाली, "हो. तीच कथा आता सांगणार आहे."

●●●

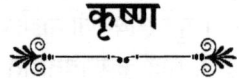

कृष्ण

माझा प्रत्येक अवतार जसा सत्धर्माच्या रक्षणासाठी झाला, तसाच तो मानवी जीवनाचं समग्र दर्शन घडवण्यासाठीही झाला. त्यामुळे त्याच्यात सुख, दु:ख, दया, प्रेम आणि क्रोध असणं स्वाभाविकच होतं. राधेच्या विरहाचं दु:ख जीवनात असणार आहे हे मला माहीत होतंच, पण भविष्यात विरह सहन करावा लागेल म्हणून मी वर्तमानात राधेपासून दूर जाण्याचा प्रयत्न केला नाही. परिस्थितीला सामोरं न जाता काढता पाय घेणं हे वीरोचित कर्म नव्हे. विशेषत: निर्भिड वृत्ती आणि विवेकबुद्धी नसणाऱ्यांना प्रेम पूर्णत: कळू शकत नाही व जगताही येत नाही.

आमचा विरह अटळ आहे हे राधेलाही ठाऊक होतंच. मी गोकुळात आणि वृंदावनात जो पराक्रम केला, त्यातून मी केवळ व्रजभूमीत राहण्यासाठी जन्माला आलो नाही हे सर्वांनीच ओळखलं होतं. राधेला तिच्या मूळ रूपाचं स्मरणही होत होतं. आम्ही दोघेही मानवी जीवन जगत होतो. आम्ही आमच्या भावनांवर संपूर्ण नियंत्रण मिळवलं असतं, तर आमच्यात 'मनुष्यत्व' शिल्लक राहिलं नसतंच. आम्ही देव म्हणूनच वावरलो असतो. त्यामुळे आम्हा दोघांनी कोणत्याही भावनेला दुर्लक्षित केलं नाही. एक प्रियकर गावातून कायमचा निघून जात असतांना कोणत्याही प्रेयसीला जसं दु:ख होईल, तसंच राधेलाही झालं. ते दु:ख तिने अगदी सर्वांसमोर व्यक्त केलं. मला मनोमन राधेपासून दूर जावंसं वाटत नसलं, तरी कर्तव्याचा विचार करून मी तिच्याप्रमाणे दु:ख व्यक्त करू शकलो नाही. मला कंसाचा वध करण्यासाठी जायचं होतं आणि जेते कधीही अश्रू ढाळत

सदनातून बाहेर पडत नाहीत.

कंसाचा वध करणं हे माझं कर्तव्यच होतं. कंसासारख्या राक्षसांचा संहार करण्यासाठीच मी अवतार घेतला होता. नि:संशय प्रेम हासुद्धा माझ्या कृष्णावताराचा मुख्य भाग होता. किंबहुना रामावताराचा मुख्य गाभाही 'प्रेम' हाच होता. राधा ही माझी प्राणप्रिय सखी, प्रेयसी आणि पत्नी होती. मात्र तिचा सहवास मला केवळ वृंदावनातच लाभला. पुढे रूक्मिणी माझी पट्टराणी झाली. रामावतारात मी एकपत्नीव्रत धारण केलं होतं. मात्र कृष्णावतारात बदललेली समाजव्यवस्था आणि राजकीय आवश्यकता विचारात घेऊन मी इतर राजकन्यांसह विवाह केला. त्यामुळे प्रेमाला माझ्या जीवनात निश्चितच महत्त्वाचं स्थान होतं. मात्र त्याचवेळी कर्तव्याची जाणीवही माझ्या मनात सदैव जागृत होती. रूक्मिणीला तिच्या संमतीने द्वारकेत घेऊन जातांना रूक्मीसारखा वीर आडवा आला, तर त्याच्याशी लढण्याचं सामर्थ्यही प्रियकराच्या शरीरात असायला हवं हे सुद्धा मी कृतीतून सांगितलं.

राधेने आग्रह केला म्हणून मी आज पुन्हा तुमच्याशी बोलत आहे. मी गेल्यावर तिने वृंदावनात अनेकांना आमच्या विवाहाबाबत सांगितलं. आता मी आमच्या विवाहाचं वर्णन करावं, अशी तिची इच्छा होती. मलाही या निमित्ताने तो क्षण पुन्हा जगता येईल.

वृंदावनात राधा आणि मी प्रतिदिन भेटत होतो. मला काही मासांतच मथुरेला जावं लागणार आहे हे मला माहीत असल्याने मी तो प्रत्येक क्षण अधिक भावोत्कटतेने जगत होतो. एके दिवशी मी राधेला म्हणालो, "तुला तुझ्या मूळ स्वरूपाची आठवण आहे ना?"

"हो. तू कोण आहेस हे पाहिल्यावरच मला माझ्या मूळ स्वरूपाची जाणीव झाली. सगळ्या गोपी 'कान्हा! कान्हा!' म्हणत तुझ्या मागे पळायच्या आणि मला गंमत वाटायची. तुम्ही ज्याला कान्हा म्हणत आहात तो मुळात विश्वाचा पालनकर्ता आहे हे त्यांना कसं बरं सांगावं? हा प्रश्न पडायचा. पण तू स्वत:च त्यांना दर्शन दिलंस."

"तुला जे करावंसं वाटत होतं, तेच केलं मी! सगळ्या गोपींना माझा परिचय दिला."

"मी तुला 'तू' म्हणत आहे. पण 'तुम्ही' असं म्हणायला हवं. तुम्ही माझे प्राणनाथ आहात. गोलोकात मी तुमची पत्नी आहे."

"मी तुझ्याहून लहान आहे. वृंदावनाला काय सांगशील? का म्हणून तू मला असं आदराने अहो-जाहो करतेस?"

"तुम्ही एका अर्थी राजपुत्रच आहात! नंदरायांचे एकमेव पुत्र! मग तुम्हाला एकेरी हाक कशी मारणार?" राधा स्मित करत म्हणाली.

"सगळे गोपगोपी जसे एकेरी हाक मारतात, तशीच! सगळ्या गोपी 'कान्हा' म्हणतात. तू 'श्रीकृष्ण मला अमुक अमुक म्हणाले' असं म्हणणार आहेस का?" मी गमतीने म्हणालो.

"का नाही? सगळ्यांनी तसंच म्हटलं पाहिजे. एकीकडे ईश्वराचा अवतार म्हणून तुझी पूजा करायची आणि दुसरीकडे 'कान्हा' म्हणायचं! हे कसं चालेल?" गंमत करता-करता राधा गांभीर्याने कधी बोलू लागली हे मलाही समजलं नाही.

"राधे, मी वृंदावनवासियांचा आहे. ते माझा आदर करतात हे मी जाणतो. त्यांनी मला प्रेमाने 'कान्हा' अशी हाक मारणंही मला प्रिय आहे. त्या आदरापोटी आपलं हे प्रेमळ नातं औपचारिक होऊ नये, असं मला वाटतं."

"बरं. तुम्ही म्हणाल, तसं! म्हणजे, तू म्हणशील तसं! मग तर झालं?"

"हो. तुला अहो-जाहो करण्याची इच्छा असेलच, तर मी एक उपाय सुचवू शकतो." मी पुढे काय बोलणार आहे याची राधेला काहीच कल्पना नव्हती.

मी चेष्टाच करत आहे असं वाटल्याने राधा म्हणाली, "सुचव! कोणती नवी क्लृप्ती सुचली तुला?"

"पती-पत्नी एकमेकांना अहो-जाहो करतातच! तो एक मार्ग आहे."

राधा आश्चर्यचकीत झाली. मी चेष्टा करत आहे की गंभीरपणे विवाहाचा प्रस्ताव मांडत आहे हे तिच्या लक्षात येत नव्हतं. "ही कशी चेष्टा? अशी चेष्टा करू नये." तिने तिच्या पद्धतीने चाचपणी केली.

"मी कुठे चेष्टा करत आहे? पती-पत्नी हे नातं काही आपल्याला नवं नाही. प्रकृती आणि पुरूषाप्रमाणे आपण सदैव एकत्रच असतो. या मानव जन्मातही मी आनंदाने तुझ्याशी विवाह करेन." मी असं म्हणताच राधेच्या डोळ्यांत आनंदाश्रू तरळले. तिचा चेहरा आनंदाने खुलला.

"खरंच?"

"हो! अगदी खरं!"

"हे साध्य कसं होणार? तू... तू..." तिला काय बोलायचं आहे ते मला समजलं.

"हो. मी वयाने लहान आहे. मात्र वय ही माझ्याबाबत तशी असंबद्ध बाब आहे हे एव्हाना वृंदावनाच्या लक्षात आलं आहे. कान्हाने गोवर्धन उचलला हे वृंदावनाने पाहिलं. त्याचं वय पाहिलं नाही, तर कर्तृत्व पाहिलं." मी म्हणालो.

"मग त्याहून आनंदाची गोष्ट असू शकत नाही. मी या क्षणीही विवाह

करण्यासाठी तयार आहे."

राधेचं उत्तर ऐकून स्वाभाविकत: मलाही आनंद झाला. मनुष्य जन्मात आम्ही काही मासांपूर्वीच एकमेकांशी बोलायला आणि भेटायला सुरूवात केली असली, तरी राधेला गोलोकातील रहिवासाचंही स्मरण असल्याने आम्ही मनुष्य जन्मात किती काळ एकमेकांच्या सहवासात होतो, हा मुद्दा गौण ठरला. एक मात्र इथे नमूद करायला हवं. तिला गतकाळाचं स्मरण नसतं, तरीही आम्ही विवाह केला असता, असं मला वाटतं. कारण तिच्या आणि माझ्या जीवनाची लय, पद्धत आणि विचारप्रक्रिया समान होती. राधाच माझ्यासाठी योग्य आहे आणि मी राधेसाठी योग्य आहे हे आम्हा दोघांना केव्हाच समजलं होतं. प्रेमाचा अंकुर फुटतो आणि हळूहळू तो विस्तारू लागतो, तेव्हा त्याच्यावर विवाह नावाचं फुल बहरणं स्वाभाविकच असतं. कारण प्रेमी युगुलात मैत्री असते, मात्र ते नातं केवळ मैत्रीपुरतं सीमीतही नसतं. मैत्रीतही सहवासाची ओढ असते, मात्र मैत्रीतला सहवास हा केवळ आनंदापुरता सीमित असतो आणि प्रेमामुळे वाटणारी सहवासाची ओढ थेट अस्तित्वाशी संबंधित असते. ती उत्कट भावना मनुष्याने त्याच्यातील चंचलता आणि उग्रता बाजूला ठेवून केवळ प्रसन्न होऊन अनुभवावी म्हणूनच त्या भावनेची व्याख्या करता येऊ नये अशी व्यवस्था केली आहे. मैत्रीच्या पलिकडे असणारी आणि इतकी उत्कट वाटणारी 'प्रेम' नावाची भावना नेमकी कशी आहे? असा प्रश्न मनात येताच मन चंचल होईल. प्रेमाला ही चंचलता अपेक्षित नाही. यामुळेच राधा आणि माझं नातंही चंचल किंवा उग्र नव्हतं. ते स्थिर, शांत आणि आनंददायी होतं. या कारणामुळेच राधा विवाहासाठी क्षणार्धात तयार झाली.

"मग चल! आपला विवाह लावण्यासाठी पृथ्वीवर कोण आलं आहे ते स्वतःच बघ!"

मी राधेला एका मंडपाजवळ नेलं. तो मंडप स्वत: मायेने निर्माण केला होता. त्या सुंदर मंडपाकडे बघताच तो आमच्या नजरेत भरला. मंडपाच्या प्रत्येक कोपऱ्यात रत्नजडित फुलदाण्या होत्या आणि त्यामध्ये विविध रंगाची फुलं होती. विशेष म्हणजे मंडपाच्या प्रत्येक स्तंभावर सुरेख चित्रेही टांगली होती. आम्ही मंडपात गेलो. तिथे आम्हा दोघांसाठी एक सोनेरी आसनही ठेवलं होतं. जणू त्या आसनावर चंदन, कस्तुरी आणि केशर यांचं मिश्रण शिंपडलं होतं. त्या आसनावर बसून आम्ही त्या मंडपाकडे बघत होतो. दोन स्तंभांमध्ये उत्तमोत्तम मण्यांच्या माळाही होत्या. पिठिकांवर दागिने ठेवले होते. ते राधेने परिधान केले. त्यानंतर ती म्हणाली, "विवाह लावण्यासाठी नेमकं कोण येणार आहे?"

"ब्रह्मदेव."

"साक्षात ब्रह्मदेव पृथ्वीवर येणार आहेत?"

"हो. तुझा आणि माझा विवाह हा प्रकृती आणि पुरूषाचा विवाह आहे. हा वर्षा आणि गंधाचा विवाह आहे. ब्रह्मदेव इथे आले नसते, तरच मला आश्चर्य वाटलं असतं."

"पण... कान्हा..." राधा संकोचून म्हणाली, "इथे आपले मातापिता नाहीत. वृंदावनवासीही नाहीत. मग त्यांच्या अनुपस्थितीतच विवाह करायचा?१"

"राधे, एक युवती म्हणून तुझा हा प्रश्न योग्य आहे. विवाह मातापित्याच्या उपस्थितीत झाला, तर त्यांचे आशीर्वाद प्राप्त होतात. त्या मंगल वातावरणात सहजीवनाची सुरूवात होते. मात्र आपल्या जीवनात सहजीवनाचा आनंद नसणार आहे हे तू जाणतेस. मी पृथ्वीवर का अवतरलो हे तुला आठवतं ना? पृथ्वीला दुर्जनांचा भार झाला आहे. तो भार कमी करण्यासाठी मी जन्म घेतला. पृथ्वीवरच्या दुर्जनांचा वध करणं हे माझ्या जीवनाचं उद्दिष्ट आहे आहे. त्यामुळे मी सदैव कोणा एका व्यक्तीसोबतच काय, तर एका नगरातही राहू शकत नाही. दुर्जनांना नष्ट करण्यासाठी मला भारतभ्रमण करावं लागेल. मुख्य म्हणजे मी लवकरच माझ्या मातापित्यांना भेटणार आहे. यशोदा मातेला माझ्या जन्माचं सत्य समजल्यावर अनेक गोष्टी बदलतील. मी मथुरेत राहीन. त्यानंतर प्रत्येक राज्यात जाईन. हे सगळं मला आजच्या दिवशी सांगून तुझा उत्साह कमी करायचा नव्हता. विवाह होतांना तुझ्या मनात कोणतीही शंका राहू नये म्हणून मी आजच तुला हे सांगितलं."

"नाथ, या जीवनात इतकी वर्षे तुम्ही माझ्यासमोर, या वृंदावनात, राहिलात हेच माझ्यासाठी खूप आहे. सामान्य माणसांकडे सामान्य दृष्टीकोनातून बघावं. मात्र तुमच्यासारख्या लोकोत्तर पुरूषाकडे सामान्य दृष्टीकोनातून मीसुद्धा पाहू शकत नाही. केवळ तुमच्यासारखा ईश्वरी अवतारच असा दृढनिश्चय करू शकतो. या मनुष्य जन्मातही तुमचा विवाह माझ्याशीच झाला ही बाब मला समाधान आणि आनंद देणारीच असेल. तुम्ही वृंदावन सोडून गेल्यावरही मी आजन्म तुमची पत्नीच राहीन आणि तुमची प्रतीक्षा करेन." राधा म्हणाली.

"आपण दोघं कोण आहोत हे अद्याप कुणालाही ठाऊक नाही. तू गोलोकातच माझी पत्नी होतीस आणि आपण इथे जन्म घेतला, असं त्यांना सांगितलं तर आपल्याकडून मानवी देहाची मर्यादा ओलांडली जाईल. त्या आठवणी आपल्या अंतःकरणात असलेल्याच बऱ्या. मी या देहाची मर्यादा तेव्हाच

१ पुराण आणि गर्ग संहितेनुसार राधाकृष्णाचा विवाह केवळ ब्रह्मदेवांच्या उपस्थितीत झाला. तिथे देवता, अप्सरा आणि गंधर्वांशिवाय इतर कुणीही नव्हतं.

सोडली, जेव्हा इंद्राने त्याची मर्यादा सोडली. अन्यथा मी मनुष्यासाठी कधीही माझ्या दैवी शक्तींचा उपयोग करणार नाही. कारण या अवताराचा आदर्श घेऊन मनुष्यानेही उद्या सत्धर्माच्या रक्षणासाठी दुर्जनांचा संहार करावा, अशी माझी इच्छा आहे. एक सज्जन मनुष्य दैवी शक्तींशिवाय दुर्जनांचा संहार करू शकत नाही अशी कुणाचीही धारणा होऊ नये यासाठी मी प्रयत्न करणार आहे. उद्या युद्ध झालं, तर युद्धातही मी मनुष्याप्रमाणेच लढेन."

"माझा तुमच्यावर पूर्ण विश्वास आहे. आपण ब्रह्मदेवांच्या उपस्थितीत विवाह करू. आपलं नातं हे माझ्यासाठी एक भूषणच आहे."

"माझ्यासाठीही."

इतक्यात ब्रह्मदेव मंडपात आले. बाहेर काही देवता आणि गंधर्वही उभे होते. ब्रह्मदेव म्हणाले, "प्रभू, तुमच्या लीला अद्भुत आहेत. हा अवतार सृष्टीचं रक्षण करणारा आहेच, शिवाय एका परिपूर्ण व्यक्तिमत्त्वाचं दर्शन घडवणाराही आहे."

"ही सृष्टी म्हणजे तुमचीच निर्मिती!" मी म्हणालो.

"व्रजेश्वर, या सृष्टीतील सर्व जीव तुमचेच अंश आहेत. त्यांचे पालनकर्तेही तुम्हीच आहात. श्रीकृष्ण अनादी आहेत, तशाच राधा माताही शाश्वत आहेत. तुम्हा दोघांमुळेच या विश्वाची धारणा झाली आहे. मी जगाचा निर्माता आणि वेदांचा रचयिता आहे. ते वेद गुरूच्या मुखातून शिष्यापर्यंत पोहोचतात आणि शिष्यांची विद्वत्ता वाढते. मात्र वेद जाणणारे पंडितही तुमच्या गुणांचं वर्णन करू शकत नाहीत. वस्तुत: श्रीकृष्ण हेच ज्ञानाचे जनक आणि राधामाता ज्ञानाची जननी आहे. राधा माते, बुद्धीचीही जननी तूच आहेस. अशा बुद्धीच्या जननीची स्तुती करण्यास कोण समर्थ असेल? कोणताही विद्वान तुमच्या मूळ स्वरूपाचं वर्णन करू शकत नाही. आज पुन्हा एकदा तुमचा विवाह होत आहे. हा अलौकिक संगम आम्हाला बघता आला म्हणून आम्ही स्वत:ला कृतार्थ समजतो."

ब्रह्मदेवांची भक्ती पाहून आम्ही दोघेही प्रसन्न झालो. त्या काही क्षणांसाठी आमचं मनुष्यत्व दूर झालं. ब्रह्मदेवांसह इतर देवता आणि गंधर्वांना पाहून आम्ही गोलोकातच आहोत, असं वाटलं. ब्रह्मदेवांच्या कथनामुळे राधेला तिच्या मूळ स्वरूपाचीही पूर्ण जाणीव झाली असावी. आमच्यातील देवत्वच एका अर्थी जागृत झालं.

"अधिक विलंब न करता मी विधींची सुरूवात करतो." ब्रह्मदेव म्हणाले. त्यांनी होमकुंडात अग्नी प्रज्वलित केला. त्यानंतर श्रीहरींचे स्मरण करून त्यांनी त्या अग्निला नैवेद्य दाखविला. मी आणि राधा आसनावर बसलो होतो.

"प्रभू, इथे स्थानपन्न व्हा." ब्रह्मदेवांनी विनंती केली. आम्ही दोघे होमकुंडाजवळ गेलो आणि तिथेच जमिनीवर बसलो. स्वत: ब्रह्मदेवांनी विधीनुसार हवन केले. कन्येच्या पित्याला जे काही करावे लागते, ते स्वत: ब्रह्मदेवांनी केले. ते या सृष्टीचे जनकच होते. त्यामुळे वृषभानूंच्या जागी ब्रह्मदेव उभे असल्यामुळे राधेला काही वाटलं नाही. आम्ही विधीवत अग्निभोवती सात वेळा प्रदक्षिणा केली. मी राधेचा हात धरून ब्रह्मदेवांनी सांगितलेले मंत्र उच्चारले. आम्ही पुन्हा जमिनीवर बसलो. ब्रह्मदेवांच्या सूचनेनुसारच राधेने माझ्या छातीवर हात ठेवला आणि मी राधेच्या पाठीवर हात ठेवला. त्यानंतर आम्ही पुन्हा वैदिक मंत्रांचे पठण केले.

मंत्रपठणानंतर माझ्या गळ्यात राधेने पारिजाताच्या फुलांची वरमाला घातली. मीसुद्धा राधेच्या गळ्यात फुलांची सुंदर माला घातली. विवाह संपन्न झाला! मी आणि राधा पती-पत्नी झालो! ब्रह्मदेवांनी आम्हाला नमस्कार केला. आम्ही पुनश्च त्या सोनेरी आसनावर बसलो.

त्या मंडपातील आणि मंडपाबाहेरील देवतांना आणि गंधर्वांना अतिशय आनंद झाला होता. त्यांनी दुंदुभी आणि मुरज ही वाद्ये वाजवायला सुरुवात केली. आमच्यावर पुष्पवर्षाव सुरू झाला. गंधर्वांनी आनंदून गाणीही गायली आणि त्यांच्यासमवेत आलेल्या अप्सरा नृत्य करू लागल्या. तो आनंदोत्सव पूर्ण झाल्यावर सर्वांनी आम्हाला वंदन केलं आणि ते त्यांच्या लोकात परतले.

राधा दिवसभर खूप आनंदी होती. मात्र सायंकाळी तिचा चेहरा उतरला होता. मी राधेला विचारलं, "राधे, काय झालं? कोणत्या विचारात हरवली आहेस?"

"नाथ, आपला विवाह तर झाला. पण काही काळाने मला विरह सहन करावा लागेल ही बाब मनाला व्यथित करते आहे. तुमचा आणि माझा संबंध काही एका जन्माचा नाही हे मी जाणते. तरीही तुम्ही माझ्यापासून काही वर्षांसाठी दूर जाणार आहात ही बाबही माझ्यासाठी असह्य आहे." राधा उत्तरली.

"माझा देह वृंदावन सोडून जाणार असला, तरी मी स्मृतींच्या रूपात सदैव वृंदावनातच असेन. जणू माझा देह वृंदावनाबाहेर असेल, पण माझी छाया वृंदावनातच असेल. राधे, तू विवेकी आहेस हे मी जाणतो. तो विरह सहन करण्याची क्षमताही तुझ्यात आहे. भावना हाच मानवी जीवनाचा स्त्रोत असल्याने या मानवी देहात तुला ही दु:खाची भावना अनुभवावी लागत आहे."

"तेही खरंच. आता आपण काय करायचं आहे? त्यांच्या उपस्थितीत माझा विवाह झाला नाही म्हणून पिताश्रींना वाईट वाटेल. त्यांना मी काय सांगू?"

"आपण कोण आहोत हे सांगण्याची योग्य वेळ आल्यावर तुझ्या

मातापित्यांना आपला परिचय दे. नंदबाबा आणि यशोदा मातेलाही तुला तुझी खरी ओळख द्यावी लागणार आहे. अर्थात तू माझी पत्नी आहेस हे सांगण्यासाठी तोपर्यंत प्रतीक्षा करण्याची आवश्यकता नाही. आपला भूतकाळ क्षणभर बाजूला ठेवला, तरी आपण एकमेकांबाबत प्रेम वाटत असल्यानेच विवाह केला आहे. साक्षात ब्रह्मदेवांनी हा विवाह लावला आहे. देवतांनी वाद्ये वाजवली आहेत. हे सगळं ऐकल्यावर वृषभानूंना आनंदच होईल. या मंगल प्रसंगी आपण अनुपस्थित होतो या विचाराने त्यांना क्षणभर वाईट वाटणं स्वाभाविक आहे. तीच भावना नंदबाबांच्या मनातही असेल. मात्र असा विवाह भूतकाळात कधीही झाला नाही हे लक्षात घेतल्यावर त्यांना आनंद आणि समाधानच वाटेल."

"हो. तुमच्याशी बोलून माझ्या सर्व चिंता दूर झाल्या. मनात कोणतीही शंका राहिली नाही. आपलं नातं माझ्यासाठी एक भूषण असेल हे मी तुम्हाला सांगितलं आहेच. या नात्याचे पैलू सर्वांसमोर मांडण्याची योग्य वेळ आली की मी सर्वांना सगळं काही सांगेन."

"चल. मातापिता आपली प्रतीक्षा करत असतील."

"हो."

आम्ही वृंदावनात परतलो. केवळ त्या मंडपालाच नव्हे, तर त्या मंगल क्षणांनाही मागे सोडून आम्ही स्वगृही परत जात होतो. मी राधाचा हात हातात घेतला आणि तिच्याकडे पाहिलं. मावळत्या सूर्याच्या सोनेरी प्रकाशाने तिचा चेहरा उजळला होता. 'हीच माझी प्रेयसी! हीच माझी पत्नी! राधेहून अधिक मला कुणीही ओळखू शकणार नाही.' असं मी स्वतःलाच मनोमन म्हणालो.

नगराचे प्रवेशद्वार समोर येताच आम्ही पुन्हा एकमेकांकडे पाहिलं. आता पती-पत्नी या नात्याने आम्ही वृंदावनात प्रवेश करणार होतो!

❀

"कृष्णाऽ, ए कृष्णाऽ..." यशोदा माता मला हाक मारत होती. मी आमच्या सदनाजवळच मित्रांसह बोलत होतो. मला हाक ऐकू येताच मी सदनात गेलो.

माता लोणी काढण्याचं काम करत होती. मला पाहताच ती गालातच हसली आणि म्हणाली, "काय रे? काल कुठे होतास बरं?"

"वनात!" मी उत्तरलो.

"वनात काय करत होतास?"

"राधेसोबत होतो!"

"तेच विचारत आहे. राधेसोबत वनात कुठे फिरत होतास?"

"सहज गप्पा मारत फिरत होतो!"

"दिवसभर? कान्हा, तू असशील अवतार किंवा कुणी दैवी पुरूष. पण मीसुद्धा तुझी माता आहे आणि एके काळी मी तुझ्या वयाची होते."

"हो. मी कुठे नाही म्हणालो?" माता नेमकं काय बोलण्याचा प्रयत्न करत आहे हे मला समजत होतं, पण मी मुद्दाम उत्तर देत नव्हतो.

"तेच! तू काही म्हणाला नाहीस हाच मुद्दा आहे. इतर गोपी राधेला कसं चिडवतात ते मी पाहिलंय."

"हो. ते मीसुद्धा पाहिलं." मीही गालातच हसून म्हणालो.

"मग? सगळे म्हणतात ते खरं आहे का?"

"सगळे काय म्हणतात तेवढं मात्र मी ऐकलं नाही."

"भले शाब्बास! वृंदावनात कोणत्या घरी काय चाललं आहे हे तुला बरोबर माहीत असतं. हे बरं माहीत नाही?"

"तू नेमकं काय ऐकलं हे मला कसं ठाऊक असणार?"

"काहीच माहीत नसल्याचा आव आणू नको! तुझ्याबाबत आणि राधेबाबत जे म्हटलं जातं, ते खरं आहे का? गोवर्धन उचलतांना तू क्षणभरही भयभीत झाला नाहीस आणि आता काय विषय टाळतोस?"

"माता, काल काय झालं ते राधाच तुला योग्य वेळी सांगेल."

"म्हणजेच काहीतरी झालं आहे तर!" माता तिच्या विशिष्ट शैलीत म्हणाली.

"काय होणार? मी असा काळा! कृष्ण म्हणजेच काळा! अशा काळ्या मुलाची फक्त थट्टाच होते." मी गमतीने म्हणालो. नकळत विषयही बदलला.

"अरे, थट्टा कसली? गोपगोपी तुझ्याकडे किती आदराने बघतात! स्वतःला भाग्यवान समजतात. तुझी चेष्टा कोण करेल?"

"तुझ्या वयाच्या गोपगोपी तसं म्हणत असतीलही. माझ्या वयाच्या गोपिका 'कृष्ण! कृष्ण!' म्हणतात तेव्हा त्या 'काळा! काळा!' म्हणून चेष्टा करत आहेत असंच वाटतं."

"कृष्णा, बाळा, मी तुला अगदी तुझ्या जन्मापासून पाहिलं आहे. हा असा तिसराच विषय काढून मुख्य विषयाला तू कशी बगल देतो हे मला अगदी चांगलं ठाऊक आहे!"

"माता, बहुदा माझे मित्र मला बोलवत आहेत. ते प्रतीक्षा करत दारात उभे असतील. मी आलोच." माझी क्लृप्ती मातेच्या लक्षात येताच मी तिथून

पळालो. मला जे सांगायचं होतं ते मी अप्रत्यक्षपणे सांगितलं होतं आणि जे राधेने सांगावं असं मला वाटत होतं ते मी तिच्यासाठी राखून ठेवलं होतं.

वस्तुत: यशोदा मातेने समस्त वृंदावनवासियांच्या मनातील भावना बोलून दाखवली होती. राधा आणि माझं नातं काय? असा प्रश्न प्रत्येकाच्या मनात होता. त्याचं उत्तरही त्यांना माहीत होतं, पण ते आमच्याकडून जाणून घेण्याची इच्छा सर्वांच्या मनात होती.

ती बाब वाटते तितकी सहज-सोपी नव्हती. मी वृंदावनातून बाहेर पडल्यावर राधेला तिथे जन्मभर राहायचं होतं. मथुरेपासून कुरूक्षेत्रापर्यंत मी विविध ठिकाणी युद्ध करणार होतो आणि राजकीय घटनांमुळे सदैव व्यस्त राहणार होतो. शिवाय मी वसुदेवांचा पुत्र म्हणून राजभवनात एक प्रतिष्ठित जीवन जगणार होतो. माझं गोकुळातील आणि वृंदावनातील वास्तव्य माझ्या भविष्यकाळावर प्रभाव पाडणार नव्हतं. मात्र राधा वृंदावनातच राहणार होती. जे गोपगोपी तेव्हा आमच्याबाबत आपापसात बोलत होते, तेच तिच्यासमवेत वृंदावनात राहणार होते. त्यामुळे घाईने कोणताही निर्णय घेण्यापेक्षा राधेच्या भविष्याचा विचार करून मी एक योजना तयार केली होती. राधेचा परिचय नंदबाबांना आणि यशोदा मातेला कधी सांगावा हे मी मनोमन ठरवलं होतं. त्यानंतर राधेने विस्ताराने आमचा भूतकाळ आणि मूळ स्वरूप सर्वांना सांगणंच मला उचित वाटलं.

इथे एक रहस्यभेद करायला हवा. मी राधेशी विवाह केला, तर तिला मथुरेत माझ्यासह का नेलं नाही? द्वारकेत माझी प्रिय पट्टराणी होण्याचा मान का दिला नाही? असे प्रश्न तुमच्या मनातही येऊ शकतात. त्याचं उत्तर द्यायला हवं. ते उत्तर गोलोकात घडलेल्या एका प्रसंगात दडलं आहे.

एकदा मी विरजादेवींशी बोलत होतो. राधेने दुरूनच आम्हाला पाहिलं आणि तिच्या मनात ईर्ष्या निर्माण झाली. खरं तर आम्ही केवळ संवाद साधत होतो, मात्र राधेला ते आवडलं नाही. ती रागातच आमच्या दिशेने चालू लागली आणि तेव्हाच एक अनुचित घटना घडली. विरजादेवींसह श्रीदामही मला भेटण्यासाठी आले होते. त्यांची आणि राधेची शाब्दिक चकमक झाली. दोघांनी एकमेकांना शाप दिला. 'ज्या श्रीहरींचा सहवास तुला अतीव प्रिय आहे, त्या श्रीहरींचा वियोग तुला सहन करावा लागेल. तुला मनुष्य होऊन आजन्म त्यांच्या छायेसह राहावं लागेल.' असा शाप श्रीदामांनी राधेला दिला. मी मध्यस्ती करून त्यांच्यातील वाद मिटवला. मात्र त्या शापामुळे राधेला गोलोक सोडून पृथ्वीवर यावं लागलं.

कृष्णावतारातील प्रत्येक घटना कोणत्या न कोणत्या पद्धतीने जशी देवलोक आणि गोलोकाशी संबंधित आहे, तशीच ही घटनाही गोलोकात घडलेल्या

प्रसंगाशी संबंधित आहे. त्याच एका कारणामुळे मी राधेला मथुरेत माझ्यासह नेऊ शकलो नाही. माझं अवतारकार्य पूर्ण झाल्यावर तिची त्या शापातूनही मुक्ती झाली.

❋

राधेने मला प्रेम, आमचं नातं आणि वृंदावनाविषयी बोलायला सांगितलं आहे. या कथनात रासलीलेचा उल्लेख नसणं उचित होणार नाही म्हणून रासलीलेविषयी बोलतो. खरं तर 'रासलीला' हा माझ्या गोकुळ-वृंदावन निवासातील एक लहानसा भाग होता.[२] दिवसभर कष्ट करणाऱ्या गोपगोपींच्या विरंगुळ्यासाठी आणि मनोरंजनासाठी रास आयोजित केली जात असे. ते मनोरंजनाचं एकमेव साधन असल्याने वृंदावनवासी रासमंडप प्रत्येक मासात सजवत असत. रासमंडपात गेल्यावर सर्वांचा थकवा आणि निराशा दूर व्हावी हा त्यामागचा हेतू होता.

विवाहानंतर प्रथमच आम्ही रासमंडपात प्रवेश करणार होतो. मी राधेबाबत विचार करतच बलराम दादासह रासमंडपाकडे जात होतो. गार वारा मंदपणे वाहत होता. पारिजाताच्या सुगंधाने तो परिसर सुगंधित झाला होता. रासमंडप दुरूनच खूप सुंदर दिसत होता. काही गोपांनी रासमंडपात जाऊन प्रत्येक स्तंभावर मशाल लावली होती. गोपी रासमंडलाबाहेर अनेक पणत्यांमधील ज्योती प्रकाशित करत होत्या. काही गोपी जवळच्या उद्यानातील न कोमेजलेली फुलं वेचत होत्या. काही गोपी त्या फुलांचा हार विणत होत्या.

रासमंडपात प्रवेश करताच चंदन, अगुरु, कस्तुरी, कुंकुम यांच्या सुगंधाने आमचं स्वागत केलं. प्रत्येक कोपऱ्यात जेष्ठांसाठी आसन ठेवले होते. स्तंभांपासून त्या आसनांपर्यंत सर्वच विविध प्रकारच्या फुलांनी सजवले होते. रासमंडलाबाहेर एक तलावही होता. मात्र रात्र झाल्याने हंस किंवा इतर पाणपक्षी तिथे दिसत नव्हते. मी राधेची प्रतीक्षा करत एका स्तंभाजवळ उभा राहिलो. ती येतांना दिसताच मी बासरी हातात घेतली आणि तिला आवडणारी धून वाजवू लागलो. ती निश्चितच राधेला ऐकू गेली असणार आणि मी तिला माझ्याकडे बोलावत आहे हे समजलं असणार, याची मला खात्री होती.

―――――――――

[२] ब्रह्मवैवर्तपुराण, भागवतपुराण आणि गर्गसंहितेत इतर प्रकरणांच्या तुलनेत रासलीलेचे प्रकरण लहानसे आणि आटोपशीर आहे. मुख्य म्हणजे श्रीकृष्णांनी वृंदावन सोडण्यापूर्वी ही रासलीलेची कथा आली आहे. बालपणाची दहा वर्षे श्रीकृष्णांनी त्यांचे कर्तृत्व सिद्ध करून ते केवळ किशोरावस्थेच्या सुरूवातीला काही दिवस रासलीलेत सहभागी झाले आहेत.

राधेने परिधान केलेले स्वर्णालंकार चंद्रप्रकाशातही उठून दिसत होते. तिला चेहऱ्यावरील आनंद लपवता येत नव्हता. ती गालातल्या गालात स्मित दडवून चालत होती. तिच्यासह तिच्या मैत्रिणी होत्या. त्यांच्या मागोमाग अनेक गोपिका कामं संपवून रासमंडपाकडे येत होत्या. काही गोप आणि गोपी हातात हार घेऊन आल्या होत्या. ज्यांनी रासमंडपात येऊन हार विणला, त्या गोपीही माझ्याजवळ आल्या. त्यांनी भक्तीभावाने माझी पूजा केली.

"प्रणाम, श्रीकृष्ण." असं म्हणत त्यांनी रासमंडपात प्रवेश केला. माझ्या गळ्यात हार घालून त्यांनी मला वंदन केलं. राधा माझ्याकडे बघून स्मित करतच माझ्यासमोरून पुढे गेली.

वादकांनी वाद्ये उचलली. गोपगोपी आनंदून नृत्य करू लागले. राधा मंडपाच्या दुसऱ्या बाजूला तिच्या मैत्रिणींसह उभी होती. त्यांच्याशी बोलत ती मैत्रिणींची नजर चुकवून माझ्याकडे बघत होती. मीसुद्धा तिच्याकडेच बघत होतो. आमची नजरानजर होताच राधेने लाजून तिचा चेहरा शालूने झाकला. ते पाहून तिच्या मैत्रिणीही तिला चिडवत होत्या.

रासमंडपाच्या मध्यभागी गोपगोपींचं नृत्य सुरू होतंच. टिपऱ्या, बांगड्या आणि पैंजणांचा आवाज कानी पडत होता. राधेने शालू वर घेऊन पुन्हा एकदा माझ्याकडे पाहिलं. मी तिला 'रासमंडपाबाहेर ये' असं खूण करून सांगितलं.

शरद ऋतूतील ती एक अल्हाददायक रात्र होती. विशेष म्हणजे ती पौर्णिमेची रात्र होती. रासमंडपाच्या एका बाजूला विशाल उद्यान होतं. त्या उद्यानात आम्ही दोघे अनेकदा भेटायचो. त्यामुळे मी कुठे उभा असेन हे राधेला माहीत होतं. ती मैत्रिणींना काहीतरी कारण सांगून तिथे आली. दिवसभरात काय काय घडलं, याविषयी आम्ही त्या उद्यानात भेटल्यावर सविस्तर बोलायचो. पण त्या दिवशी लज्जेमुळे राधेला शब्द सुचत नव्हते. चेहऱ्यावर लाली पसरली होती.

मी पुढाकार घेऊन बोलायला सुरूवात केली. "आज यशोदा माता मला विचारत होती! सगळे तुझ्याविषयी आणि राधेविषयी जे बोलतात, ते सत्य आहे का?"

"मग? तुम्ही काय सांगितलं?"

"मी तिला इतकंच सांगितलं की स्वत: राधाच तुला योग्य वेळी सगळं सांगेल."

"इतकी मोठी जबाबदारी तुम्ही माझ्यावर सोपवली तर!"

"हो! ती जबाबदारी तूच उत्तमरित्या पार पाडशील."

"समोरच्याची स्तुती करणं कुणी तुमच्याकडूनच शिकावं!"

"राधे, कोणतीही स्तुती हे वस्तुत: एक काव्य असतं आणि काव्य तुझ्यासारख्या रूपवतीकडे पाहूनच सुचतं. त्यामुळे मी तुझी स्तुती करत असेन, तर त्याचं कारणही तूच आहेस."

"माझंच वाक्य खरं ठरलं. स्तुती करण्यात तुमचा हात कुणीच धरू शकणार नाही! हे पहा! तुमची स्तुती ऐकल्यावर मला जे बोलायचं होतं तेही मी विसरले! बरं झालं आठवलं. माझी माताही असेच प्रश्न विचारत होती. मी काहीच लपवलं नाही. यात लपवायचं ते काय? अनेक शतकांमध्ये एकदा जन्म घेणाऱ्या पुरूषावर माझ्यासारख्या युवतीचं मन जडलं, तर गैर काय? माताही काही म्हणाली नाही."

"मीसुद्धा मातेपासून काही लपवलं, असं नाही. ज्याअर्थी तू तिला सत्य सांगणार आहेस, त्याअर्थी निश्चितच सांगण्यासारखं असं काही तरी आहे हे तिच्या लक्षात आलंच असेल."

"नाथ, हे सत्य ऐकून त्यांना आनंदच होईल. मात्र तुमच्या जन्माचं सत्य त्यांना समजल्यावर त्यांना काय वाटेल?" राधेने विचारलं.

"तो क्षण तिच्यासाठी दु:खदायीच असेल. त्यामुळेच मी वृंदावनाबाहेर पडल्यावर तिने तुझ्याकडे यावं, असं मला वाटतं. जे ज्ञान मला ज्ञात आहे, तेच तुलाही ज्ञात आहे. तू विवेकी आहेस. तूच तिचं योग्य मार्गदर्शन करशील. आपण कोण आहोत हे समजल्यावर ती भक्तीभावाने ज्ञानार्जन करेल."

"पण माझं काय? त्यांच्याप्रमाणे मलाही तुमचा विरह सहन करावा लागेलच." राधा हिरमुसून म्हणाली.

मी तिच्या हनुवटीला हात लावला आणि तिचं चित्त माझ्याकडे वेधून म्हणालो, "राधे, हे काय? तू यशोदा मातेला समजवशील असं समजून मी वृंदावन सोडणार आहे. या मानवी देहाच्या आणि मनाच्या मर्यादा मी जाणतो. हे मानवी मन चंचल आहे. ते तुलाही उदास करेलच. मात्र तू धैर्य बाळगून वृंदावनवासीयांचा आधार व्हायला हवं. आपली भेट होणारच आहे. हा अवतार संपतांना मी तुझ्याकडेच परत येईन आणि तुझ्यासहच परमधामाकडे प्रस्थान करेन हे वचन देतो."

"तुमच्या या शब्दांमुळे मी निश्चिंत झाले. मन कितीही दु:खी झालं, तरी मी मनाची समजूत काढू शकेन. स्वत: दिलेलं वचन श्रीहरी पूर्ण केल्याशिवाय राहणार नाहीत."

"राधे, सगळे गोपगोपी नृत्य करत आहेत. सगळे आनंदी असतांना आपण भविष्याबाबत विचार करून पुन्हा निराश का व्हावं? जेव्हा ती वेळ येईल

तेव्हा दु:ख होणार आहेच. मलाही हृदयावर दगड ठेवूनच वृंदावन सोडावं लागणार आहे. तो विचार बाजूला ठेव. चल! सगळे तलावाजवळ जात आहेत. आपणही जाऊ!"

"आपण एकत्र गेलो, तर सगळ्यांची शंका खरी ठरेल."

"ती शंका खरीच आहे! मग भीती कसली?"

आम्ही एकत्रच तलावाकडे जाऊ लागलो.

नृत्य करून हर्षोल्हासित झालेले सर्व गोप पाण्यात शिरले. एकमेकांवर पाणी उडवत ते हास्यविनोद करत होते. गोपिका तीराजवळ उभ्या होत्या. त्याही तीरावर उभ्या राहूनच हाताने एकमेकींवर पाणी उडवत होत्या. काही वेळाने गोप कुडकुडत पाण्याबाहेर पडले. रासमंडपात ठेवलेली वस्त्रे परिधान करून सर्व सहज चर्चा करण्यासाठी जमिनीवर बसले. आम्हा सर्व मित्रमैत्रिणींचे मातापिता हळूहळू घरी जाऊ लागले. आम्ही अनेकदा त्यांच्यानंतर नृत्य करून उशिरा घरी परतायचो. त्या दिवशीही वडील मंडळी घरी परतल्यावर आम्ही टिपऱ्या हाती घेतल्या आणि नृत्य करू लागलो.

असं होतं ते रमणीय वृंदावन! स्वयंपूर्ण, आनंदी आणि समाधानी. एका अर्थी वृंदावन आत्ममग्नही होतं. इतर गावांशी त्याचा संबंध यायचा, तो केवळ व्यापाराच्या निमित्ताने. प्रात:कालीच कामाची सुरूवात करणं, दिवसभर शेती आणि पशुपालन करणं आणि रात्री सर्वांनी आनंदाचे चार क्षण एकत्र व्यतित करणं हीच वृंदावनाची आणि पूर्वीच्या गोकुळाची जीवनपद्धत होती.

मी वृंदावनात लहानाचा मोठा झालो. तिथलं सकस अन्न आणि दुधातूपामुळे मी बलदंड झालो. कंसासारख्या राक्षसाचा वध करण्यास समर्थ झालो. माझ्या संपूर्ण जीवनाकडे बघता तो काळ तुलनेने लहान असला, तरी त्या आठवणी माझ्या मनात सदैव उमललेल्या फुलाप्रमाणे ताज्या आणि टवटवीत राहिल्या. त्या लहानशा काळानेही मला खूप काही दिलं. अनेक मित्र दिले. मधुमंगल, सुबाहु, सुबल, भद्र, भोज, वरूथप, श्रीदामा! किती नावं सांगू? गोपगोपींनी माझ्यावर अगदी भक्तीभावाने प्रेम केलं. सर्वांत महत्त्वाचं म्हणजे राधेला माझ्या विरहाचा शाप मिळूनही मला तिच्यासह एकाच गावात काही वर्षे राहता आलं. पुढे मी मथुरेत गेलो, शिक्षणासाठी आश्रमात गेलो, द्वारका वसवली आणि पांडवांना सर्वतोपरी सहकार्य केलं. त्या सगळ्याची मूळं माझ्या वृंदावनातील निवासात दडली होती. माझ्या जीवनाचा उद्देशही मी तिथेच माझ्या कृतीतून घोषित केला होता. सातत्याने माझा प्राण घेण्यासाठी राक्षसांना पाठवणाऱ्या कंसाचा वध करण्याचा निश्चयही

तिथेच झाला होता. काही दशकांनंतर माझं अवतार कार्य संपवून मला पुन्हा
वृंदावनातच परतायचं होतं!

राधा

"खरंच? माझा विश्वासच बसत नाही! क्षमा करा, तुमच्यावर अविश्वास आहे असं मुळीच नाही. मी आश्चर्याने म्हणाले. कारण मी ऐकलेली कथा वेगळीच होती! तुम्ही श्रीकृष्णांची फक्त एक सखीच होतात आणि श्रीकृष्ण तुम्हाला सोडून गेले इतकंच मी ऐकलं होतं. हे आज नव्यानेच ऐकतेय! तेही तुमच्याकडून!" श्रावणी म्हणाली.

"स्वाभाविक आहे."

"आम्ही गो विथ द फ्लो वगैरे म्हणतो, म्हणजे भावनांच्या प्रवाहावर विश्वास ठेवून पुढे जाणं. तुम्हाला त्या क्षणी जे योग्य वाटलं, ते तुम्ही केलं. अर्थातच तुम्ही गोलोकापासूनच सोबत असल्याने तो निर्णय उचितही ठरला. जीवनात दुसरं कुणीच नको हे तुम्हाला अगदी पक्कं माहीत होतं."

"हो. जीवनात अनेकदा तुमचं मन जे सांगतं त्यावर विश्वास ठेवण्याशिवाय पर्यायही नसतो. तर्क कितीही उपयुक्त असला, तरी काही ठिकाणी भावनांवर विश्वास ठेवूनच निर्णय घ्यावा लागतो."

"देवी, हे सूत्र मी माझ्या जीवनात वापरू शकते का? हे मी कसं करू शकेन? आज कुणावरही विश्वास ठेवणं धोक्याचं झालं आहे. एखाद्या व्यक्तीचा भूतकाळ काय आहे किंवा तो खरंच कसा आहे हे लगेच कळत नाही."

"मी ज्या सूत्राचा उल्लेख केला, ते सूत्र अविचाराने प्रेमजीवनात अंगीकारता येत नाही. मला त्या क्षणी विवाह करण्याचा निर्णय योग्य वाटला. मात्र मी श्रीकृष्णांना अनादी काळापासून ओळखते हे तू विसरू नकोस. त्यामुळे अधिक विचार न करता उत्कट भावनेवर विश्वास ठेवून कोणताही निर्णय घ्यावा असं मला

मुळीच म्हणायचं नाही हे तू जाणून घे. अनेक उपनिषदांमध्ये प्रकृती आणि पुरूष या तत्त्वांना मध्यवर्ती ठेवून विवेचन केलं आहे. तसंच आपल्या या संवादात विवेक आणि विश्वास या तत्त्वांना मध्यभागी ठेवायला हवं. तू तुझ्या प्रियकराला तीन वर्षांपासून ओळखतेस असं तू म्हणालीस. या काळात त्याचा मूळ स्वभाव कसा आहे आणि तो किती कर्तृत्ववान आहे हे तुझ्या लक्षात आलं असेल. ती कौटुंबिक समस्या उद्भवली नसती, तर तू उत्कट भावनेवर विश्वास ठेवून निश्चितच विवाह करण्याचा निर्णय घेऊ शकली असतीस."

"हो." प्रियकराचा उल्लेख होताच श्रावणी क्षणभर विचलित झाली. पण त्याबाबत अधिक विचार न करता ती म्हणाली, "मी तुम्हाला भेटले आणि फक्त प्रेमाबाबतच बोलत राहिले! आम्ही माणसं किती अभागी आणि बुद्धीहीन असतो! साक्षात तुम्ही माझ्या समोर आलात आणि मी माझंच दुःख उगाळत बसले. तुम्हालाही त्याबाबतच बोलायला लावलं. तुमच्याकडून किती गोष्टी जाणून घेता येतील! ते भाग्य पदरात पाडून घ्यायचंही मला सुचलं नाही."

"श्रावणी, असं म्हणू नकोस. तुझ्या जीवनातील ती समस्या दूर करण्यासाठीच मी तुला भेटले, असं समज. आपण प्रेमाबाबतच बोलायला हवं, असं काही नाही."

"मला तुमचा जीवनाबाबत, म्हणजे मानवी जीवनाबाबत, काय दृष्टीकोन आहे हे जाणून घ्यायला आवडेल."

"तुझी जिज्ञासा पाहून मला आनंदच झाला. पण माझ्या बोलण्याला प्रवचनाचं स्वरूप यायला नको, असं मला वाटतं. कारण तुझ्याशी बोलावे म्हणूनच मी तुला भेटले. आपण जीवनाबाबत नक्कीच बोलू. तुला नेमकं काय जाणून घ्यायचं आहे ते मला सांग."

"अम्..." श्रावणी काहीसा विचार करून म्हणाली, "माझ्या मनात खूप प्रश्न आले. सगळ्यात आधी एक प्रश्न विचारते. तुम्हाला मानवी जन्म घेऊन कसं वाटलं? मी बऱ्याचदा ऐकते की गंधर्वांना शाप म्हणून मानवी जन्म मिळाला. बहुदा भीष्मांनाही. इतकंच काय? तुम्हालाही!"

"तुझा प्रश्न चांगला आहे. मानवी जीवन हे गंधर्वांना आणि देवतांना हीन वाटत असलं, तरी मला ते रमणीयच वाटलं. बहुदा माझ्यासह कृष्णासारखा सखा होता म्हणूनही असेल. पण तो तरी जन्मभर कुठे सोबत होता? मी माझा मानवी जन्म दुःखातच काढला. मानवी जीवनच व्यर्थ आहे, असं मी म्हणणार नाही. माझ्या अनुभवावरून मी विश्वाबाबत विचार करू शकत नाही. मी जे पाहिलं, ऐकलं आणि अनुभवलं, त्यावरून मी मानवी जीवनाला रमणीयच म्हणेन. माझ्या दुर्दैवाने

मला श्रीकृष्णांचा वियोग सहन करावा लागला. पण तसं झालं नसतं तर? मी त्यांच्यासह राहिले असते तर? मी जन्मभर आनंदीच असते! तो आनंद उपभोगण्याची सुवर्णसंधी म्हणजे हे मानवी जीवन. बहुतांश मनुष्य ती संधी गमवतात आणि अनुचित वर्तन करून संपूर्ण मानवजातीची प्रतिष्ठा धुळीस मिळवतात म्हणून गंधर्वांचं मत तसं झालं असेल."

"मृत्यू अपरिहार्य आहे. आत्मा मरत नाही हे श्रीकृष्णांनी गीतेत सांगितलं आहेच. पण आपल्यासोबत जे आहेत ते पुढील प्रवासात सोबत नसतील ही भावना मनाला दु:ख देतेच. या दृष्टीने जीवनाकडे पाहिल्यावर जीवन ही एक शोकांतिका वाटायला लागते." श्रावणीने मोकळेपणाने तिचं मत व्यक्त केलं.

"ती बाब कुणीच नाकारू शकत नाही. जे दु:खद आहे, ते दु:खद वाटेलच. मात्र वियोग होण्याची खात्री असल्यानेच संयोगाचं महत्त्व वाढतं हे लक्षात घे. एका मनुष्याला अनंत काळ जिवंत राहण्याचं वरदान मिळालं, तर काय होईल? कष्ट करण्याची प्रवृत्ती नष्ट होईल. मृत्यूच होणार नाही हे जाणल्यावर सुख प्राप्त करण्याची तत्परताही राहणार नाही. सुखही काही दशकांनंतर कंटाळवाणं होईल. अशा जीवनात काय मौज? परमेश्वराने सगळा विचार करूनच या सृष्टीची रचना केली."

"असं उत्तर मी पूर्वी कधीही ऐकलं नव्हतं. तुम्ही आशा निर्माण करण्यासाठी दु:खद गोष्टींनाही सुखद न म्हणता अतिशय तर्कयुक्त पद्धतीने माझे डोळे उघडले. देवी, परमेश्वराने इतकं मोठं विश्व निर्माण केलं. इतक्या मोठ्या विश्वात माझ्यासारख्या माणसांना काय महत्त्व आहे? असंख्य ग्रह, तारे आणि न जाणे काय काय या ब्रह्मांडात आहे. या सगळ्यांसमोर मी किती लहान आहे!"

"तुला याची जाणीव असणंही अगदी चांगलं आहे. हे जाणल्यावर माणूस कधीही अहंकारी होऊ शकत नाही. पण तुझा विचार पूर्णत: योग्य आहे, असंही नाही. तू आकाराने लहान असशीलही. मात्र तुझं अस्तित्व ग्रहांएवढंच महत्त्वपूर्ण आहे. मनुष्य आकाराला खूप महत्त्व देतो. मात्र चैतन्य हे आकारहीन असतं. तुझ्यात जे चैतन्य आहे, तो या वैश्विक चैतन्याचाच भाग आहे. तुझं चैतन्य वेगळं आणि विश्व वेगळं, असं नाही. हेच एका अर्थी अद्वैत आहे."

"मी चैतन्याबाबत यापुढे असाच विचार करेन. पण जीवनातल्या दु:खाचं काय? तुम्ही स्वत: आजन्म दु:खी होतात, असं तुम्ही सांगितलं. या दु:खामुळे अनेक जण आधीच भौतिक सुखांपासून दूर जातात. दु:ख टाळण्यासाठी ते सुखही टाळतात. पण सगळ्यांनाच ते शक्य होत नाही. माझ्यासारख्या तरूणीला सामान्य माणसासारखंच जगायचं आहे. अशा वेळी दु:खाला कसं हाताळावं?"

"तू श्रीकृष्णांच्या चरित्राबाबत चिंतन कर. स्वत: योगेश्वर असूनही ते जीवनापासून दूर गेले नाहीत. त्यांनी सर्व सात्त्विक सुखांचा स्वीकार केला आणि अकाली निवृत्त होण्याचा विचार करणाऱ्या अर्जुनालाही योग्य दिशा दाखवली. तीन प्रकारचे लोक असतात. एक म्हणजे जीवनात दु:ख येणार आहे म्हणून आधीच सुख नाकारणारे. दुसरे म्हणजे जीवनाचा साकल्याने विचार न करता सुखदु:खाचा चक्रात अडकणारे आणि तिसरे म्हणजे जीवनाचा सर्वांगीण विचार करून प्रत्येक भावनेचा आदर करणारे. पहिल्या प्रकारच्या माणसांना संन्यस्त होऊन ब्रह्मज्ञानाकडे जाण्याची इच्छा असेल, तर आपण त्यांच्या निर्णयाचाही आदर करायला हवा. दुसऱ्या प्रकारची माणसं जीवन जगतात खरं, पण तिथे मनुष्यत्वाचा संकोच होतो. मनुष्याला इतकी बुद्धी आणि प्रतिभा दिली, तरी तो इतर प्राण्यांप्रमाणेच जगतो ही बाब दुर्दैवी आहे. केवळ आहार, निद्रा, वर्चस्व आणि शरीरसुखामागे धावण्याची क्रिया इतर प्राणीही करतात. मनुष्याने गहन विचार करून जीवन जगावं म्हणूनच त्याला विशेष बुद्धीमत्तेचं वरदान दिलं आहे. ईश्वरी अवतार असल्याने श्रीकृष्णांना या विश्वाचं सत्य माहीत होतं ही बाब क्षणभर बाजूला ठेवू. त्यांनी मनुष्य जन्मातही गुरूच्या आश्रमात अध्ययन करून तत्त्वज्ञान जाणून घेतलं होतं. अगदी बालपणापासूनच ते विचारी होते. त्यामुळेच इंद्राची पूजा करण्याऐवजी गोवर्धनाची पूजा करण्याची सूचना ते देऊ शकले. त्यांनी जीवन जसं होतं, तसं स्वीकारलं."

श्रावणीने तिचं मत मांडलं, "तात्त्विकदृष्ट्या मला तुमचं म्हणणं पूर्णत: पटलं. पण या तत्त्वज्ञानाचं अनुसरण करणं मला खूप अवघड वाटतं. दु:खाचा स्वीकार मी करतेच. दुसरा काही पर्याय नसल्याने माझ्यासारखी माणसं दु:खाचा स्वीकार करतात. जीवनाचा एक भाग समजून साक्षीभावाने आम्ही दु:खाचा स्वीकार करत नाही. कारण दु:ख हा एका प्रकारे पराभवच असतो. सुख मिळवण्याचा प्रयत्न करतांना झालेला पराभव! त्यामुळे अहंकारालाही धक्का लागतो. अहंकार दुखावला की विवेक नष्ट होतो."

"अगदी खरं. श्रीकृष्णांनी जे केलं किंवा सांगितलं, ते अंगीकारणं सोपं नसेलही. पण ते तत्त्वज्ञान अंगवळणी पडलं की जीवनाकडे साक्षीभावाने बघता येतं. तू प्रयत्न करून बघ."

"नक्कीच. जीवनाच्या कित्येक पैलूंचा सखोल विचार करता येऊ शकतो! तो मी का केला नाही हेच मला समजत नाही. पण हो! एका तात्त्विक प्रश्नाचा मी मागे खूप विचार केला होता. त्याबाबत बरंच वाचलंही होतं. तो प्रश्न विचारू का?"

"हो! अवश्य!"

"ईश्वराने ही सृष्टी घडवली. पण या सृष्टीतल्या सर्व घटकांचं भवितव्य आधीच निश्चित केलं आहे का? नियतीमुळेच सगळं काही होतं की जीव स्वत:चं भवितव्य स्वत: सुनिश्चित करू शकतात? शतकानुशतकं तत्त्वज्ञ फक्त याच एका प्रश्नाबाबत चर्चा करत आहेत. तुम्ही देवी आहात. श्रीकृष्णाच्या पत्नी आहात. तुम्हाला या प्रश्नाचं उत्तर निश्चितच ठाऊक असेल."

"श्रावणी, मनुष्याने आज बरीच प्रगती केली आहे. पृथ्वीवर उपलब्ध असणाऱ्या संसाधनांच्या आधारे उंच इमारती बांधल्या. विज्ञान विकसित झालं. मात्र तरीही मनुष्याला अजून बराच प्रवास करायचा आहे. तू फक्त आकाशगंगेच्या भव्यतेचा विचार केला, तर मनुष्य अजूनही पृथ्वी नावाच्या एका ग्रहावर नवनवीन खेळणी तयार करत आहे असं वाटेल. मात्र तात्त्विकदृष्ट्या तो सत्याच्या अगदी जवळ पोहोचला आहे, असं म्हणता येईल. तू जो प्रश्न विचारला, तो वैश्विक सत्याचा उंबरठा आहे. या विश्वातील कुणालाही तो ओलांडता येणार नाही. तू याबाबत सखोल विचार करायला हवा. ईश्वराने तुमच्यासाठी कोणती योजना निश्चित केली आहे हे तुम्हाला समजताच तुमच्या अस्तित्वाचा हेतूच नष्ट होईल. ती योजना सृष्टीला ज्ञात नसणं ही बाबच सृष्टीला चालवणारा स्त्रोत आहे. तरीही तुझ्या जिज्ञासापूर्तीसाठी आणि तुझ्या विचारांना दिशा देण्यासाठी मी असं सांगेन की तू दोन्ही घटकांचा विचार कर. बहुदा तुझं जीवन नियतीच संचलित करते आहे आणि तिने तुला स्वातंत्र्यही दिलं आहे."

"मग ऋषीगणांना आणि साक्षात्कार झालेल्या माणसांना या प्रश्नाचं उत्तर कसं मिळतं?" श्रावणीने विचारलं.

"तुला कुणी सांगितलं की त्यांना ईश्वर या सृष्टीची रचना कशी झाली आणि सृष्टीच्या अस्तित्वाचा हेतू काय आहे हे सांगतो? ऋषींना तू विचारलेल्या प्रश्नाचं उत्तर मिळतं हे खरं आहे, पण ते वेगळ्या पद्धतीने मिळतं. अशा प्रश्नांमध्ये न अडकता केवळ सायुज्य मुक्ती साध्य करण्याची इच्छा त्यांच्या मनात निर्माण होते. तीच शास्त्रानुसार अंतिम मुक्ती म्हटली गेली आहे. ईश्वराच्या भक्तीमध्ये ऋषीगण इतके तल्लीन होतात की ते ईश्वराशीच एकरूप होतात. ते या तात्त्विक चर्चेकडे एका टप्प्यानंतर लक्षही देत नाहीत. त्यामुळेच महर्षि पर्वतांवर जाऊन एकांतात तप करायचे! 'ही चर्चा आता खूप झाली. आपण ईश्वरालाच प्रसन्न करायला हवं आणि सायुज्य मुक्ती साध्य करायला हवी', असं त्यांना वाटतं."

"म्हणजे मला माझ्या प्रश्नाचं उत्तर कधीच मिळणार नाही."

"अशी हिरमुसू नको! काही प्रश्नांचं अनुत्तरित राहणंच मानवासाठी

हितकारक आहे. माझ्यावर विश्वास ठेव. तुला अशा काही गूढ प्रश्नांचं उत्तर माहीत नाही म्हणूनच तू जीवन आनंदाने जगू शकतेस."

"देवी, हा आनंदही किती काळ टिकतो? बघता-बघता तुमच्या अवतारालाही शेकडो वर्षे लोटली. मी कधी तारूण्यात प्रवेश केला हे मलाही समजलं नाही. असं वाटतं की आपण काल-परवा शाळेतच होतो! माझ्या आईचे वडील आम्हाला सोडून गेले, तेव्हा मी खूप दिवस याबाबतच विचार करत होते. ते असे अकस्मात कसे गेले? ते निरोगी आणि निर्व्यसनी होते. सगळ्यात महत्त्वाचं म्हणजे आनंदी होते. त्यांचा आनंदही क्षणार्धात संपला. जन्मभर ते समाधानी राहिले, पण ते पर्वही एका क्षणात संपलंच! ही आनंदाचीही मर्यादा नाही का?"

"हो! तू नाण्याची एक बाजू पाहिलीस. दुसऱ्या बाजूचाही विचार कर. ज्याप्रमाणे जीवन अमर्याद नसल्यानेच जीवनाला महत्त्व प्राप्त होतं, त्याचप्रमाणे आनंदही अमर्याद नसल्यानेच त्या मोजक्या क्षणांना महत्त्व प्राप्त होतं. ज्या क्षणी आनंदाची मर्यादा संपेल, त्या क्षणी आनंदाचं महत्त्वही संपेल. त्यामुळे आनंदी असतांनाही तू आनंद कधीतरी संपणार आहे असा विचार केला, तर तो एक क्षणही तुला पूर्णतः अनुभवता येणार नाही."

"देवी, माझ्या जीवनात आनंद पुन्हा येईल का?" श्रावणीने चिंताग्रस्त मुद्रेसह विचारलं.

"का नाही? कुणाच्याही जीवनातून आनंद कायमचा निघून जात नाही. तू अशी निराश का झालीस?"

"तुमच्याशी बोलल्यानंतर मला खूप गोष्टी जाणवत आहेत. मी माझ्या आयुष्यात घडणाऱ्या खूप गोष्टींचा बारीकसारीक विचार करायचे, पण संपूर्ण जीवनाचा या पद्धतीने विचार केला नाही. तुम्ही मला जो दृष्टीकोन दिला, तो मला उपयुक्तच ठरेल. जीवनात पुन्हा आनंदच आला नाही, तर मी या दृष्टीकोनाचा उपयोग कधी करू? मला त्या प्रत्येक आनंदी क्षणाचं महत्त्व समजलं आणि त्यानंतर जीवनात आनंदच पुन्हा आला नाही तर?"

"असं मुळीच होणार नाही." मी विश्वासाने म्हणाले.

"मी त्या एका पुरूषालाच माझं सर्वस्व मानल्याने असं झालं का? माझ्या खूप मैत्रिणी मला म्हणत होत्या की एकाच माणसात इतकं मन गुंतवू नये. आनंदासाठी कुणावर अवलंबूनही राहू नये. स्वतःहून अधिक महत्त्व कुणालाही देऊ नये. मी त्यांचं न ऐकता अगदी मनापासून प्रेम केलं ही माझी चूक आहे का?"

"तुझ्या मैत्रिणींचं मत पूर्णतः चुकीचं आहे, असं नाही. पुरूषच हीन आणि अयोग्य असेल, तर त्याला सर्वस्व मानू नये. उदाहरणार्थ, मंदोदरी ही एक थोर

पतीव्रता होती. तिने रावणासारख्या राक्षसी पुरूषाला तिचं सर्वस्व मानलं होतं. रावणाला वृद्धापकाळातही सीतेसारख्या इतर स्त्रियांची अभिलाषा होती. तारूण्यात तो चारित्र्यहीन होताच. तरीही मंदोदरीने त्याला सर्वस्व मानलं. तिला एक थोर पतीव्रताच म्हटलं गेलं, मात्र तिच्या पदरी शेवटी दु:खच आलं! रावणाच्या कुकर्मांचे आणि पापांचे शिंतोडे तिच्यावर उडाले नाहीत एवढंच तिच्या पवित्र आणि एकनिष्ठ प्रेमामुळे साध्य झालं. मात्र जीवनभर तिला कसं वाटलं असेल? आपला पती तरूणींना बंदिस्त करतो आणि वासनेच्या आहारी जातो हे पाहून तिला निश्चितच अपमानित वाटलं असेल. मात्र रावणाला समजावण्याशिवाय ती काहीच करू शकत नव्हती. त्यामुळेच पुरूषच अयोग्य असेल, तर तुझ्या मैत्रिणींचं मत आपण विचारात घेऊ शकतो. मात्र अक्षरश: कुणालाच आपलं सर्वस्व मानू नये असं त्या म्हणत असतील, तर त्या एका श्रेष्ठ भावनेला मुकत आहेत. मी श्रीकृष्णांना माझं सर्वस्व मानते. मीरेसारखी भक्तही श्रीकृष्णांना सर्वस्व मानते. सीतेसाठी श्रीराम हे तिचं सर्वस्व होतं. गेल्या शतकात भारतात ज्या कर्तृत्ववान स्त्रिया झाल्या, त्यांच्यासाठी त्यांचे पती हे त्यांचं सर्वस्व होतं. पतींच्या मनातही तीच भावना होती. अपवाद असतीलही, मात्र बहुतांश ठिकाणी असंच दिसून आलं. प्रश्न हा पती किंवा पत्नीचा नाहीच. श्रीकृष्ण ईश्वर असूनही मीरेने त्यांना सर्वस्व मानलं. एका कर्तृत्ववान राजासाठी लढणं हे एकनिष्ठ सैनिकासाठी सर्वस्वच असतं. त्यामुळे अशी योग्य व्यक्ती जीवनात असणं आणि तिला सर्वस्व मानणं मुळीच अयोग्य नाही हे मला सांगायचं आहे."

"मी रोहितला सर्वस्व मानलं ही माझी चूक होती की मी योग्य तेच केलं?"

"मी तुला प्रारंभीच सांगितलं आहे. मी तुझ्या वैयक्तिक जीवनातील बारकाव्यांबाबत बोलणार नाही. तुला योग्य दिशा दिसावी आणि तू मार्गस्थ व्हावं, इतकंच मला वाटतं."

"मी फक्त माझ्याबाबत विचारत आहे. मी चूक केली हे समजलं, तर मला तो मार्ग बदलून नव्या मार्गाकडे जाता येईल."

"तू चूक केली की तुझं वर्तन योग्य होतं हे तुझं तुलाच समजेल. तू तितकी विवेकी आहेस हे मला माहीत आहे."

"रोहितही मला विवेकीच वाटला होता. त्याच्या वर्तनामुळे तो अविवेकी सिद्ध होत असेल, तर मीसुद्धा अविवेकीच आहे. इतक्या वर्षांमध्ये मला एक माणूस ओळखता येत नसेल, तर माझ्यासारखी अविवेकी मीच!"

मी किंचित हसून म्हणाले, "श्रावणी, जीवन खूप मोठं आहे. तू असं बोलत आहेस जणू आपण स्वर्गात बसूनच तुझ्या जीवनाविषयी बोलत आहोत!

अजून तुला खूप जगायचं आहे. तीस वर्षांनंतर तुला ही तीन वर्षे अगदी लहान वाटतील. तीस वर्षे कधी गेली हे कळणारच नाही. तू नुकतंच काळाच्या महात्म्याचं वर्णन केलंस ना? मग ते कशी विसरलीस?"

"हो. मला क्षमा करा. मी पुन्हा माझ्याच दु:खात हरवले."

"अशी क्षमा मागू नकोस. मी तुझी सखी होण्याचा प्रयत्न करत आहे आणि तू औपचारिकता अजूनही सोडली नाहीस. मग आपली मैत्री कशी होणार?"

"मी खरंच भाग्यवान आहे. साक्षात तुम्ही माझ्याशी मैत्री करण्याचा विचार करत आहात हे पाहूनच मी भारावले."

"श्रावणी, असं म्हणू नकोस. कारण तुझ्या वाक्यातून दोन अर्थ ध्वनित होतात. एक म्हणजे आपण वेगळे आहोत आणि दुसरा अर्थ म्हणजे तू कुणीतरी कनिष्ठ व्यक्ती आहेस. तू परमात्म्याचाच अंश असल्याने तू माझीच आहेस. अधिक गांभीर्याने विचार केल्यास असंही म्हणता येईल की तू मीच आहेस. हे अद्वैत विसरून कसं चालेल?"

"मला श्रीकृष्णांच्या मित्रांसारखं किंवा तुमच्या वृंदावनातल्या मैत्रिणींसारखं वाटतंय. एक देवी माझी मैत्रीण आहे ही भावनाच वेगळी आहे."

"वेगळी म्हणजे?" मी गमतीने विचारलं.

"सुखद. अर्थातच सुखद!" श्रावणी लगेच घाबरली. आपण काहीतरी चुकीचं म्हटलं, असं तिला वाटलं.

"या कपाळावर आठ्या कशाला? मी गमतीने विचारलं, अगं! तुझ्या मनात काय सुरू आहे हे मला कळणार नाही का?"

"तेही खरं."

"आणि तू रोहितबाबत मोकळेपणाने बोलू शकतेस. मी फक्त तुझ्या प्रश्नाचं उत्तर देणार नाही, एवढंच. तू मन मोकळं कर."

"देवी, तुमचंही खरंच आहे. आता निर्णय मलाच घ्यावा लागणार आहे. या पुरूषांचं आकलन कसं करावं हेच समजत नाही. समाजात स्त्रीच्या मनाबाबत बरंच बोललं जातं. स्त्रीच्या मनात काय सुरू आहे हे कुणालाही समजत नाही, असं म्हणतात. पण स्त्री कधीतरी तिच्या मनातला कल्लोळ व्यक्त तरी करते! हे पुरूष अचानक दूर जातात आणि बराच काळ काही बोलतच नाहीत! स्त्रीने अगदी कैकयीसारखा रुसवा धरला, तरी एक-दोन दिवसात तिला नेमकं काय हवं आहे हे ती सांगते. त्या एका दिवसात आपण नाट्यमय पद्धतीने आपली नाराजी व्यक्ती केल्याने स्त्रीचा राग सगळ्यांच्या चर्चेचा विषय होतो. पण पुरूषांचं काय? त्यांच्या मनात काय सुरू आहे हे कधीही कळत नाही."

“हे अगदी खरं म्हणालीस. साक्षात श्रीकृष्णांच्या चरित्राचा वेधही कुणाला घेता आला? ते एखादी योजना त्यांच्या मनातच कशी रचायचे आणि इतरांना नकळत त्या योजनेत कसे सहभागी करून घ्यायचे याबाबत कवींनी काव्य रचलं. नाटककारांनी नाट्य लिहिलं. मात्र ते या पृथ्वीवर असतांना कुणालाही ते नेमका कशाबाबत विचार करत आहेत हे कळू शकलं नाही.”

“त्यामुळेच पुरूषाला जाणून घेणंही तितकंच कठीण वाटतं.”

“पुरूष स्वभावत:च स्वामित्वप्रिय आहे. त्याच्या शारीरिक रचनेमुळे त्याला प्राचीन काळापासूनच अधिक कष्टाची कामं करण्याची भूमिका मिळाली. शिकारही तोच करत असे. जो अधिक कष्ट करतो आणि भोजनाची व्यवस्था करतो, त्याला स्वामी होण्याचा अधिकारही प्राप्त होतो. हीच जगाची रीत आहे. त्यामुळेच आज तुझ्यासारख्या मुली स्वत:च्या पायांवर उभ्या राहण्याचा प्रयत्न करत आहेत हे पाहून मला आनंद होतो.”

“स्त्रीला आपली गरज नाही हे पाहून पुरूषाचा अहंकार दुखावला जातो का? मला तसा अनुभव आहे. अनेक मुलांना आणि पुरूषांना त्यांच्याहून सामर्थ्यवान असलेली स्त्री आवडत नाही.”

“मला स्त्रीची गरज नाही हे समजणारा पुरूष आणि मला पुरूषाची गरज नाही हे समजणारी स्त्री समानच आहेत. त्या दोघांनाही अस्तित्वाच्या या दोन रूपांचं सौंदर्य जाणून घेता आलं नाही. किंबहुना ‘मला कुणाचीही गरज नाही’ असं म्हणणारी व्यक्ती भ्रमिष्ठच म्हणायला हवी. कारण मानव हा मूलत:च समाजप्रिय प्राणी आहे. अनेक प्राण्यांची मुलं मातापित्यांच्या आधाराशिवाय जगू शकतात, पण मानवाच्या मुलाला बराच काळ मातापित्यांच्या आधारेच जगावं लागतं. मातापित्यांना मुलांच्या संगोपनासाठी इतरांचं सहाय्य घ्यावं लागतं. याप्रकारे मोठा झालेला मनुष्य ‘मला कुणाचीही गरज नाही’ असं कसा म्हणू शकतो? राहिला प्रश्न स्त्री आणि पुरूषाचा, तर सर्व नर आणि नारींना एकमेकांची गरज असतेच. प्राण्यांमध्येही तोच नियम आहे. त्याशिवाय हे सृष्टीचक्र पुढे जाऊ शकत नाही. आपण शारीरिक गरजेचा विचार क्षणभर बाजूला ठेवला, तरीही भावनिक गरजांच्या पूर्तीसाठी स्त्री आणि पुरूषाला एकमेकांची गरज असतेच. त्यामुळे नुकतीच स्वत:च्या पायांवर उभी राहिलेली स्त्री ‘मला कोणत्याही पुरूषाची गरज नाही’ असं म्हणत असेल, तर ती पुरूषांच्याच चुकीची पुनरावृत्ती करत आहे.”

“तुमचं मत अतिशय योग्य आहे. मात्र स्त्रीने असं म्हटलं नाही, तरीही पुरूषांचा अहंकार दुखावतो. रोहित तसा नव्हता. पण मी माझ्या कुटुंबात अशी कित्येक उदाहरणं पाहिली आहेत. इतरत्रही हेच पाहिलं आहे.”

“सामाजिक बदल हे असेच कठीण असतात. वर्षानुवर्षे गोकुळवासी इंद्राची पूजा करत होते. श्रीकृष्णांनी ती रीत बदलताच तो किती क्रोधित झाला, ते ऐकलंस ना? देवतांच्या राजाचीच ही गत, तर सामान्य पुरूषांचं काय? प्रत्येकाने काळाची स्पंदनं ओळखायला हवी. मध्यंतरी परकीय आक्रमणांमुळे स्त्रियांना केवळ घरापुरतं मर्यादित राहावं लागलं, मात्र ती काही आपली संस्कृती नव्हे. मी तुला म्हटलंच नं! वृंदावनात अगदी सगळ्या गोपी गोपांसह काम करायच्या. अनेक राजे त्यांच्या राण्यांचं मत आवर्जून विचारात घेत असत. अनेक स्त्रियांनी काव्य रचलं आहे. त्यामुळे स्त्रीने केवळ घरापुरतं मर्यादित राहावं हे काही प्राचीन काळी अपेक्षित नव्हतं. आज स्त्रीच्या सबलीकरणामुळे कमीपणाची भावना मनात बाळगण्यापेक्षा श्रीकृष्णांप्रमाणे समाजातील दुर्जनांवर वचक बसवल्यास स्त्रीयाच त्या पुरूषाचा गौरव करतील.”

“नेमकं तेच होतांना दिसत नाही. आज मुलगी बाहेर पडल्यावर पालकांना चिंता वाटते. सार्वजनिक ठिकाणी अगदी अंग चोरून उभं राहावं लागतं. तिथे दुर्जनांचा हात धरण्याची हिंमत खूप कमी पुरूष दाखवतात.”

“असे दुर्जन अगदी रामावताराच्या पूर्वीपासून पृथ्वीवर आहेत. त्यांच्यावर वचक ठेवणं हे बलवान स्त्री आणि पुरूषाचं कर्तव्यच आहे. वेळ आल्यावर देवी चंडिकेचं रूपही धारण करायला हवं.”

“तसं खूपदा वाटतं. निश्चय करूनही प्रतिदिन व्यायाम केला जात नाही. शरीर बळकट असलं, तरी गुंड दररोज मागे लागतील या भीतीने काही केलं जात नाही.” श्रावणीने प्रामाणिकपणे मान्य केलं.

“मग ही परिस्थिती सुधारायला हवी. स्त्री आणि पुरूषांनी एकत्र येऊन या समस्येवर उपाय शोधायला हवा. इच्छा तिथे मार्ग.”

“हो. देवी, तुमच्या काळात पुरूष कसे होते? म्हणजे साधारणत: त्यांचा स्वभाव कसा होता?”

“गेल्या काही शतकांमध्ये खूप काही बदललं. तंत्रज्ञान विकसित झालं. राहणीमान बदललं. पण पुरूष बदलला आहे, असं मला वाटत नाही. तो तेव्हाही साधारणत: तसाच होता. राजे सत्तेचे लोभी होते. राजा दुष्ट असला, तर त्याचे अमात्यही भ्रष्ट असायचे. राजाचा वचक असला, तर अमात्य प्रजेच्या कल्याणासाठी कार्य करायचे. गावात राहणारे पुरूष अहिंसक आणि मनमोकळे होते. आपल्या कुटुंबात आणि नातेवाईकांमध्ये ते रमायचे. ते अनावश्यक वाद ओढवून घ्यायचे नाहीत. याउलट ज्यांना युद्धाची खुमखुमी असायची, ते सदैव राजाचे कान भरायचे. आजही पुरूषांचे असेच प्रकार दिसतात. एक मात्र खरं! तेव्हा

गावं स्वयंपूर्ण होती. व्यक्तीकडे आवश्यकतेपेक्षा अधिक संपत्ती असावी, असं कुणालाही वाटायचंच नाही. त्यामुळे माणसं समाधानी होती. आज पुरूष अर्थ आणि काम या पुरूषार्थांकडे अधिक लक्ष देतात, असं म्हणावं लागेल. प्राचीन काळातही काम हा पुरूषांच्या जीवनाचा मुख्य स्त्रोत होता. मात्र धर्म आणि मोक्षाकडेही पुरूषांचं तितकंच लक्ष होतं."

"पुरूष त्यांच्या भावना व्यक्त करायचे का?"

"काही बाबतीत ते आवर्जून भावना व्यक्त करायचे. उदाहरणार्थ, त्यांची शेती, त्यांचे पशू किंवा त्यांच्या अपत्यांचं संगोपन. असे काही विषय त्यांच्या हृदयाजवळचे होते."

"तुम्ही अपत्याच्या संगोपनाचा उल्लेख केला. तेव्हा अगदी तान्हा असल्यापासून पिता मुलांना सांभाळायचे का?"

"तू ज्या अर्थी विचारत आहेस, त्या अर्थी मुलांना सांभाळणं पित्याला शक्य नव्हतं. कारण समाज संपूर्णत: कृषीप्रधान होता आणि एक दिवस घरी राहणंही पुरूषांना शक्य नव्हतं. मात्र ते सूर्यास्तापूर्वीच घरी परतायचे. त्यामुळे त्यांना मुलांसाठी बराच वेळही मिळायचा. प्रसूतीनंतर काही मास स्त्रीच मुलाचं संगोपन करायची. अनेक गोष्टी आजही स्त्रीलाच कराव्या लागतात व निसर्गत: त्या तिलाच कराव्या लागणार आहेत."

"हो. रोहित भेटण्यापूर्वी मला वाटायचं की सगळे पुरूष सारखेच असतात. पण तो आणि त्याचे काही मित्र भेटल्यावर माझं हे पूर्वग्रहदूषित मत बदललं. संयम नावाची एक गोष्टही पुरूषाला किती सुंदर आणि महान बनवू शकते हे मला दिसलं. खरं तर पुरूषाला निसर्गाने खूप काही भरभरून दिलं आहे. बलशाली शरीर दिलं आहे. काहीतरी मिळवण्याची जिद्द दिली आहे. त्यांना स्त्रियांप्रमाणे मासिक धर्मही नाही. गर्भाराधनामुळे नऊ महिने स्वत:ची विशेष काळजी घेण्याची आवश्यकता नाही. अनेक पुरूषांनी अतिशय महत्त्वाचे शोध लावून इतरांचं जीवन सुखकर केलं आहे. मी ज्या चार-दोन उणिवांचा उल्लेख केला, त्याही संयम बाळगल्यास सहज दूर होऊ शकतात."

"निश्चितच! अशा अनेक उत्तम पैलूंचाही आपण विचार करायला हवा. पुरूषाचं प्रेम हे सदैव स्त्रीकेंद्रित असतं. ते कधीही आत्मकेंद्रित नसतं. मी काय आणि किती देऊ शकतो याचाच विचार प्रियकर सदैव करत असतो. अनेक कवींनी अतिशय सुंदर काव्ये याच स्वभावामुळे रचली. पुरूष एकदा सर्वार्थाने प्रेमात पडला की प्रेयसी ही त्याची एक अस्मिताच होते. ती अस्मिता तो सदैव जपतो. प्रेसयीसुद्धा पुरूषावर तितकंच प्रेम करते. स्त्री स्वभावत:च लक्ष आकर्षून

घेणारी आहे आणि पुरूष स्वभावत:च लक्ष देणारा आहे. स्त्रीचं प्रेम हे पुरूषासाठी एक आमंत्रण असतं आणि पुरूषाचं प्रेम हा एक अविरत प्रयत्न असतो. निसर्गानेही याच सूत्राने पुरूष आणि स्त्रीला घडवलं आहे. आजच्या काळात या भूमिका बदलत असतीलही. मात्र तू स्वत:च्या मनाचाच विचार केलास, तर तुलाही हे दिसून येईल. तुझ्या नात्यातही मुख्य समस्या कोणती आहे? तू रोहितला आमंत्रित केलं आहेस. तुझ्याजवळ बोलावलं आहेस. मात्र त्याच्या प्रयत्नांमध्ये खंड पडला आणि समस्या उद्भवली. ते योग्य की अयोग्य हे आपण तूर्त बाजूला ठेवू. आता स्त्री-पुरूषाच्या स्वभावाचा विचार करू. स्त्री-पुरूषाच्या या संबंधात दोघांची भूमिकाही तितकीच महत्त्वाची आहे. पुरूषाचे प्रयत्न हे अधिक महत्त्वाचे आणि स्त्रीची भूमिका न्यून, असं मुळीच नाही. याबाबत सखोल विचार केल्यास असंही म्हणता येईल की स्त्रीची भूमिका प्रथमत: आमंत्रकाची असेलही, मात्र प्रेमसंबंध प्रस्थापित झाल्यावर स्त्री कोणत्याही संकटाचा सामना करण्यासाठी स्वत:हून पुढे सरसावते. ती पतीची प्रतीक्षा करत नाही. ती प्रयत्नपूर्वक नातं टिकवते. हेच त्या दोघांच्या नात्याचं सौंदर्य आहे."

"तुमचं हे चिंतन किती सुरेख आहे! स्त्रीने पूर्णत: पुरूषासारखं व्हावं, असा अट्टाहास केला जातो. माझं मत काहीसं वेगळं आहे. स्त्रीने पुरूषाच्या खांद्याला खांदा लावून समान उंचीवर उभं राहावं, असं मला वाटतं. या प्रवासात स्त्रीचा स्वभाव सोडण्याची मुळीच आवश्यकता नाही. सगळेच पुरूषासारखे झाले, तर जग किती एकसुरी होईल! कुणी कितीही थट्टा केली, तरी स्त्रीने तिचा स्वभाव सोडू नये. पुरूषी गांभीर्य आणि शृंगाराबाबत विरक्ती ही श्रेष्ठ असून स्त्रीची चंचलता आणि शृंगारप्रियता कनिष्ठ आहे, असं म्हणत स्त्रीची चेष्टा केली जाते. मात्र त्याच शृंगाराबाबत लांबलचक कविताही लिहिल्या जातात. स्त्री हे अस्तित्वाचं दुसरं रूप आहे. ते सुंदर, सहृदय आणि शांतीप्रिय आहे. ते नष्ट करण्याची काहीही आवश्यकता नाही." श्रावणीने तिचं मत मांडलं. ती हळूहळू स्वत:चं मतही मांडू लागली आहे हे पाहून मला आनंद झाला. कारण मला असा संवादच अपेक्षित होता.

"अगदी खरं. स्त्रियांना या चांगुलपणाचा कधी-कधी त्रासही होतो. नाही असं नाही. त्या एका दिवसातच कुणावर भाळत नाहीत, मात्र एखाद्या व्यक्तीवर प्रेम जडल्यानंतर त्यांना सहजासहजी ते विसरताही येत नाही."

"यामागेही एक ऐतिहासिक कारण असावं का? पुरूषांना अनेक विवाह करण्याची मुभा होती. मात्र स्त्रीचा केवळ एकच विवाह होत असे. त्यामुळे एकाच

पुरूषात मन गुंतवण्याची सवय तिला प्राचीन काळापासूनच लागली असावी. याउलट पुरूषांनाच फक्त एका स्त्रीमध्ये मन गुंतवणं जड जात असावं. अर्थात श्रीरामांप्रमाणे एकपत्नीव्रत घेणारे पुरूष प्राचीन काळातही होते आणि आताही आहेतच. सगळ्यांनाच एकनिष्ठ असणं जड जातं, असं नाही."

"व्यक्ती तितक्या प्रवृत्ती हेच खरं. समाजात मोजके पुरूष इतर सर्वांसाठी आदर्श असतील, तर समाजात आदर्श पुरूषांची संख्या कमी आहे हे वेगळं सांगायला नको. हेच सूत्र तशी वेळ आल्यास स्त्रियांनाही लागू होईल. जे कमी प्रमाणात असतं, त्याचं महत्त्व आपोआपच वाढतं. हा सृष्टीचा एक साधा नियम आहे."

"हो. तुमच्याशी बोलल्यावर मला यामागे एकच कारण आहे, असं वाटतं. जीवनाचा, पुरूषत्वाचा आणि प्रेमाचा सखोल विचार न करता जगणं. तुम्ही प्रेमाचे इतके पैलू समजावून सांगितल्यावर मला डोळसपणे प्रेम करण्याचा अर्थ नव्याने समजला. त्याप्रमाणे आपलं व्यक्तिमत्त्व, स्त्रीच्या अपेक्षा आणि समाजाची बदलणारी रचना विचारात घेऊन पुरूषाने स्वत:ला आकार दिला, तर बघता-बघता तो सर्वांना हवाहवासा वाटेल."

"निश्चितच! पुरूष असो किंवा स्त्री. मनुष्यजन्म हा विवेकाला जागृत करून या विराट अस्तित्वाची अनुभूती घेण्यासाठीच तुम्हाला मिळाला आहे. हे जीवन किती मौल्यवान आहे! फक्त ही एक गोष्ट तुला पूर्णत: जाणवली, तरी तू प्रत्येक क्षण उत्कटतेने जगशील. प्रत्येक क्षणाचा उपयोग विचारपूर्वक करशील."

"तुमची भेट झाल्याने माझं जीवनच बदलणार आहे. ही किती गमतीशीर गोष्ट आहे की आपली भेट झाली हे कुणालाही पटणार नाही! अगदी माझ्या मातापित्यांनाही अनेकदा सांगितलं, तरी त्यांना हे पटणार नाही. देवाचं किंवा देवीचं दर्शन होऊ शकतं हे त्यांना तत्त्वत: मान्य आहे. पण मी राधादेवींना भेटले हे त्यांना पटणारच नाही हा विचार मला गमतीशीर वाटतो."

"बहुदा तुझ्या जीवनपद्धतीत झालेला बदल पाहून त्यांना पटेलही!"

"नाही. ते म्हणतील की वृंदावनात जाऊन, तिथलं वातावरण पाहून आणि राधाकृष्णाचं चरित्र ऐकून ही बदलली! फारफार ते इतकंच मान्य करतील." माझी प्रत्यक्ष राधेशी भेट झाली हे श्रावणीला स्वाभाविकत: सर्वांना सांगावंसं वाटत होतं. ते कुणालाही पटलं नसतं. माझ्याकडून त्याबाबत एखादा उपाय जाणून घेण्याचा ती प्रयत्न करत होती.

"त्यांना नाही पटलं, तर तू तरी काय करणार? तू मात्र या भेटीचा उद्देश विसरू नको."

"हो. मला क्षमा करा. मी इतर काय म्हणतील, याचाच विचार करू लागले."

"अगं, मनुष्यस्वभावच असा आहे!"

"देवी, अजून एक प्रश्न विचारू?" श्रावणीने अगदी नम्रतापूर्वक विचारलं.

"अवश्य!"

"सर्वच देवतांना या सृष्टीचं मूळ सत्य माहीत आहे का? ते सर्वच याप्रकारे चिंतन करतात का? मी असा प्रश्न विचारणंही उद्धटपणाचं आहे. पण तुम्ही सांगितलेल्या कथेत इंद्र एखाद्या सामान्य मनुष्याप्रमाणे रागावला हे ऐकून मला नवल वाटलं. कर्णामुळे सूर्यदेव आणि इंद्रदेव यांच्यात वादही झाला होता, असं म्हणतात. सर्व देवता तुमच्याप्रमाणे विचारी आहेत, तर त्यांच्याकडून हे असं वर्तन कसं घडलं?"

"अगं, देवताही या सृष्टीचक्राचाच एक भाग आहेत. त्यांचे राक्षसांशी युद्ध होते. अनेकदा इंद्राला नारायणांकडे जाऊन त्यांची प्रार्थना करावी लागते. राक्षसांचा वध करण्याचं नम्र आवाहन करावं लागतं. तू परमात्मा आणि देवता या दोघांनाही एक समजू नको. एका अर्थी देवतांमध्येही परमात्म्याचा अंश आहेच. मात्र देवता सगुण आहेत आणि परमात्मा निर्गुण आहे. परमात्म्यानेच ही सृष्टी व्यापली आहे. राहिला प्रश्न विचारी असण्याचा, तर देवताही निश्चितच सृष्टीचा साकल्याने विचार करतात." मी किंचित स्मित करत म्हणाले, "इंद्र अनेकदा आश्चर्यकारक कृती का करतात हे तू त्यांनाच विचार. मी योगेश्वर श्रीकृष्णांचीच भार्या असल्याने त्यांच्याकडून या विश्वाची रचना जाणून घेण्याचा निश्चितच प्रयत्न करायचे. ज्याप्रमाणे पार्वतीदेवी भगवान शंकरांना नित्य प्रश्न विचारायच्या आणि त्यांच्याकडून या विश्वाचं रहस्य जाणून घ्यायच्या, त्याप्रमाणे मीसुद्धा भगवान श्रीकृष्णांशी चर्चा करायचे. त्यांना प्रश्न विचारायचे. गोलोकात. पृथ्वीवर नव्हे."

"मग ज्याप्रकारे श्रीकृष्णांनी गीता सांगितली, तसं तुम्हीसुद्धा..."

"नाही. इतक्या मोठ्या प्रमाणात नाही. मात्र मी यशोदा मातेला आधार दिला. नंदजींना उपदेश दिला. त्यांना मी माझा परिचय द्यावा, अशी श्रीकृष्णांची इच्छा होतीच. त्यानुसार ते मथुरेत गेल्यावर मी व्याकूळ झालेल्या यशोदा मातेला भेटले आणि आमची विस्तृत चर्चा झाली."

"आणि श्रीकृष्ण वृंदावनात असतांना तुमची तात्त्विक चर्चा व्हायची का?"

"हो! अनेकदा! एकदा अष्टावक्र मुनी वृंदावनात आले होते. तुला अष्टावक्र मुनी माहीत आहेत का? त्यांना भेटण्याची संधी मला वृंदावनात असतांनाच प्राप्त झाली."

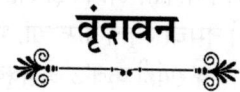

वृंदावन

त्या दिवशी प्रात:काली श्रीकृष्ण आणि राधा एका वटवृक्षाखाली बसले होते. पक्ष्यांचं गुंजन कानी पडत होतं. वृक्षाच्या लांब फांद्यांवर अनेक पक्षी बसले होते. गार आणि मंद वारा त्यांच्या अंगाला स्पर्श करत होता. दोघेही विविध विषयांबाबत बोलत बसले होते.

श्रीकृष्णांना बोलता-बोलता दुरून एक साधू येतांना दिसला. ते दूर कुठेतरी बघत असल्याचं पाहून राधेनेही त्या दिशेकडे दृष्टी वळवली. ते निकट येताच श्रीकृष्णांनी त्यांना ओळखलं आणि ते म्हणाले, “अष्टावक्र!”

अष्टावक्रांचा चेहरा आनंदाने प्रफुल्लित झाला होता. त्यांच्या डोळ्यांमध्ये विलक्षण तेज होतं. ज्या श्रीकृष्णांचं ते प्रतिदिन ध्यान करत असत, ते श्रीकृष्ण प्रत्यक्ष समोर दिसल्याने त्यांना अतिशय आनंद झाला होता.[१]

अष्टावक्रही कृष्णवर्णाचे होते. दुर्दैवाने त्यांचा कणा आठ ठिकाणी वाकला होता, त्यामुळेच त्यांना ‘अष्टावक्र’ म्हटलं जात असे. मात्र त्यांनी त्यांच्या ज्ञानामुळे समाजात आदराचं स्थान प्राप्त केलं होतं. वृद्ध असूनही त्यांचा चेहरा तेज:पुंज होता. साधू असल्याने स्वाभाविकत: त्यांच्या पाठीवर लांब जटा लोंबकळत होत्या. त्यांच्या मिशा आणि दाढीही बरीच वाढली होती.

राधेने श्रीकृष्णांना विचारलं, “हे कोण?”

“हे खूप मोठे विद्वान साधू आहेत. त्यांच्या रूपाकडे बघून त्यांच्या बुद्धीमत्तेचं मोजमाप करू नकोस. ते थोर आहेत.”

अष्टावक्रांनी श्रीकृष्णांसमोर येताच त्यांचे पाय धरले. श्रीकृष्णांनी

---

[१] ब्रह्मवैवर्तपुराण, श्रीकृष्णजन्मखण्ड, अध्याय क्र. २९

अष्टावक्रांच्या खांद्यांना धरून त्यांना उभं राहण्याची विनंती केली. अष्टावक्र म्हणाले, “प्रभू, आज मी धन्य झालो! माझ्या जीवनाचा अंतिम काळ सुरू आहे. या काळात साक्षात श्रीहरींच्या अवताराचं दर्शन घ्यावं म्हणून मी या वृंदावनात आलो. तुमच्या चरणीच माझा प्राण जावा, अशी माझी इच्छा आहे.”

“आपली भेट झाल्याने मलाही आनंद झाला.”

“प्रभू, मला मृत्यूपूर्वी तुमची स्तुती करू द्या. भक्तीभावे प्रार्थना करू द्या. वस्तुत: तुमच्या स्वरूपाचं वर्णन करणंही केवळ अशक्य आहे, कारण तुम्ही तिन्ही गुणांच्या पलीकडे आहात. तुमचं मूळ स्वरूप या तीन गुणांचा आधारही आहे. मात्र ते स्वरूप निर्गुण आहे. ते निर्गुण परब्रह्मच या तिन्ही गुणांचा निर्माता आहे. हा तुमचा पूर्णावतार आहे हे मी जाणतो. तुमच्या पराक्रमाच्या कथा सर्वत्र प्रसिद्ध आहेत. त्या ऐकूनच मी वृंदावनाकडे आलो. इंद्राला पराभूत करणारा, नागांवरही वर्चस्व प्रस्थापित करणारा, गोवर्धन उचलणारा, अनेक असुरांचा वध करणारा आणि इतकं होऊनही सामान्य मनुष्याप्रमाणे गोपालन करणारा बालक हा निश्चितच परमेश्वरी अवतार असेल हे मी ओळखलं. किंबहुना हे सर्वांच्याच लक्षात आलं आहे. तुमचा मामा कंस याच्या मनातही आता काही शंका राहिली नाही. तुम्हाला पुढील कार्यासाठी लवकरच वृंदावन सोडावं लागणार आहे. त्यामुळे मी शीघ्रातिशीघ्र इथे येण्याचा प्रयत्न केला.”

“तुम्ही इथे आलात हे चांगलंच झालं. तुमच्यासारख्या ज्ञानी आणि तपस्वी पुरूषाच्या चरणांचा स्पर्श या वृंदावनाला झाला हे या वृंदावनाचंही सौभाग्यच आहे.”

श्रीकृष्णांचं वाक्य ऐकून अष्टावक्रांच्या डोळ्यांमधून अश्रूंच्या धारा वाहू लागल्या. “श्रीहरी, तुम्ही किती थोर आणि दयाळू आहात! माझ्या सर्व सिद्धींचं बीज तुम्हीच आहात. मी त्या बीजाचा एक अंशही जाणू शकत नाही, मात्र तरीही तुम्ही मला ज्ञानी म्हणत आहात, हेच तुमचं मोठेपण आहे. मीच काय, वेदसुद्धा तुम्हाला पूर्णपणे जाणू शकले नाहीत. हे व्रजेश्वर! तुम्ही वेदांचेही स्वामी आहात. सर्व देवता तुमच्याच छत्रछायेखाली या सृष्टीला चालवत आहेत. आज तुमच्यासह राधाराणींचं दर्शन झाल्यानेही मी धन्य झालो! त्यासुद्धा तुमच्यासह या सृष्टीचं सृजन आणि संचलन होण्यास कारणीभूत आहेत. मी त्यांनाही मनोभावे वंदन करतो.”

“हे अष्टावक्र मुनी, तुमचं कल्याण होवो. हा तुमच्या जीवनाचा अंतिम दिवस आहे हे मी जाणतो. तुम्हाला निश्चितच सद्गती प्राप्त होईल. मुक्तीचा मार्ग तुम्ही बऱ्याच काळापूर्वी जाणला आहे आणि त्यानुसार आचरणही केलं आहे.

आत्मज्ञान कसं प्राप्त होतं, जन्ममृत्यूच्या चक्रातून कसं मुक्त होता येतं आणि वैराग्य कसं प्राप्त होतं याबाबत तुम्ही वर्षानुवर्षे चिंतन केलं आहे.”

“मुनीवर, हे प्रश्न मनुष्याच्या मनातले मूलभूत प्रश्न आहेत. या प्रश्नाचं उत्तर शोधण्याची इच्छा मनात येणं हाच विषयांपासून दूर जाण्याचा पहिला संकेत आहे.” राधा म्हणाली.

“अर्थातच! मुनीवर, तुम्ही कित्येक वर्षे भक्तीभावाने तपश्चर्याही केली आहे. ती अवश्य सफल होईल.”

“प्रभू, हे एक वरदानच आहे. तुमचं ध्यान करूनच मला हे ज्ञान प्राप्त झालं. त्यामुळे मी हे ज्ञानही तुम्हालाच अर्पण करतो. आता मला आज्ञा द्या.”

“अहो!” राधा व्यथित झाली. श्रीकृष्णांनी अष्टावक्रांचा प्राण जाऊ नये म्हणून प्रयत्न करावा, असं तिला वाटत होतं. अंतिमतः ती एक युवती होती आणि तिचं हळवं मन अष्टावक्रांचा मृत्यू टाळण्यासाठी प्रयत्न करण्याची सूचना देत होतं. पण अष्टावक्रांसमोर तिला स्पष्टपणे तसं सांगताही आलं नाही. अष्टावक्रांनी श्रीकृष्णांभोवती एक प्रदक्षिणा केली. श्रीकृष्णांच्या चरणांना अंतिमतः वंदन केलं आणि तिथेच देह ठेवला. अष्टावक्रांचा प्राण अनंतात विलीन झाला.

अष्टावक्रांचा देह श्रीकृष्णांच्या चरणाजवळच पडला होता. श्रीकृष्ण म्हणाले, “अष्टावक्र मुनींच्या पार्थिवावर आपण अंत्यसंस्कार करायला हवे.”

श्रीकृष्णांनी स्वतः अंत्यसंस्कारासाठी चिता रचली. त्यांनी स्वतःच सर्व विधी केले आणि अष्टावक्रांचा देह चितेवर ठेवला. त्या क्षणी श्रीकृष्णांच्या डोळ्यांत अश्रूही तरळत होते. श्रीकृष्णांनी दुःखी अंतःकरणानेच चितेला अग्नी दिला. ते पाहून राधेला अधिकच आश्चर्य झालं. कारण अष्टावक्रांशी बोलतांना अष्टावक्रांचा हा अंतिम दिवस असल्याचं आपल्याला माहीत आहे, असं श्रीकृष्ण म्हणाले होते. त्यावेळी ते दुःखी वाटत नव्हते. कारण मृत्यूचं दुःख आणि भय परमात्म्याला स्वाभाविकतः स्पर्श करू शकत नाही. मृत्यूसुद्धा त्याने निर्माण केलेलीच एक व्यवस्था आहे. मग तरीही श्रीकृष्णांच्या डोळ्यांत अश्रू का आले? राधेला त्या प्रश्नाचं उत्तर हवं होतं.

सायंकाळी राधा आणि कृष्ण पुन्हा भेटले, तेव्हा राधेने तो प्रश्न विचारला. ती म्हणाली, “नाथ, अष्टावक्र मुनी कोण होते? त्यांचा परीचय तुम्ही दिला. मात्र अजून बऱ्याच गोष्टी मला माहीत नाहीत, असं मला वाटतं. कारण सहसा कुणाच्या मृत्यूनंतर तुमच्या डोळ्यांमध्ये अश्रू दिसत नाहीत. कारण आत्मा हा अमर्त्य आहे हे तुम्ही जाणता. मग आज तुमच्या डोळ्यांत अश्रू कसे आले? बरं एवढंच नाही!

माझ्या मनात अजून अनेक प्रश्न आहेत. अष्टावक्र मुनींचं शरीर असं वाकडं का होतं? त्यांची उंचीही लहान होती. मात्र तरीही त्यांचा चेहरा अतिशय तेजस्वी दिसत होता. ज्याअर्थी तुम्ही स्वत: त्यांच्या पार्थिवाला अग्नी दिला, त्याअर्थी ते निश्चितच पुण्यवान असतील. मला या प्रश्नांची उत्तरं हवी आहेत."

"राधे, ती कथा खूप मोठी आहे. ती अत्यल्प वेळात कशी सांगू?"

"मी ऐकायला तयार आहे. जे सांगणं शक्य असेल, ते सांगा. मला त्यांच्या कथेचा सार समजला, तरीही चालेल."

"मग ऐक. तू हे जाणतेस की असितमुनी प्रचेतामुनींचे पुत्र होते. असितमुनींनी आपल्या पत्नीसह पुत्रप्राप्तीच्या इच्छेने दीर्घकाळ तपश्चर्या केली; पण तरीही पुत्रप्राप्ती न झाल्याने ते दु:खी होते. त्यांना कुणीतरी सांगितलं 'मुनीवर, तुम्ही भगवान शंकराकडे जा आणि त्यांची स्तुती करा. तेच तुम्हाला वरदान देतील.' हा सल्ला ऐकून असितमुनी पत्नीसह शिवलोकात गेले आणि हात जोडून भक्तिभावाने महादेवांची स्तुती करू लागले. भगवान शंकरांचं महात्म्य तू जाणतेस. त्याचाच असितमुनींनी पुनरूच्चार केला. महादेवांची आराधना केल्यावर महादेव प्रसन्न झाले व त्यांनी असितमुनींना दर्शन दिलं. भगवान शंकरांना बघताच असितमुनींच्या डोळ्यांतून आनंदाश्रू वाहू लागले. आता निश्चितच पुत्रप्राप्तीचं वरदान मिळेल हा विचार करून ते आनंदित झाले. भगवान शंकर म्हणाले 'हे मुनी, तुम्ही संयम बाळगला पाहिले. मला तुमची इच्छा माहीत आहे. विवाहानंतर अद्याप पुत्र झाला नाही म्हणून निराश होऊ नका. मी तुम्हाला वरदान देतो की तुम्हाला माझ्यासारखाच पुत्र होईल. तुम्हाला मी सांगतो त्याप्रमाणे उपासना करावी लागेल.[२] मी तुम्हाला एक मंत्रही देतो. त्या मंत्राची अधिष्ठाता देवता तुम्हाला वर देण्यासाठी तुमच्यासमोर उपस्थित होईल.' असितमुनी आणि त्यांची पत्नी भगवान शंकरांना नमस्कार करून निघून गेले."

"पुढे काय झालं?"

"भगवान शंकरांनी सांगितल्यानुसार असितमुनी आणि त्यांच्या पत्नीने अनेक वर्षे जप केला. त्यादरम्यान एकदा तुझीही त्यांच्याशी भेट झाली होती. तुला आठवतं? विहार करतांना तू एका मुनींना आशीर्वाद दिला होतास 'तुम्ही मनोभावे तप करत आहात. तुम्हाला निश्चितच खूप ज्ञानी पुत्र प्राप्त होईल.' हे वरदान देऊन तू पुन्हा माझ्याकडे गोलोकात आली होतीस."

"हो. असितमुनींना मी भेटले होते. ते माझ्या स्मरणात आहेच."

---

[2] ही एक *पुराणकथा* आहे. त्या दृष्टीनेच या कथेचा विचार व्हावा.

"त्यानंतर काही काळाने अतिसमुनींना खरोखर पुत्र प्राप्त झाला. तो अतिशय देखणा होता. त्याचं नाव असितमुनींनी 'देवल' असं ठेवलं. देवल पुढे महात्मा झाला. सुयज्ञ राजाची कन्या रत्नमालावती हिच्याशी देवलचा विवाह झाला. मात्र प्रदीर्घ काळ पत्नीसमवेत राहिल्यानंतरही देवल मुनी प्रपंचापासून अलिप्तच होते. ते सर्व भौतिक सुखांचा त्याग करून तपस्येत मग्न असायचे. त्यांना केवळ एक पुत्र होता. एका रात्री देवलमुनी घराबाहेर पडले आणि अंधारातच तपश्चर्येसाठी गंधमादन पर्वतावर गेले. त्यांच्या पत्नीला जाग आली, तेव्हा पती न सांगताच निघून गेल्याचं पाहून ती दुःखी झाली. रडू लागली. अनेक वर्षे पती संसारापासून अलिप्त राहत असल्याने ती आधीच दुःखी होती. त्या दुःखात पतीच्या पलायनाने भर घातली. तिने ऐन तारूण्यात अन्नपाण्याचा त्याग केला. तिचा मृत्यू झाला. त्यांच्या मुलाने तिच्या पार्थिवावर अंत्यसंस्कार केले. देवलांची तपश्चर्या सुरूच होती."

"बिचारी! तिच्या हतबलतेने तिचा प्राण घेतला."

"हो. पुढे काय झालं, ते ऐक! एके दिवशी रंभाने देवल ऋषींना पाहिलं. तिच्यात कामाग्नी प्रज्वलित झाला. तिने देवलांना तसं आवाहनही केलं. रंभेची विनंती न स्वीकारून देवल म्हणाले 'रंभे! ऐक. मी माझ्या पत्नीचाच त्याग केला आहे. जो पुरूष आपल्या पत्नीचा त्याग करून तपश्चर्या करतांना दुसऱ्या स्त्रीशी संबंध प्रस्थापित करतो, त्याची प्रतिष्ठाही त्या क्षणीच धुळीस मिळते. अशा कुकर्मामुळे त्याची तपश्चर्याही फोल ठरते. तप करणाऱ्या पुरूषाचा संपत्ती, सत्ता आणि शरीरसुखाशी काहीच संबंध नाही. मी वृद्ध आहे. तू हा विचार सोड!' देवलांचं हे उत्तर ऐकून रंभा संतापली. तरीही तिने पुन्हा एकदा विनंती केली. मात्र देवल सतत तेच उत्तर देत राहिले. त्यांच्या मनात कामेच्छाच नव्हती. रंभा काहीही केल्या ऐकत नाही हे पाहून देवलांनी तिच्याशी बोलणंच सोडलं. ते ध्यानस्थ झाले. आपला अपमान झाला आहे, असं रंभेला वाटतं. तिने देवलांना शाप दिला 'तुझी सर्व अंगे वाकडी होतील. तुझे सौंदर्य कायमचे नष्ट होईल. तिन्ही लोकांमध्ये तुझ्यासारखा शरीराने विकृत आणि कुरूप पुरूष कुणीही नसेल.' हा शाप मिळाल्यामुळे देवलमुनींचं शरीर कुरूप झालं. तू ज्या असितमुनींना वरदान दिलं, त्यांचाच हा पुत्र! अष्टावक्र![३]"

"तुम्हाला हा भक्त विशेष प्रिय का होता हे आता माझ्या लक्षात आलं.

---

[३] अष्टावक्रगीता रचणारे अष्टावक्र वेगळे. ज्यांनी गीता रचली, ते महर्षि कहोड आणि सुजाता यांचे पुत्र होते. असितमुनींचे पुत्र देवल यांनाही 'अष्टावक्र' या नावानेच ओळखलं गेलं.

शाप मिळाला, तरीही त्यांनी निश्चय सोडला नाही. तो निश्चयही तुम्हाला प्रसन्न करण्याचाच होता. देवलमुनींचा हा दृढनिश्चय प्रत्येक ऋषीसाठी आदर्श आहे. विश्वामित्रांसारखे महान ऋषीही मोहाला बळी पडले आणि त्यांची दीर्घ तपश्चर्या व्यर्थ ठरली. देवलमुनींनी तसं होऊ दिलं नाही."

"हो. पण कथा तिथेच संपत नाही. रंभेकडून शाप मिळाल्यानंतर जेव्हा देवलांनी डोळे उघडले आणि त्यांनी एका सरोवरात जाऊन आपलं प्रतिबिंब पाहिलं, तेव्हा त्यांना त्यांचं विद्रुप झालेलं शरीर दिसलं. ते शरीराच्या ज्या भागाला हात लावून बघत होते, तो प्रत्येक भाग विद्रुप झाला होता. पाठीचा कणा आठ ठिकाणी वाकला होता! ते पाहून देवलमुनी अतिशय दु:खी झाले. त्यांच्या मनात जगण्याची इच्छाच उरली नाही. त्यांनी अग्नी प्रज्वलित केला आणि स्वत:ला अक्षरश: जाळून घेण्यासाठी ते उद्युक्त झाले! पण तेव्हाच मी त्यांना दर्शन दिलं आणि त्यांना थांबवलं. तपश्चर्या सुरू ठेवली, तर मी तुम्हाला पुन्हा अवश्य दर्शन देईल असं आश्वासन दिलं. त्या आश्वासनामुळेच ते थांबले. अन्यथा त्या दिवशी अनर्थ झाला असता. त्यांना मी नकळत 'अष्टावक्र' या नावाने संबोधलं आणि तेव्हापासून तेही स्वत:स अष्टावक्रमुनी म्हणूनच संबोधू लागले."

"तुम्ही भक्तांची अशी काळजी घेता म्हणूनच सर्व देवतांनाही आदरणीय आणि आदर्श वाटतात. ते देवलमुनीही धन्य आणि तुम्हीही धन्य!"

"राधे, त्यानंतर कित्येक वर्षे अष्टावक्रांनी तपश्चर्या केली. ते वृद्ध असूनही मला भेटण्यासाठी इतक्या दूर आले. त्यांचं चैतन्य आता माझ्यातच विलीन झालं आहे. अष्टावक्रांसारखं उग्र तप क्वचितच कुणी केलं असेल. त्यांनी मला प्राप्त करण्यासाठी अन्नाचाही त्याग केला होता. त्यामुळेच त्यांचा देह असा कृश झाला. मात्र रंभेकडून मिळालेल्या शापाने त्यांचा देह आधीच विद्रुप झाला असल्याने त्यांनी कधी या कृश देहाकडे लक्ष दिलं नाही. त्यानंतर शरीर कितीही कृश झालं, तरी त्यांना दु:ख झालं नाही. प्राचीन काळात पुंश्चलीच्या शापामुळे ब्रह्मदेव अपूजनीय झाले, तसेच रंभेच्या शापामुळे अष्टावक्र कुरूप झाले. मात्र आजवर अष्टावक्रांहून मोठा भक्त झाला नाही."

"ही कथा आज प्रथमच तुमच्याकडून ऐकली. तुम्ही हे सांगितलं नसतं, तर एका महात्म्याने आपल्यासमोर देह ठेवला हे मला समजलंही नसतं. तुमच्या प्रियतम शिष्याचं आज मलाही दर्शन झालं."

"अष्टावक्र खरोखर मला प्रिय होता. त्याचं चैतन्य आता माझ्यातच सामावलं आहे."

"नाथ, तुम्ही ब्रह्मदेवांना कुणीतरी शाप दिला असं म्हणालात. ती कथाही

मी यापूर्वी ऐकली नाही. असं काय घडलं होतं?"

"ही कथा गोलोकात तुमच्यापर्यंत पोहोचली नाही म्हणजे नवल आहे!"

"हो. कथा आश्चर्यकारकही वाटते."

"नारदमुनी बराच काळ गोलोकात उपस्थित झाले नाहीत, असं दिसतं. त्यामुळेच ही कथा अद्याप अज्ञात असेल."

"का हो चेष्टा करता त्यांची?" राधा स्मित करत म्हणाली.

"तू म्हणतेस तर नाही करत. मग तर झालं?"

"मला ती ब्रह्मदेवांची कथाही आजच ऐकायची आहे. मला थोडक्यात ती कथा सांगाल का?"

"माझ्या प्रिय राधेला मी 'नाही' कसं म्हणू शकेन? ती कथा थोडक्यात सांगतो आणि त्यानंतर दोघे रासमंडपात जाऊ. सर्वच प्रतीक्षा करत असतील."

"हो."

"एकदा मोहिनीने ब्रह्मदेवांना एकांतात भेटण्याचा प्रयत्न केला. मात्र तो प्रयत्न काही यशस्वी होत नव्हता. मोहिनी एक सेविका होऊन ब्रह्मलोकात राहात असे, मात्र ब्रह्मदेव तिची विनंती मान्य करत नव्हते. एके दिवशी ब्रह्मदेवांनी कोणतंही कारण नसतांना सर्व ऋषीमुनींसमोर मोहिनीची चेष्टा केली. एका अर्थी तिचा अपमानच केला. ब्रह्मदेवांचे शब्द ऐकून मोहिनी रागावली आणि तिने ब्रह्मदेवांना शाप दिला 'ब्रह्मदेव, मी तुमची दासी आहे आणि तुमचा आश्रय घेण्यासाठी इथे आले. तरीही तुम्ही तुमच्या अधिकाराचा गर्व बाळगून माझी चेष्टा करत आहात. यामुळे तुम्ही दीर्घकाळ अपूजनीय होणार आहात. भगवान श्रीहरी लवकरच तुमचं गर्वहरण करतील. प्रत्येक युगात इतर सर्व देवतांची पूजा केली जाईल; पण कुणीही तुमची पूजा करणार नाही. या कल्पातच काय, पुढील कोणत्याही कल्पात, तुमची पूजा होणार नाही.'४ असं म्हणून मोहिनी कामलोकात परत गेली."

"व्रजेश्वर, ब्रह्मदेव सृष्टीचे निर्माते आहेत. मग मोहिनीसारख्या अप्सरेचा शाप ब्रह्मदेवांना कसा लागू शकतो? मला आजवर वाटायचं की श्रेष्ठ व्यक्तीच सामान्य व्यक्तीला शाप देऊ शकते." राधेने विचारलं.

"तुझं विधान अतिशय योग्य आहे. मी सांगितलेल्या प्रसंगात श्रेष्ठ कोण ठरलं आणि सामान्य कोण ठरलं, ते पहा. राधे, ब्रह्मदेव सृष्टीचे निर्माते आहेत. मात्र ते स्वत: माझ्यातून निर्माण झाले आहेत. त्यामुळे त्यांनी असं अनुचित वर्तन केलं.

---

४ ब्रह्मवैवर्तपुराण, श्रीकृष्णजन्मखण्ड, अध्याय क्र. ३१

तर त्यांना योग्य तो उपदेश देण्याचे कार्य मी अवश्य करेन हे मोहिनीला माहीत होतं. त्या प्रसंगात ब्रह्मदेवांबाबत मोहिनीची भावना नैसर्गिक आणि पवित्र होती. सृजन हा विश्वासाठी अत्यावश्यक असा घटक आहे. त्यामुळेच सर्वांच्या मनात वासना असावी, अशी व्यवस्था निर्माण केली. ब्रह्मदेवांकडून आपल्याला तेजस्वी पुत्र व्हावा ही मोहिनीची इच्छा अनुचित नव्हती. तिने विनयपूर्वक ब्रह्मदेवांना विनंती केली होती. तिने कामातूर होऊन अनुचित कृत्य केलं असतं, तर ती ब्रह्मदेवांच्या रोषास पात्र ठरली असती. पण तिने तसं काहीच केलं नव्हतं. ती कामलोक सोडून ब्रह्मलोकात आली होती आणि सेविका होऊन राहात होती. तरीही तिची थट्टा करणं हे ब्रह्मदेवांच्या प्रतिष्ठेस शोभणारं नव्हतं. त्या क्षणी मोहिनीही श्रेष्ठ ठरली व तिचा शाप व्यर्थ गेला नाही."

"त्यानंतर ब्रह्मदेवांनी काय केलं? त्यांना प्रथमच अशा प्रसंगाला सामोरं जावं लागलं असेल."

"हो! तिकडे कामलोकात मोहिनीलाही वाईट वाटत होतं. सृष्टीच्या निर्मात्याला आपण शाप द्यायला नको होता, असं तिला वाटलं. पण त्यानंतर काहीही करणं तिला शक्य नव्हतं. इकडे मोहिनीचा शाप ऐकून ब्रह्मदेव अक्षरश: कंपित झाले. त्यांची दृष्टी लज्जेमुळे झुकली. ऋषींनाही शापातून मुक्त होण्याचा केवळ एकच उपाय दिसत होता. तो म्हणजे भगवान नारायण. मला भेटण्याचा सल्ला देऊन ऋषी आपापल्या आश्रमात गेले. ब्रह्मदेव खरोखर मला भेटण्यासाठी आले. त्यांनी मला घडलेला प्रसंग सांगितला. मला ते ज्ञात होतंच, मात्र मी प्रथमच ती कथा ऐकत आहे असं दर्शवलं. मोहिनीच्या शापानुसार मी ब्रह्मदेवांचं गर्वहरण करणं अपेक्षित होतं. मोहिनीची अपेक्षा योग्य आहे, असं मलाही वाटलं. ब्रह्मदेवांचं गर्वहरण करण्यासाठी मी एक माया रचली. ब्रह्मदेव समोर असतांनाच द्वारपाल माझ्यासमोर आला. दुसऱ्या एका ब्रह्मांडाचे ब्रह्मदेव मला भेटण्यासाठी आले आहेत, असं तो म्हणाला."

"दुसऱ्या ब्रह्मांडाचे ब्रह्मदेव?"

"माया! दुसऱ्याच नव्हे, तर अनेक ब्रह्मांडांचे ब्रह्मदेव मला भेटण्यासाठी आले आहेत आणि माझी स्तुती करत आहेत, असं चित्र मी चतुर्मुखी ब्रह्मदेवांसमोर उभं केलं. ते सर्व अतिशय उत्तमोत्तम स्तोत्र म्हणून माझी स्तुती करत होते. आपल्याला तसे स्त्रोत्र ज्ञातही नाहीत, असं चतुर्मुखी ब्रह्मदेवांना वाटलं. ती माझीच माया होती. ब्रह्मांडात अनेक लोक आहेत आणि अनेक ग्रह आहेत, असं ब्रह्मदेवांना वाटत होतं. ब्रह्मांड मात्र एकच आहे, असा त्यांचा समज होता. तो खोटा ठरला. मी त्यांच्यासमोर अनेक ब्रह्मांडांचे ब्रह्मदेव उभे केले. हे विश्व किती विराट

आहे, याचं दर्शन घडवलं. त्यामुळे आपणच या विश्वाचे निर्माते आहोत हा ब्रह्मदेवांचा भ्रम तुटला आणि त्यांचं गर्वहरण झालं. ते किती आश्चर्यचकीत झाले आहेत हे त्यांच्या मुखाकडे बघूनच मला समजत होतं. अंतिमत: त्यांची मान लज्जेने झुकली. त्यांचा पश्चात्ताप होताच ते सर्व ब्रह्मदेव दूर गेले. चतुर्मुखी ब्रह्मदेव अधिकच आश्चर्यचकीत झाले. त्यांना माझी माया लक्षात आली. त्यांनी मला वंदन केलं."

"मग तुम्ही त्यांना शापातून मुक्त होण्याचा उपाय सांगितला का?"

"हो."

"तो उपाय काय होता?"

"तो मी गोलोकात निवांतपणे तुला सांगेन. आपण अष्टावक्रांबाबत बोलत होतो आणि बोलता-बोलता ब्रह्मदेवांपर्यंत आलो. या कथांबाबत आपण गोलोकात सविस्तर बोलू शकतो. पण वृंदावनात अजून किती काळ रासमंडपात नृत्य करता येईल हे कुणास ठाऊक?" श्रीकृष्णांनी असं म्हणताच राधेचा चेहरा पडला.

"ते तुम्हाला चांगलंच ठाऊक आहे. आज तुमचे परमभक्त अष्टावक्रही म्हणाले की तुम्हाला लवकरच मथुरेत जावं लागणार आहे! तुम्ही माझ्यापासून लवकरच दूर जाणार आहात." राधेच्या डोळ्यांत टचकन पाणी आलं.

"प्रिये, ते सत्य तुला आज नव्याने कळत आहे का? कधी ना कधी मला वृंदावन सोडावं लागणार आहे हे तुला माहीत होतंच!"

"एखादी दु:खद गोष्ट माहीत असली म्हणजे दु:ख होत नाही, असा काही नियम नाही. आज अष्टावक्रांना सद्गती लाभणार आहे हे तुम्हालाही माहीत होतंच. पण त्यांना अग्नी देतांना तुमच्या डोळ्यांतही अश्रू आलेच ना?" नेहमी कृष्णाच्या वाक्यामुळे राधा निरूत्तरीत होत असे, मात्र त्या दिवशी राधेच्या या वाक्यामुळे श्रीकृष्ण निरूत्तरीत झाले.

"तुझं बोलणंही योग्यच आहे. मात्र मी तुला अजून कोणत्या पद्धतीने समजावू? तुझ्यापासून दूर जाणं हे मलाही आवडणार नाहीच. मात्र मला तुझ्यापासून का दूर जावं लागत आहे हे आपण दोघं जाणतो. त्या क्षणी तू संयम बाळगला असता..."

"हो! ती माझी सर्वांत मोठी चूक होती. खरं तर मी तसा संशय घेतला म्हणूनही मी या शिक्षेस पात्र होतेच. मनात असूया निर्माण झाल्याबाबत मी अंत:करण शुद्धीसाठी स्वत:च ही शिक्षा स्वत:ला दिली असती. त्यामुळे मीच स्वत:वर ही वेळ आणली आहे हे तुमचं मत अतिशय योग्य आहे."

"राधे, तू अशी व्यथित होऊ नको. जे झालं, ते झालं. नेमकं या वेळीच पृथ्वीवर असूर वाढले आहेत. मला जन्मभर त्यांचा संहार करत भारतवर्षात फिरावं लागणार आहे. जिथे धर्मप्रवण राजे नाहीत, तिथे पापी राजांचा पराभव करून सदाचारी राजांचा राज्याभिषेक करावा लागेल. हे सगळं करतांना मी प्रपंचाकडे किती वेळ लक्ष देऊ शकलो असतो? त्यामुळे तू अशी दुःखी होऊ नको. हा मनुष्यजन्म बघता-बघता संपेलही."

"हो. मी असा वारंवार धीर सोडायला नको. मी मनाला भविष्यासाठी तयार करतेच आहे. तुम्ही माझी चिंता करू नका."

"चल. आता रासमंडपात जाऊ. तिथे आपण काही क्षणांसाठी हे दुःख विसरू. आज बरीच गंभीर चर्चाही झाली आहे."

"चला." दोघे रासमंडपाकडे निघाले.

श्रावणी

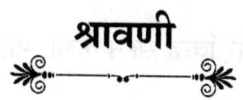

"त्या वयातही तुम्ही खूप परिपक्व होतात हे तुमच्या चर्चेच्या विषयांवरूनच दिसून येतं." मी म्हणाले.

"विकास हासुद्धा प्रेमाचा एक पैलू आहेच! आपण त्याविषयी बोललो आहोत. श्रीकृष्णांसारखा पती लाभल्याने मला ज्ञानाचं भांडारच उपलब्ध होतं."

"त्यानंतर श्रीकृष्ण किती काळ वृंदावनात राहिले?"

"काही मास. त्यानंतर त्यांना मथुरेत जावं लागलं."

"आणि अनेक वर्षांचा विरह तुमच्या वाट्याला आला!"

"हो. माझ्याच कर्मांचे परिणाम!" राधेला श्रीदामांनी दिलेल्या शापाची आठवण झाली.

"तुम्हालाही योग्य-अयोग्याचा विचार करून वागावं लागतं हे मी प्रथमच ऐकलं. हे माझ्यासाठी आश्चर्यकारक आहे."

"ज्यांच्या हातात सत्ता आहे, त्यांनी सर्वप्रथम योग्य-अयोग्याचा विचार करायला हवा. ही एक विचारणीय गोष्ट आहे. देवतांच्या हाती परमेश्वराने निरंकुश सत्ता दिली असती, तर काय झालं असतं? या प्रश्नाचं उत्तर जाणून घेणंही रोचक ठरेल. आमच्यावरही अंकुश ठेवणारी सर्वोच्च सत्ता अस्तित्वात आहे हे बरंच आहे. एक साधी गोवर्धन पूजा केल्याने इंद्र इतका क्रोधित झाला! त्याचं गर्वहरण करणारे श्रीकृष्ण पृथ्वीवर होते म्हणून अनर्थ टळला."

"हो. असा विचार केल्यावर मला ही व्यवस्था योग्यच आहे हे समजलं. यापूर्वी अशा तात्त्विक प्रश्नाचा मी विचार केला नव्हता."

"श्रीकृष्ण मथुरेत गेले. त्यानंतर विरहाचा कालखंड सुरू झाला. श्रीकृष्ण

मथुरेत गेल्यावर माझ्या जीवनात कोणताही रंग राहिला नाही. सगळं निरस झालं."

"तुम्ही वृंदावनात कशा राहिलात आणि श्रीकृष्ण तुम्हाला शेवटी कसे भेटले हे मला जाणून घ्यायचं आहे."

"हो. तेही मी तुला सांगेनच. विरहाची भावना आता तुझ्या परिचयाचीही झाली असेल."

"हो. तुम्ही जन्मभर विरह सहन केला. माझा विरह काही महिन्यांचाच आहे."

"विरह म्हणजे काय हे समजण्यासाठी तितका काळही पुरेसा आहे." राधा म्हणाली.

"विरह कसा असतो हे मी अनुभवलं आहेच. पण विरह म्हणजे काय, याबाबत तात्त्विक विचार केला नाही. विरह काय आहे? एखादी व्यक्ती कायम आपल्यासोबत राहावी, अशी भावना स्वाभाविकत:च आपल्या मनात असते. श्रीकृष्ण अवतार घेणार होते, तेव्हा तुम्हालाही त्यांच्यापासून दूर राहावं लागू नये असं वाटलं. त्यामुळे एका अर्थी याबाबत देवता आणि मनुष्यही समान आहेत. इंद्र आणि इंद्राणी किंवा तुम्ही आणि श्रीकृष्ण अशी दांपत्ये देवतांमध्ये आहेत. सदैव एकत्र राहण्याची इच्छा सुंदर आहेच. आपला प्रियकर किंवा प्रेयसी काही काळाने आपल्याला पुन्हा भेटणार आहे हे माहीत असूनही विरहामुळे व्याकूळ होणं म्हणजे प्रेमाला जीवनातील एकमेव महत्त्वाची गोष्ट मानणंच नव्हे का? हे मी तुमच्याबाबत बोलत नाही. कारण जन्मभर विरह सहन करावा लागणार आहे हे माहीत झाल्यावर कुणीही दु:खी होईलच. मी लहानशा विरहाबाबत बोलत आहे." माझ्या मनात जे विचार आले, ते मी जसेच्या तसे व्यक्त केले.

"प्रेम ही जीवनातील एकमेव महत्त्वाची गोष्ट नसेलही. मात्र ती सर्वांत महत्त्वाची गोष्ट निश्चितच आहे. अजून एक तत्त्व लक्षात घेण्यासारखं आहे. ते म्हणजे दोन गोष्टींमध्ये अद्वैत आहे असं आपण म्हणतो तेव्हा आपण दोन गोष्टींचं अस्तित्त्वही मान्य करतो. अद्वैत हा त्यांचा सहसंबंध आहे. सखोल विचार केल्यावर सुचलेलं तत्त्व आहे. पण दोन गोष्टींमध्ये अद्वैत असण्यासाठी मुळात दोन गोष्टी अस्तित्त्वात असायला हव्या. सुख आणि दु:खही असंच आहे. त्यांच्या अद्वैतालाच आपण तृष्णा म्हणतो. त्यामुळेच तृष्णा सुखही देऊ शकते आणि दु:खही देऊ शकते. त्यामुळेच काहींना तृष्णा दु:खदायी वाटू शकते व काहींना सुखकारकही वाटू शकते."

"हा खूप महत्त्वाचा मुद्दा आहे. मग प्रेमालाही तृष्णेचंच एक अंग म्हणावं का? की तृष्णा हा प्रेमाचा एक घटक आहे?" मी विचारलं.

"तुला काय वाटतं?" राधेने मलाच विचारलं.

मी क्षणभर विचार करून म्हणाले, "मला वाटतं तृष्णेला प्रेमाचा घटक म्हणता येणार नाही. कारण तृष्णा ही फक्त प्रेमाबाबत असते असं नाही. अनेक गोष्टींबाबत मनात तृष्णा असू शकते. पण प्रेमाला तृष्णा म्हणणंही योग्य वाटत नाही. तसं केल्याने प्रेमाचा उदात्त आणि पवित्र अर्थ नष्ट होऊ शकतो. स्त्री आणि पुरूषाच्या मनातील विषयवासना हे तृष्णेचं अंग असू शकेल. प्रेम वासनेहूनही भव्य आहे. ते काहीतरी वेगळंच आहे."

"हो. त्याची ठराविक अशी व्याख्या करता येणारच नाही."

"तुमच्याशी बोलतांना मला जाणवलं की मला विरहाचा अनुभव आहे असंही म्हणता येणार नाही. कारण विरह आणि वियोग या दोन वेगळ्या गोष्टी आहेत. विरह म्हणजे तात्पुरतं दूर जाणं. वियोग म्हणजे कायमचं दूर जाणं. मी रोहितपासून दुरावले, तेव्हा आमचं नातं संपलं आहे असं मला वाटत होतं."

"वाटत होतं?"

"म्हणजे अजूनही तीच परिस्थिती आहे. त्याचा मेसेज येताच वियोगाचं विरहात रूपांतर झालं. आमची पुन्हा भेट झाली, तर आम्ही कायमचे दुरावलो असं म्हणता येणार नाही. आम्ही पुन्हा भेटणार आहोत हे मला माहीत नव्हतं. त्यामुळे माझ्यासाठी तो एक वियोगच होता."

"वियोग विरहापेक्षा अधिक दुःखदायीच असतो. संयोगाची अपेक्षाही मनात राहात नाही. ते कटूसत्य पचवणं निश्चितच जड जातं."

"हो. माझ्या मनात कायम एक प्रश्न येतो. 'टाईम हिल्स एव्हरीथिंग' असं म्हणतात. वेळ हा सगळ्या दुःखांवरचा उत्तम उपाय आहे. वियोगामुळे झालेली जखमही काळामुळे भरते का? ज्या व्यक्तीशिवाय आपण एक दिवसही राहू शकणार नाही, त्या व्यक्तीशिवाय आपण सहज जगू शकतो का? माणसाची जगण्याचीच आसक्ती एवढी आहे की तो जगण्यासाठी कोणत्याही दुःखाला विसरू शकेल. हेच सत्य आहे का?"

"हेच सत्य आहे. ते स्वीकारतांना कुणालाही भीती वाटेलच. आपणही असेच क्रूर आहोत का? असा प्रश्न मनात येईल. पण जीवनच मुळात प्रवाही आहे. ते एका ठिकाणी थांबू शकत नाही. एखादा क्षण कितीही आनंदाचा असला, तरी त्याला थांबवता येत नाही. त्याप्रमाणेच दुःखालाही फार काळ जीवनावर वर्चस्व गाजवता येत नाही."

"काळ त्या दुःखद स्मृतींचं विस्मरण घडवतो की सुखाची कामना पुन्हा जागृत झाल्याने तो व्रण नाहीसा होतो? या दोन्ही शक्यता निराशाजनक आहेत.

कारण दु:खाचं केवळ विस्मरण होत असेल, तर येणाऱ्या सुखाचं महत्त्व कमी होतं. कारण ते नवं सुख फक्त पोकळी भरून काढण्यासाठी उपयुक्त असतं. आपण त्या सुखाची कामना केलीच नसते. सुखाची कामना जागृत झाल्याने वियोगामुळे मनातली जखम भरली, तर गतकाळातील सर्व सुखांचं महत्त्व कमी होतं. आपण वस्तुत: लोभी आहोत आणि कोणतंही दु:ख त्या लोभाहून श्रेष्ठ ठरत नाही हेच त्यातून सिद्ध होतं."

"या प्रश्नाची उकल तू एखाद्या तत्त्वज्ञाप्रमाणे केली हे पाहून मला आनंद झाला. तू म्हणतेस ते चूक नाही. मात्र ते सूत्र सर्वांनाच लागू होत नाही. प्रत्येकाला जीवनाचा अर्थ वेगवेगळ्या पद्धतीने शोधावा लागतो. ज्यांच्यासाठी प्रेम हाच जीवनाचा अर्थ असतो, त्यांच्यासाठी वियोगाचा व्रण कधीही भरून न निघणारा असेल. पण ज्यांच्यासाठी प्रतिष्ठा किंवा संपत्ती हा जीवनाचा अर्थ असेल, त्यांना प्रेम हा जीवनाचा केवळ एक घटक वाटत असेल. त्यांनी त्यांचं मन, बुद्धी आणि वेळ प्रेमासाठी फारसं न गुंतवल्याने दु:खातून बाहेर पडणंही त्यांना सहज शक्य होत असेल."

"तुमच्यासाठी प्रेम हाच जीवनाचा अर्थ होता का?"

"अर्थातच! त्याहून पुढे जाऊन मी असं म्हणेन की कृष्ण हाच माझ्या जीवनाचा अर्थ होता. तेच माझ्या जीवनाचं उद्दिष्ट होतं आणि फलितही होतं. माझ्यासारखे अनेक स्त्रीपुरूष समाजात असतीलही. काहींची भूमिका वेगळी असेल. ज्याने त्याने आपापला मार्ग शोधायचा असतो."

"तेच मलाही करावं लागणार आहे. मी बहुदा द्विधा मनस्थितीत आहे. प्रेम हा जीवनाचा एकमेव अर्थ असावा, असं मलाही वाटतं. पण आर्थिकदृष्ट्या सक्षम असणारी, स्वावलंबी आणि स्वत:च्या मतांवर ठाम असणारी मुलगी होण्याची संधी कित्येक शतकांनंतर आम्हाला मिळाली आहे. असं असतांना प्रेमालाच जीवनाचा एकमेव अर्थ म्हणणं माझ्या बुद्धीला पटत नाही. माझी कारकीर्द माझ्यासाठी तितकीच महत्त्वाची आहे. मला नुकताच जो अनुभव आला, त्यामुळे मी हादरले आहे. काहीही झालं, तरी आपण सक्षम असायलाच हवं हे मला पटलं आहे."

"तुझं हे मत अगदी योग्य आहे. श्रीकृष्ण वृंदावनातून बाहेर पडल्यावर मला पूर्ण तारूण्य एकटीला व्यतित करायचं होतं. गोपालनावरच मी उदरनिर्वाह केला. मातापित्यांचं सहकार्य होतंच. श्रीकृष्णांच्या पराक्रमाची वार्ता वृंदावनापर्यंत पोहोचत होती. काही काळाने 'द्वारकाधीश श्रीकृष्णांची पत्नी' म्हणून मला ओळखलं जात होतं. सगळ्यांची दृष्टी मला एक प्रश्न विचारत होतीच 'राधे, तू

कृष्णाशी विवाह केला असं म्हणतेस. मग कधी येणार तुझे पती? द्वारका वसवणाऱ्या श्रीकृष्णांची पत्नी म्हणून तुझा सन्मान केला जाईल! तू ऐश्वर्यात जगशील! इथे गोपीचं जीवन काय जगतेस?' माझ्याकडे उत्तर नसायचं. मी एकांतात अश्रू ढाळायचे.[१]"

"तुम्हाला एकटेपणा जाणवत असेल."

"हो. एकांतात असणं आणि एकटं असणं या दोन्ही परिस्थितींमध्ये खूप भिन्नता आहे. एकांत हा व्यक्तीचा निर्णय असतो. ऋषीही पर्वतांवर एकांतात तपश्चर्या करतात. तो त्यांचा निर्णय असतो. मात्र ते एकटे नसतात. परमात्मा आपल्या अंत:करणात आहेच, असा त्यांना विश्वास असतो. शिवाय ईश्वर प्रसन्न झाल्यावर आपण त्रिविध तापांपासून मुक्त होऊ हे त्यांना माहीत असतं. त्यामुळे ते एकटे नसतात. माझ्याबाबतीत तसं नव्हतं. मला तपश्चर्या करून स्वर्ग प्राप्त करायचा नव्हता. मी गोलोकात निवास करत होतेच आणि केवळ एका जन्मासाठी पृथ्वीवर आले होते. परमात्मा श्रीकृष्ण हे माझे पती होते आणि तेच माझ्यापासून दूर गेले होते. म्हणायला त्यांची सावली, अर्थात त्यांच्या आठवणी, त्या वृंदावनात होत्या. मात्र त्यांना बघण्याचं सुखही मला प्राप्त झालं नाही."

"तुमच्यासह तुमचे कुटुंबीय होते. वृंदावनवासी होते. तरीही तुम्हाला एकटेपणा का वाटला असेल हे मी बहुदा समजू शकते. मलाही माझ्या घरात राहून असंच वाटतं. ते चांगले आहेत. तरीही एक रिक्तता जाणवते. अर्थात मी तुमच्याशी तुलना करू शकत नाहीच. पण..."

मी पुढे काही बोलण्यापूर्वीच राधा म्हणाली, "अगं, असं काही नाही. मीही मनुष्यच होते. माझी कथा ही एका युवतीचीच कथा आहे. त्यामुळे मला काय वाटलं असेल हे तू समजू शकतेस. त्याप्रमाणेच तुझी भावनाही मी समजू शकते."

"हा एकटेपणा भयंकर वाटतो मला. एखाद्या मुलाशी माझं लग्न ठरलं आणि त्याच्यासह राहूनही मला एकटेपणाच वाटला तर? रोहितसोबत असतांना जसं वाटत होतं, तसं पुन्हा वाटलंच नाही तर? ही भीती मनात आहे. त्याची जागा कुणीही घेऊ शकणार नाही हे मला आधीपासून वाटत होतंच. पण त्याच्या अनपेक्षित निर्णयांमुळे मी पुन्हा त्याच्यावर आधीसारखा विश्वास ठेवू शकत नाही. समोरच्याला आपण एकटेपणाच्या दरीत लोटत आहोत हे तरी त्याला समजायला हवं होतं. मला त्या दरीत ढकलून त्याने अक्षरशः पळ काढला. परिस्थितीचा सामना केला नाही. ज्याला भविष्यात उद्भवणाऱ्या समस्यांची कल्पना नाही आणि त्या

---

[१] ब्रह्मवैवर्तपुराण, श्रीकृष्णजन्मखण्ड, अध्याय क्र. ९२

समस्या सोडवण्याची हिंमत नाही, त्यांनी प्रेमात पडण्याचा धाडसी निर्णय घेऊच नये. त्यांनी दूरच राहावं.” माझं दु:ख पुन्हा उफाळून आलं.

“तो निर्णय धाडसी असतो हे मात्र खरं. पुढे आपल्या वाट्याला वियोग आला, तर भूतकाळ कायम असा त्रास देतो. वियोगच काय, विरहसुद्धा असाच वेदनादायक असतो.”

“हो! नकळत आपण आत्ममग्न होतो. स्वत:च्या दु:खाला कुरवाळत बसतो. ती एका प्रकारे आत्ममग्नताच झाली! मित्र-मैत्रिणी किंवा कुटुंबीयांकडे फारसं लक्ष दिलं जात नाही. त्या नात्यांवरही परिणाम होतो. आपल्याला समजून घेणारी व्यक्ती असेल तर ती कालांतराने नातं पूर्ववत होण्याची वाट बघते, पण व्यक्ती समजुतदार नसेल तर नातं बिघडतं. आपणही दु:खात असल्याने प्रत्येक नात्याकडे लक्ष देत नाही.”

“जी गोष्ट सर्वाधिक सुखावह ठरू शकते, तीच गोष्ट इतकं दु:खही देऊ शकते. तू म्हणालीस ते खरं आहे. त्या विरहकाळात आपलं व्यक्तिमत्त्व बदलतं.”

मी म्हणाले, “प्रेम हे खरंच क्षणिक आहे का? असं वाटतं. समाजाची रचनाच अशी आहे की कधी ना कधी विरह सहन करावा लागतोच. मग तो व्यवसायाच्या निमित्ताने असो किंवा अन्य कोणत्याही कारणाने. अंतिमत: मृत्यूही वियोगाला कारणीभूत ठरतोच. त्यामुळे प्रेम कितीही उदात्त आणि सुंदर वाटत असलं, तरी ते क्षणिकच असतं हे सत्य आधीच लक्षात घ्यावं का? तितक्या उत्कटतेने प्रेमात पडू नये का? म्हणजे भविष्यात दु:खही होणार नाही.”

“ते सुखाचा विचार करतात, त्यांना दु:खाचा विचारही टाळता येत नाही. हे सुख किंवा दु:ख नियंत्रित करता येत नाही. ‘मला अमुक इतक्या प्रमाणातच सुख हवं’ असं म्हटलं, तरी नियती काही आपल्यानुसार चालत नाही. आपल्या आज्ञेनुसार बदलत नाही. त्यामुळे कमी सुख उपभोगलं म्हणजे कमी दु:ख वाट्याला येईल, असं मुळीच म्हणता येत नाही. तुम्ही सुखी होण्यासाठी कष्ट करत असाल, तर मिळालेल्या सुखाचा अपमानही करू नये. श्रीकृष्णही तत्त्वज्ञ आणि योगशास्त्रनिपुण होते, मात्र त्यांनी जीवनातल्या आनंदाचा जाणीवपूर्वक त्याग केला नाही. तत्त्वज्ञानाबाबत बोलायचं असेल आणि जीवनाचं सत्य जाणून घ्यायचं असेल, तर सदैव गंभीर आणि आनंदापासून दूर राहावं लागतं असं नाही. श्रीकृष्ण चरित्रातून हेच दिसून येतं.”

“हे मलाही पटलं. प्रेम हे स्वभावत:च क्षणिक आहे याबाबत तुमचं काय मत आहे?”

“आपण ज्या उत्कट आणि विवेकी प्रेमाबाबत बोललो, त्याला अनेक

जन्मही पुरणार नाहीत.” राधा म्हणाली.

“असं प्रेम केल्यावर विरह सहन करावा लागला, तर तो अधिकच त्रासदायक ठरतो! अनेक जन्म सोबत राहण्याची इच्छा असली आणि काही कारणांनी ती इच्छा मारावी लागली तर?” मी प्रश्न उपस्थित केला.

“ते दांपत्य दुर्दैवी ठरेल. पण त्यांच्या दुर्दैवामुळे प्रेमाचं स्वरूप बदलू शकत नाही. ते तसंच असतं. आपण ज्या खऱ्या प्रेमाला विचारात घेऊन बोलत आहोत, ते प्रेम दांपत्याच्या मनात असेल तर विरहकाळातही त्यांच्या मनातून प्रेम नष्ट होऊ शकत नाही. मी माझ्या अनुभवावरून सांगते. श्रीकृष्णावतार संपला आणि आम्ही गोलोकाकडे प्रस्थान केलं, तेव्हा आम्हा दोघांच्या मनात तितकंच प्रेम होतं. ते कमी झालं नव्हतंच.”

“तुम्ही जे सांगता, ते सुंदर आहे. क्षमा करा, पण मला ते स्वप्नमयच वाटतं. खरंच असं प्रेम कुणाला करता येईल का? मला तरी हे शक्य होईल का? त्यापेक्षा असं वाटतं की हे सगळं नकोच! पुन्हा हा विचारही मनात आणू नये. आहे तसंच राहावं.”

“श्रावणी, कधीतरी आपल्याला कोमेजायचं आहे या विचाराने फुल स्वतः उमलायचं थांबतं का? त्याचा सुगंध कमी होतो का? कधीतरी प्रवास संपणार आहे असं म्हणून नदी उगमस्थानीच थांबते का? जीवन हा असा पुढे जाणारा प्रवाहच आहे. तू ठरवलं, तरी तो थांबणार नाही. जोपर्यंत तू जिवंत आहेस, तोपर्यंत तो तुझं अस्तित्व प्रवाहीच राहील. किंबहुना तुझ्या मृत्यूनंतरही ते प्रवाहीच असेल. फक्त तुला भूतकाळाचं विस्मरण होईल, इतकंच. त्यामुळे असा निराशाजनक विचार करू नको. तुला माझा प्रेमविषयक दृष्टीकोन स्वप्नवत वाटला ही काही आश्चर्यकारक गोष्ट नाही. कारण तो स्वप्नवतच आहे! मात्र स्वप्न का बघू नये? कुणास ठाऊक, ते स्वप्न खरंही होईल!”

“स्वप्न बघण्यात काहीच गैर नाही. मी एक स्वप्न पाहिलंच होतं. ते असंच सुंदर होतं. पण ते स्वप्न तुटलं. वास्तव म्हणजे काय, हे मला समजलं.”

“ते स्वप्न खरंच पूर्णतः तुटलं आहे?” राधेने विचारलं. मी निरूत्तर झाले. ती पुढे म्हणाली, “आपण थोड्या वेळापूर्वी याबाबत बोललो आहोत. जीवनात संधी प्रत्येकाला मिळेलच असं नाही. ते दैवावर अवलंबून आहे. मात्र ज्यांना संधी मिळाली आहे, त्या संधीचं सोनं करायचं की नाही हे तुमच्यावरही अवलंबून आहे. मी तुला असं मुळीच म्हणत नाही की तू तुला मिळालेल्या संधीचं सोनं कर. बहुदा तुला नवी संधीही मिळेल. तुझी इच्छा नसेल, तर तू पुन्हा भूतकाळात डोकावू नको. मी फक्त माझं मत व्यक्त केलं.”

"हो. इथून जाताच मला तो निर्णय घ्यायचा आहे. देवी, तुम्ही मानवी जीवनाचे सगळेच पैलू जाणता. तुम्ही श्रीकृष्णांच्या जाण्यानंतर दु:खी होतात, असं म्हटलं. 'मी अश्रू ढाळले' असंही म्हटलंत. हे माझ्यासाठी अनपेक्षित आहे. तुम्ही संयमाने आणि विवेकाने परिस्थिती हाताळली असेल, असं मला वाटत होतं."

राधा किंचित हसून म्हणाली, "श्रीकृष्णांना राक्षसांचा संहार करायचा होता म्हणून त्यांनी मानवी जन्म स्वीकारला होता. त्यामुळे त्यांनी अनेकदा मानवी देहाच्या मर्यादा सोडून ईश्वरी कार्य केलं. अन्यथा इतक्या लहान मुलाला कंसाचा वध करणं शक्यच नव्हतं. पण मला त्या मर्यादा सोडता आल्या नाहीत. मुळात मी या पृथ्वीवर का आले हे तू जाणतेस. मला गतकाळाचं स्मरण होतं. तरीही मला माणसाप्रमाणेच जगायचं होतं. एक स्त्री ज्या भावनांना अनुभवते, त्या सर्व भावना मी अनुभवल्या. मला पृथ्वीवर येण्याचा शापच असुयेमुळे मिळाला. त्यामुळे असुयेला मनात येऊ द्यायचं नाही हे मी ठरवलं होतंच. पण मी एका सामान्य गोपीचं जीवन जगत होते. माझ्या सखींचा विवाह झाला, त्यांना मुलं झाली आणि काही वर्षांनी त्यांनी नातवंडांचं सुमुखही पाहिलं. मी मात्र एकटी होते. तिकडे श्रीकृष्ण युद्ध, राजनीती, त्यांचं कुटुंब आणि कुरूच्या कलहात व्यस्त होते. त्यांना प्रद्युम्नासारखे तेजस्वी पुत्र आहेत हे मी ऐकून होते. त्यांनी अनेक विवाह केले हेसुद्धा मला माहीत होतं. तरीही मी त्यांची प्रतीक्षा करणं सोडलं नाही. जाऊ दे. माझं दु:ख माझ्या मनात असलेलंच बरं. तसाही बराच काळ लोटला आहे. ती आठवणही काढायला नको."

"बराच काळ लोटला असला, तरी जवळपास शंभर वर्षांचा विरह विसरण्याजोगा असेल असं मला वाटत नाही. तुमच्या बोलण्यावरूनही जाणवतं की तुम्हाला आजही ते दिवस नीट आठवतात. तुम्ही तुमच्या नात्याची रमणीय बाजू सांगितली. पण तुमचा विरह, वेदना आणि दु:खही तुम्ही सांगायला हवं."

"जे तुला वाटलं, तेच मला वाटलं. त्यात वेगळं सांगावं असं काय?"

"तुम्ही विषय टाळत आहात. सखी म्हणून..." मी पुन्हा एकदा एखाद्या भावनिक वाक्याचा आधार घेऊन राधेला मी विचारलेल्या प्रश्नाचं उत्तर द्यायला प्रवृत्त करण्यापूर्वीच ती म्हणाली, "समजलं! सखीला दु:खही सांगायला हवं. तू म्हणालीस ते खरं आहे की एका शतकाहून अधिक काळ विरह सहन करणं मला अत्यंत दु:खदायीच होतं. श्रीकृष्ण वृंदावनातून बाहेर पडले, तेव्हा आम्ही तसे तरूणही नव्हतो. मी त्यांना पुन्हा भेटले, तेव्हा आम्ही दोघे वृद्ध झालो होतो. बराच काळ लोटला होता. कुरूक्षेत्राचं युद्ध झालं होतं. बरेच सामाजिक बदलही झाले होते. मी बालपणीच्या आठवणींचा विचार करतच जगले."

"मग श्रीकृष्णांशी भेट कशी झाली? ते स्वतःहून वृंदावनात आले की तुम्ही त्यांना भेटण्यासाठी गेलात?"

"सांगते."

मथुरा

श्रीकृष्ण आणि राधा वृंदावनातील रासमंडपात आनंदाने नृत्य करत होते, तेव्हा त्यांच्या नात्याचं भवितव्य मात्र मथुरेत लिहिलं जात होतं. ज्या कंसाने श्रीकृष्णांची हत्या करण्यासाठी अनेक राक्षसांना गोकुळ-वृंदावनाच्या प्रदेशात पाठवलं, तो कंस अतिशय भयभीत झाला होता. श्रीकृष्ण हाच आपला काळ आहे हे त्याला माहीत झालं होतं. कंसाला भयावह स्वप्ने दिसू लागली होती. तो अतिशय चिंताग्रस्त झाला होता. भोजनातही त्याचा रस कमी झाला होता. आता आपला मृत्यू होणारच आहे असं मानल्यामुळे त्याचं कोणत्याही कामात लक्ष लागत नव्हतं. एके दिवशी त्याने त्याच्या मित्रांना, कुटुंबीयांना आणि राज्यातील बुद्धिवंतांना राजसभेत बोलवलं. त्यापैकी कुणाला या समस्येचा उपाय माहीत असेल, अशी अंतिम आशा त्याच्या मनात होती.

कंस म्हणाला, "मी काल एक अतिशय वाईट स्वप्न पाहिलं. या सभेत सर्व विद्वान आणि नातेवाईकच उपस्थित असल्याने मी मुक्तपणे ते स्वप्न तुम्हाला सांगतो. प्रथमत: मला असं दिसलं की या नगरात एक वृद्ध स्त्री नाचत आहे. तिने लाल फुलांची माळ परिधान केली आहे, अंगाला लाल चंदन लावलं आहे आणि लाल वस्त्र परिधान केलं आहे. ती अकस्मात रडायला लागली. रडतांना तिची मुद्रा भयावहच वाटली. त्यानंतर अजून एक महिला दिसली, जिने काळ्या रंगाचं वस्त्र परिधान केलं होतं. ती एखाद्या विधवेसारखी वाटत होती. तिचे केस मोकळे होते आणि नाक कापलेलं होतं. तिच्या मनात मला आलिंगन देण्याची कामना होती. त्यानंतर मी माझ्या कवटीवर आणि छातीवर काळ्या रंगाची फळं पडतांना पाहिली. एक अस्वच्छ, विकृत देह आणि कोरडे केस असलेला म्लेंच्छ मला दागिने

बनवण्यास उद्युक्त करत होता. मी हे देखील पाहिलं की एक ब्राह्मण अत्यंत क्रोधाने मला शाप देत होता आणि त्याने मला रक्तचंदनाने माखलेली एक माळ दिली." कंसाच्या कपाळावर घामाच्या धारा वाहत होत्या. तितकं बोलून तो थांबला. त्याच्या चेहऱ्यावर भय स्पष्टपणे दिसत होतं.

पुरोहित म्हणाले, "महाराज, हे सर्व अशुभ संकेत आहेत. आपण शीघ्रातिशीघ्र उपाय शोधायला हवा."

"पुरोहितजी, मी अजून माझं कथन पूर्ण केलेलंच नाही. याहून भयावह अशुभ संकेत मला स्वप्नात दिसत आहेत. या मथुरेत सतत अंगार, राख आणि रक्ताचा वर्षाव होत असल्याचंही मला दिसलं. स्वप्नात वानर, कावळे, कुत्रे, अस्वल आणि गाढवांसारखे प्राणी घाबरून मोठ्या आवाजात ओरडत होते. माझ्या राजभवनातून एक सती स्त्री पिवळ्या रंगाचं वस्त्र आणि रत्नजडीत माळ परिधान करून बाहेर पडली." कंसाला मृत्यूभयाने पूर्णतः वेढलं आहे हे सर्वांनाच जाणवत होतं. तो आजन्म क्रौर्य, राक्षसी वासना आणि लोभ या भावनांना महत्त्व देत जगला होता. आता मृत्यूचे विचार मनात येताच त्याला त्या सर्व निर्दोष स्त्रिया मुक्त होतांना दिसत होत्या. मात्र आपल्या मृत्यूनंतर त्या सर्व विधवा त्याच्या राजभवनातून मुक्त होतील हा विचार त्याला दूर ठेवायचा होता. आप्तजनांपैकी कुणी स्वप्नाचा तसा अर्थ लावला नाही, तर आपला विचार आपोआपच चुकीचा ठरेल असं त्याला वाटत होतं. त्यामुळेच त्याने सर्वांना चर्चेसाठी आमंत्रित केलं होतं.

कंस पुढे म्हणाला, "ती सतीही माझ्यावर क्रोधित झाली आणि मला शाप देऊन निघून गेली. त्यानंतर पाहिलेलं स्वप्न अधिकच बीभत्स होतं. काही माणसं हातात फास घेऊन मथुरेत प्रवेश करत आहेत, असं मला दिसलं. त्या सर्वांचा चेहरा उग्र आणि रागाने लालेलाल झालेला दिसत होता. एक नग्न स्त्री हसत नाचतांना दिसत होती. जणू ती माझ्या मृत्यूमुळे आनंदीत झाली असावी! या स्वप्नांमुळे वारंवार मला जाग येत होती. प्रत्येक रात्री हे असंच घडत आहे. आज पहाटेचंच स्वप्न ऐका! काही स्त्रिया विझलेले निखारे घेऊन जात आहेत, असं मला दिसलं. त्याही विवस्त्र होत्या आणि अंगाला राख लावून हसत होत्या. त्या सगळ्या माझ्याकडे पाहूनच हसत होत्या. मला स्वप्नात उल्का, भूकंप, वादळ आणि महापूर अशा भयानक घटनाही दिसतात. मला उपाय सांगा! काहीही करून या स्वप्नांपासून मला कसं मुक्त होता येईल, ते सांगा! या स्वप्नांचा अर्थ काय आहे हे मी जाणतो. भविष्यातलं संकटं कसं टाळता येईल, तेही सांगा!"

कंस प्रथमच इतका हतबल दिसत होता. 'क्रौर्याचा आणि राक्षसी महत्त्वाकांक्षेचा अंत असाच होतो' असं बुद्धिमान पंडित मनोमन म्हणत होते.

कंसाचं कथन ऐकून राजसभा स्तब्ध झाली होती. सर्वच नि:शब्द होते. कुणीच काही बोलत नाही हे पाहून कंस अधिकच बिथरला.

"हे काय? तुम्ही काहीच बोलत नाही! माझा प्राण वाचावा, असं तुम्हाला वाटत नाही?"

कंसाचा तो प्रश्न ऐकूनही सर्व नि:शब्दच राहिले. कंसाच्या सर्व पत्नी तोंडावर हात ठेवून हुंदका दाबत होत्या. कंसाच्या विनाशाची वेळ लवकरच येणार आहे याची सर्वांना खात्री झाली होती.

वस्तुत: कंसाला सहकार्य करावं, असं मोजक्या व्यक्तींनाच वाटत होतं. मथुरेचे राजपुरोहित सात्यक हे अशा मोजक्या व्यक्तींपैकी एक होते. ते शुक्राचार्यांचे शिष्य होते. त्यांनी काही क्षण विचार करून एक उपाय सांगितला, "राजन्, मला एक उत्तम उपाय सुचला आहे. तुम्ही हे अमंगल विचार मनातून काढून टाका. तुम्ही सर्व व्याधींचा नाश करणाऱ्या महेश्वराचा यज्ञ करा. त्या यज्ञाला धनुर्यज्ञ असं म्हणतात. या यज्ञात अमाप धन वाटावं लागेल आणि याज्ञिकांना बरीच दक्षिणा द्यावी लागेल. पण त्या यज्ञामुळे तुमच्या दु:स्वप्नांना कायमचं थांबवता येईल. तो यज्ञ शत्रूचे भयही दूर करेल."

"शत्रूचे भय? तुम्हाला काय म्हणायचं आहे, पुरोहित? मी शत्रूला घाबरतो?" कंसाने उसनं अवसान आणलं आणि स्वत:ची प्रतिष्ठा टिकवण्यासाठी तो पुरोहितांवर रागावला.

"तसं नव्हे, महाराज. क्षमा करा. चूक झाली. त्या यज्ञामुळे अमंगल विचार दूर होतील, असं मला म्हणायचं होतं. तो यज्ञ पूर्ण झाल्यानंतर स्वत: भगवान शंकर प्रकट होतात आणि वरदान देतात! सर्वप्रथम नंदीश्वर नावाच्या एक धर्मात्म्याने हा यज्ञ केला होता आणि प्रसन्न झालेल्या भगवान शंकरांनी त्यांना एक दिव्य धनुष्य दिलं होतं. तेच धनुष्य नंदीश्वरांनी बाणासुरांना दिले. बाणासुरांनी ते धनुष्य परशुरामांना अर्पण केलं. परशुरामांनी तेच धनुष्य तुमच्या कुळाला दिलं होतं."

"हो? कुठे आहे ते धनुष्य?"

"मथुरेतच आहे! राजन्, ते धनुष्य प्रचंड मोठं आहे. त्याला प्रत्यंचा लावणं सर्वसामान्य माणसाला शक्यच नाही. ते पाशुपत धनुष्य रथातून दुसऱ्या ठिकाणी नेणंही शक्य होत नाही. त्याचं वजनही खूप आहे. नारायणाशिवाय कुणीही ते तोडू शकत नाहीत ही वस्तुस्थिती आहे. तुम्ही सर्वांना आमंत्रण पाठवावे आणि धनुर्यज्ञात त्या धनुष्याची पूजा करावी आणि..."

"पुरोहितजी, हे आधी का सांगितलं नाही? माझ्या समस्येचा उपाय

माझ्याच नगरात होता! हे तुम्ही पूर्वीच सांगितलं असतं, तर ही वेळ आली नसती."

"क्षमा करा, महाराज. तुमच्या कुळाचा इतिहास विचारात घेतल्यावर मला आज हा उपाय सुचला. आजवर मी उत्तम वैद्य शोधत फिरत होतो. मात्र या समस्येवर वैद्य नव्हे तर स्वत: भगवान शंकरच उपाय सांगतील, अर्थात वर देतील."

"उत्तम! मुहूर्त पाहून त्वरित यज्ञाची तयारी सुरू करा!" कंसाने आज्ञा दिली.

"मात्र... महाराज..." कंसाला एक खोच कशी सांगावी याचा विचार पुरोहित करत होते.

"काय झालं? असे का संकोचता आहात?"

"एक धोका आहे."

"धोका? कशाचा?"

"या यज्ञात ते धनुष्य तुटल्यास यजमानाचा मृत्यू होतो, असं म्हटलं जातं. त्यामुळे ते धनुष्य तुटू नये याबाबत पूर्ण दक्षता बाळगायला हवी. प्राचीन काळी भगवान शंकरांनी याच धनुष्याद्वारे त्रिपुरासुराचा वध केला होता. ते धनुष्य तुटलं, तर तुम्हाला वर कोण देणार? शिवाय अनर्थ होईल, तो वेगळाच!" पुरोहित म्हणाले.

"नारायणाशिवाय इतर कुणीही हे धनुष्य तोडू शकणार नाही, असं तुम्हीच म्हणालात ना?"

"महाराज..." नारायणांचाच अवतार वृंदावनात आहे ही बाब स्वत:हूनच कंसाच्या लक्षात यावी म्हणून पुरोहित पुढे काही बोलले नाहीत.

"असं तर! माझ्या लक्षात आलं. मी इथे उपस्थित असणाऱ्या सर्वांनाच सांगू इच्छीतो की माझा वध करणारा मुलगा अर्थातच वसुदेवाचा पुत्र वृंदावनात नंदाच्या घरी सुखाने वाढत आहे. त्या मुलाने माझे मंत्री, बंधू आणि पुतनालाही ठार मारलं. तो स्वत:चं शरीर इच्छेनुसार मोठं करतो, असं म्हणतात. त्याने गोवर्धन पर्वत उचलला होता आणि इंद्राचाही पराभव केला होता. इंद्राला पराभूत करणं फारसं कठीण नसलं, तरी इतक्या लहान मुलाने वज्रधारी इंद्राचं गर्वहरण करणं आश्चर्यकारक आहे. तो विष्णूचा अवतार आहे, असा सगळ्यांचा समज आहे. त्या कपटी मुलाला मारण्यासाठी काय करता येईल? मी प्रयत्न करून पाहिला. पण यश आलं नाही. तुम्हाला खरोखर माझ्याबाबत स्नेह वाटत असेल, तर तुम्ही मला उपाय सांगाल. कारण या ब्रह्मांडात त्याच्याशिवाय कोणीही माझा शत्रू नाही. आता तोच एक शत्रू शिल्लक राहिला आहे. मी त्या कृष्ण नावाच्या मुलाला ठार मारलं, तर तिन्ही लोक माझं नाव ऐकताच थरथरतील! त्यानंतर मला स्वर्गही सहज

जिंकता येईल. मी त्याला ठार मारण्यासाठी काय करू?"

एक मंत्री म्हणाला, "महाराज, तुम्ही त्या मुलाला इथे येण्याची आज्ञा देऊन त्याचा शिरच्छेद का नाही करत?"

"तसं करता येणार नाही म्हणूनच राक्षसांना वृंदावनात पाठवावं लागलं. वसुदेव हा यादवांचा राजपुत्र आहे हे विसरू नका. नंदही वृंदावन नगराचे प्रमुख आहेत. त्या दोघांचं कृष्णावर प्रेम आहे. उघडपणे कृष्णाची हत्या करणं म्हणजे यादव आणि व्रजवासियांचा रोष ओढावून घेणं. ते सर्वच माझ्या विरोधात उभे राहिले, तर मी राज्य कसा करणार? माझ्या प्रजेला काय वाटेल? एका बालकाची हत्या करण्यासाठी आपल्या राजाला इतके कष्ट घ्यावे लागले? त्यापेक्षा तो वृंदावनातच एखाद्या राक्षसाद्वारे मारला गेला, तर बरं होईल."

पुरोहितांचं मत वेगळं होतं, "राजन्, आता हा विचार करता येणार नाही. गोष्ट हाताबाहेर जात आहे. त्याला मथुरेत बोलवावंच लागेल."

कंसानेही विचार केला व तो म्हणाला, "तेही खरं! तुम्ही त्वरीत नंदव्रजात जा. नंद, कृष्ण आणि रोहिणीच्या मुलाला इथे उपस्थित राहण्याची आज्ञा द्या."

"महाराजांची आज्ञा असेल, तर एक सांगू?"

"बोला."

"महाराजांनी माझ्याऐवजी अक्रूरजी किंवा उद्धवजी यांपैकी कुणाला तरी नंदव्रजात पाठवावं. ते नंदाला योग्य पद्धतीने समजावतील व इथे आणतील."

"अक्रूर, तुम्ही त्वरित नंदव्रजाकडे प्रस्थान करा. बोलतांना कुठेही चूक होता कामा नये. तुम्ही माझे दूत म्हणून जात आहात हे लक्षात ठेवा."

"जशी आज्ञा, महाराज." अक्रूर त्याच क्षणी राजसभेतून बाहेर पडले आणि वृंदावनाकडे निघाले. राजसभाही समाप्त झाली. कंस त्याच्या भवनात गेला. श्रीकृष्ण मथुरेत येईपर्यंत आणि त्यांचा वध होईपर्यंत कंसाचा डोळा लागणार नव्हताच! कारण तो श्रीकृष्णांचा वध करू शकतो हा विश्वासच त्याच्या मनात शिल्लक नव्हता. त्याने मनातच पराभव मान्य केला होता, मात्र त्याचा अहंकार सर्वांसमक्ष तो पराभव मान्य करण्याची अनुमती देत नव्हता. पाप मान्य करून आणि क्षमा मागून प्रायश्चित्त करण्याची अंतिम संधीही कंसाने गमावली.

कृष्णाचा वृंदावनातील अंतिम दिवस उजाडणार होता. यशोदेला कृष्ण हा आपला पुत्र नाही हे समजणार होतं. राधेचा विरहकाळही जवळ आला होता. मात्र त्यांना याची कल्पना नव्हती. नेहमीप्रमाणे उष:काल होताच कोणतं काम हाती घ्यायचं आहे याचा विचार करून त्या निजल्या होत्या. येणारा दिवस हा जीवनातील

सर्वांत दुःखदायी दिवस ठरणार आहे हे त्यांना माहीत नव्हतं.

❁

प्रभात होताच सगळी कामं सोडून राधा कृष्णाला भेटण्यासाठी निघाली! अक्रूर वृंदावनात येत असल्याची वार्ता प्राप्त झाल्याने नव्हे, तर काल रात्री पडलेलं वाईट स्वप्न सांगण्यासाठी! जो विचार वारंवार मनात येतो, तो स्वप्नातही दिसतो. कंसाला ज्याप्रमाणे स्वप्नातही मृत्यू दिसू लागला होता, त्याप्रमाणेच राधेला विरह दिसत होता.

विरहाच्या विचारानेही तिचं अंग थरथरत होतं. डोळ्यांत अश्रू दाटले होते. आपण धैर्याने त्या प्रसंगाला सामोरे जाऊ, असं तिला वाटत होतं. पण तो जसा जसा जवळ येत होता, तशी तशी राधा अधिक व्याकूळ होत होती.

कृष्ण त्याच्या नेहमीच्या ठिकाणी, एका वृक्षाखाली, बासरी वाजवत बसला आहे हे तिने पाहिलं. ती दुरूनच म्हणाली, "श्रीकृष्ण! मला काल रात्री किती भयंकर स्वप्न पडलं, ते ऐका! सगळीकडे प्रलयासारखी स्थिती झाली आहे, असं मला दिसलं. चंद्राचे शेकडो तुकडे झाले आहेत आणि ते आकाशातून पृथ्वीवर पडत आहेत! सूर्याचेही असेच अनेक तुकडे झाले आहेत! सगळीकडेच काळोख झाला आहे! त्यानंतर एक वेगळं दृश्य दिसलं. कुणीतरी माझ्याकडे रागावून बघत आहे. हातात धरलेला आरसाही अचानक माझ्या हातातून निसटला आणि त्याचे तुकडे झाले! काळ्या रंगाचा नभ आकाशात आहे, असं दिसलं. तशा भयंकर परिस्थितीत तुम्ही मला म्हणालात, 'राधे, मी आता निघतो. तुझा निरोप घेऊन मी मथुरेला जाणार आहे! माझ्या जाण्याची वेळ झाली आहे.' तुम्हाला सगळं काही माहीत आहे. या स्वप्नांचा अर्थही तुम्हाला माहीत असेलच. मला या स्वप्नांचा अर्थ सांगा." राधेचा कंठ आणि ओठ कोरडे पडले होते. तिने पाणीही प्यायलं नाही हे तिच्या आवाजावरूनच समजत होतं. श्रीकृष्णांनी तिला प्रथमतः यमुनेच्या काठी नेलं आणि पाणी प्यायला सांगितलं. काही क्षणांनी राधा शांत झाली खरी, पण तिच्या मनात तो प्रश्न होताच. *स्वप्न खरं ठरलं तर?*

"राधे, हे मनाचे खेळ आहेत. स्वप्नांकडे फारसं लक्ष देऊ नये. जे होणार आहे, ते होईलच! स्वप्न पडल्याने ते शीघ्र किंवा उशिरा होणार नाही." श्रीकृष्ण म्हणाले.

"म्हणजेच ते स्वप्न खरं ठरणार आहे."

"आपण याबाबत अनेकदा बोललो आहोत. मी मथुरेला जाणार आहे हे

तुला पूर्वीपासूनच माहीत आहे!"

"हो! पण त्यानंतर माझी काय अवस्था होईल हे मला स्वप्नात दिसलं. ते खरं ठरणार आहे का? असं मला विचारायचं होतं. नाथ, जेव्हा मी तुमच्यासोबत असते, तेव्हा माझ्या मनात आनंद फुलतो. तुमच्यामुळे माझ्या गालांवर स्मित दिसतं. तुमच्याशिवाय अंध:कारच होणार आहे. माझं स्वप्न खरं ठरणार आहे. मला तुमची आणि तुमच्या प्रेमाची सवयच झाली आहे! त्याशिवाय मी कशी जगू?"

"राधे, जीवन असंच आहे. अनेक वर्षे दु:ख सहन करून हा जन्म संपावा आणि पुन्हा आपल्याला गोलोकात जाता यावं, एवढीच इच्छा आपण व्यक्त करू शकतो. काळ हा सदैव निष्ठूरच वाटतो. आनंदी क्षण कधी दूर जातात हे कळतही नाही आणि दु:खाचे क्षण सरता सरत नाहीत. याच चक्रात जीवन अडकतं."

"तुम्ही काळालाही तुमच्यानुसार बदलू शकता!" राधेने एका निरागस आशेपोटी उपाय सुचवून पाहिला. पण तो अवलंबनीय नव्हताच.

"काळ हा सृष्टीचा स्थायी नियम आहे. तो कदापि बदलता येणार नाही. अन्यथा या लीलेला काय अर्थ राहील? काळाला आपल्यानुसार वळवणं शक्य झालं, तर हे सृष्टीचं चक्र चालणारच नाही. सगळी व्यवस्थाच कोसळेल हे तुलाही माहीत आहे. राधे, मलाही तुझ्यापासून दूर जाण्याची मुळीच इच्छा नाही. तू सुचवलेले उपाय मी नाकारले म्हणजे मलाच तुझ्यापासून दूर जायचं आहे, असं मुळीच समजू नको."

"नाही. माझ्या मनात चुकूनही तसा विचार येणार नाही. दुराव्याच्या विचारानेच माझी अशी अवस्था झाली आहे. तुम्ही गेल्यावर या वृंदावनाचंही काय होणार? तुम्हीच रासमंडपाची शोभा आहात. तुमच्या बासरीशिवाय, नृत्याशिवाय आणि लीलांशिवाय या वृंदावनात विलोभनीय असं काय आहे? तुम्ही गेल्यावर मला त्या रासमंडपात जावंसंही वाटणार नाही."

"काळ पुढे जातो. नव्या जीवनशैलीची नकळत सवय होते."

"नाही! हे मात्र कदापि होणार नाही! मला नव्या जीवनशैलीची सवय होणारच नाही. मी जन्मभर दु:खात जगेन, पण तुमच्याशिवाय जगण्याची सवय मला मुळीच होऊ देणार नाही. ज्या क्षणी मला तुमची उणीव भासणार नाही, तो क्षण किती दुर्दैवी असेल! मी तसं होऊ देणार नाही."

"मी वृंदावनात पुन्हा येणारच नाही, असं नाही. मी तुझ्यासहच गोलोकात जाणार आहे. त्यामुळे याच जन्मात आपली पुन्हा भेट होईलच!"

राधेने तिचे डोळे पुसले. ती आता शांत झाली आहे, असं श्रीकृष्णांना वाटलं. ते इतर विषयांबाबत बोलू लागले. अधूनमधून विरहाचा विषय निघत

होताच. राधेच्या मनातून तो विचार जात नव्हताच. तेव्हा श्रीकृष्णांनी आध्यात्मिक तथ्य राधेसमोर ठेवून तिला समजावण्याचा प्रयत्न केला. ते म्हणाले, "राधे, प्रपंचातले दु:ख दूर करण्यासाठी आध्यात्मिक महायोगाला जाणून घ्यायला हवं. मी कसा आहे, ते जाणून घे. हा कृष्णावतार आणि आपल्या नात्यालाच विचारात घेऊन उद्विग्न होऊ नकोस. माझ्या मूळ स्वरूपाचा विचार कर. मी सर्वांचा विवेक आहे आणि सर्व कर्मांपासून अलिप्त आहे. सर्वत्र उपस्थित असूनही मी कधीच भौतिक जगात गुंतत नाही. ज्याप्रमाणे हवा सर्वत्र फिरते, परंतु कोणत्याही घटकाशी संलग्न होत नाही; त्याचप्रमाणे मी सर्व क्रियांचा निर्माता आणि साक्षीदार आहे. मी या कर्मांमध्ये लिप्त नाही. सर्व प्राणिमात्रांमध्ये सर्वत्र स्थित असलेला आत्मा हे माझंच प्रतिबिंब आहे. जीव हा सदैव सर्व कर्मांचा कर्ता आणि त्यांच्या चांगल्या-वाईट परिणामांचा उपभोग घेणारा असतो. मी तसा नाही. तूही माझ्यासारखी हो. तूही सर्व क्रियांमध्ये सहभागी असूनही अलिप्त रहा. राधे, जगातील सर्व पदार्थ नाशवंत आहेत. पण आपलं स्वरूप वेगळं आहे."

"हो."

"राधे, या निसर्गात ज्याची निर्मिती होते, त्याचा लयही होतो. पण मी या सृष्टीत पहिला होतो आणि शेवटचाही असेन. जसा मी आहे, तशीच तू आहेस. आपण वेगळे नाही. आपण एकच आहोत हे कधीही विसरू नकोस. तुला रासमंडपात जावंसं वाटणार नाही हे मी समजू शकतो. तू रासाची अधिष्ठाता देवता आहेस, हे विसरू नको. त्यामुळे त्या रासमंडपात क्षणभर तरी रासरसाचा आनंद घे."

श्रीकृष्ण राधेला समजावत असतांनाच त्यांचा एक सखा तिथे आला आणि म्हणाला, "कान्हा, तुला नंदबाबा बोलवत आहेत. कुणीतरी तुला भेटण्यासाठी आलं आहे. मथुरेतून!"

ते ऐकताच राधेच्या पायाखालची जमीन सरकली. श्रीकृष्णांचे शब्द ऐकून ती शांत झाली होती. तिला मानवी मर्यादांच्या पलिकडे जाऊन तिच्या मूळ स्वरूपाची आठवण ठेवत जगण्याची शक्ती प्राप्त होईल, असं वाटत होतं. मात्र श्रीकृष्णाच्या सख्याचे शब्द ऐकताच तिच्या हृदयाचा ठोका चुकला. श्रीकृष्णांना आजच वृंदावन सोडून जावं लागेल, असं तिला वाटलं. ते खरं असल्याने श्रीकृष्णही फार वेळ तिथे थांबले नाहीत. राधा अधिकच दु:खी झाली असती. ते म्हणाले, "राधे, मी नंदबाबांना भेटून येतो."

"नाही! तुम्ही मला भेटण्यासाठी पुन्हा इथे येणार नाही हे मी जाणते. तुमच्या प्रस्थानाची वेळ निकट आली आहे. तुम्ही मला समजवण्याचा प्रयत्न

केला, पण विरहाच्या विचारापुढे तत्त्वज्ञानही अप्रभावी वाटतं. तुम्ही मला सोडून मथुरेत गेलात, तर माझं सुख नष्ट होईल. मला दु:खाच्या समुद्रात एकटं सोडून तुम्ही दूर कसे जाऊ शकता? मी तुम्हाला थांबवू शकत नाही. आपला विरह अटळ आहे. तुम्हाला तुमच्या जन्माचा हेतू साध्य करण्यासाठी वृंदावनातून मथुरेत जावंच लागेल. पण मी इथे नंदव्रजात राहू शकणार नाही. आता मी पुन्हा घरी परतणारच नाही. मी दुसऱ्या वनात जाऊन रात्रंदिवस जप करेन. वृद्ध झाल्यावर नामस्मरण करतांनाच मी माझा देह त्यागेन." बोलता-बोलताच राधा बेशुद्ध होऊन जमिनीवर कोसळली! श्रीकृष्णांनी त्वरित तिला सावरलं आणि तिचं डोकं स्वत:च्या मांडीवर ठेवून ती शुद्धीवर येण्याची प्रतीक्षा श्रीकृष्ण करू लागले.

राधेची अवस्था पाहून श्रीकृष्णही व्यथित झाले. त्या दिवशी ते व्रजात परतूच शकले नाहीत. ते राधेसोबतच राहिले. राधेची अशीच अवस्था होणार असेल, तर तिला सोडून जावं का? असा विचार त्यांच्या मनातही येऊ लागला.

काही क्षणांनंतर राधेने डोळे उघडले. वस्त्रालंकारांना सावरत ती म्हणाली, "नाथ, तुम्हाला नंदबाबांनी बोलवलं होतं. तुम्ही गेला नाहीत का?"

"नाही. मी तुला या अवस्थेत सोडून कसा जाऊ शकतो?"

"माझ्यामुळे तुम्हाला..." श्रीकृष्णांना आपल्यामुळे थांबावं लागलं या विचारानेही राधेला वाईट वाटत होतं.

"ते विसर. आपण सरोवराजवळ जाऊ!"

"खरंच?"

"हो! अगदी खरं. आताच जाऊ!" उष:कालापासून राधेचा चेहरा कोमेजला होता. श्रीकृष्णांसह वेळ व्यतित करता येणार आहे हे समजताच तिने त्या दिवशी प्रथमच स्मित केलं. ते दोघे सरोवराजवळ गेले. दोघांनीही नृत्य केलं. श्रीकृष्णांनी बासरीही वाजवली. तिकडे अक्रूर श्रीकृष्णांना नेण्यासाठी नंदभवनात आला होता आणि इकडे श्रीकृष्ण राधेला निरोप देऊ शकत नव्हते. श्रीकृष्ण राधेसह सरोवराजवळ आहे हे समस्त वृंदावनाला एव्हाना समजलं होतं. त्याशिवाय मथुरेहून मंत्री अक्रूर श्रीकृष्ण आणि बलरामाला मथुरेत नेण्यासाठी आले आहेत ही वार्ताही सर्वांना प्राप्त झाली होती. श्रीकृष्ण नंदभवनात परत येत नाहीत हे पाहून गोप आणि गोपीच सरोवराकडे निघाल्या.

देवतांचंही त्या प्रसंगाकडे बारीक लक्ष होतं. कारण तो कृष्णावतारातील महत्त्वाचा टप्पा होता. राक्षसांचं रक्षण करणारा आणि त्यांना अधिक बलवान करण्याचा प्रयत्न करणारा कंस मारला जावा ही सगळ्या देवतांची इच्छा होती. त्यामुळे अनेक ऋषींसह ब्रह्मदेव आणि भगवान शंकरही गोपगोपींपूर्वी

सरोवराजवळ श्रीकृष्णांना भेटण्यासाठी गेले.

तोपर्यंत राधा निद्राधीन झाली होती. तिला जाग येऊ नये म्हणून ब्रह्मदेव, भगवान शंकर आणि ऋषींनी दुरूनच वाकून श्रीकृष्णांना नमस्कार केला. श्रीकृष्ण उठले आणि त्यांच्याजवळ गेले. ब्रह्मदेवांनी सर्वप्रथम श्रीकृष्णांची स्तुती करणारं स्तवन गायलं. ते म्हणाले, "हे जगदीश्वर, सर्व तुमच्या चरणांची पूजा करतात. तुम्हीच निर्गुण आणि निराकार परब्रह्म आहात. भक्तांचं रक्षण करण्यासाठी तुम्ही सदैव अवतार घेता आणि सत्धर्माचं रक्षण करता. तुमच्या लीला सुंदर आणि मोहक आहेतच. सर्वांचे अधिष्ठाता असणाऱ्या परमेश्वराला नमस्कार असो."

"ब्रह्मदेव, तुम्ही इथे? काय झालं?" श्रीकृष्णांनी विचारलं.

ब्रह्मदेव उत्तरले, "हे व्रजेश्वर, तुम्ही आता तुमच्या जीवनकार्यासाठी सज्ज व्हायला हवं. तुम्ही कृपया नंदभवनात जावं आणि त्यानंतर बंधूसह या वृंदावनातून प्रस्थान करावं. श्रीदाम हा तुमचाच भक्त होता. तुम्ही भक्ताचा शाप अयशस्वी होऊ देणार नाही. तो शाप आठवा! हा अवतार पूर्ण होताच तुम्ही गोलोकात जाणार आहातच. पण आता या सृष्टीतील सज्जनांना तुमची आवश्यकता आहे. कृपया तुम्ही नंदजींच्या भवनात जा आणि तिथे आलेल्या अक्रूरजींना भेटा. तुमच्या मामानेच त्यांना तुमच्याकडे पाठवलं आहे. प्रभू, मथुरेला जाण्याची वेळ आली आहे. तिथे जाऊन भगवान शंकरांचे धनुष्य मोडून कंसाचा वध करा. उठा! प्रभू, उठा! तुम्ही या सृष्टीचे प्रतिपालक आहात!"

भगवान शंकरही म्हणाले, "हे नारायण, ब्रह्मदेव योग्य तेच म्हणाले. आता तुम्ही मथुरेकडे प्रस्थान करायला हवं. तुम्हीच या सर्व ऋषींची एकमेव आशा आहात."

"हो. उद्याच मी मथुरेकडे प्रस्थान करेन."

"साधू! साधू!" ऋषीमुनींनी आनंद व्यक्त केला. ते सर्व ब्रह्मलोकात परतले.

राधेला दुःख झालं, तरी आता निघायलाच हवं हे श्रीकृष्णांनी ओळखलं. राधा निद्रिस्त असतांनाच तिथून नंदजींकडे जाणं त्यांना उचित वाटलं. ते तिथून निघाले खरे, मात्र वारंवार राधेकडे वळून बघत होते. नंदभवनात न जाता ते चंदनवनातच थांबले व पुढे काय करावं याचा विचार करू लागले.

राधेला जाग आली, तेव्हा श्रीकृष्ण तिच्याशेजारी नाही हे जाणताच ती आश्चर्यचकीत झाली. तिने चारही दिशांकडे पाहिलं. सर्वत्र शांतता होती. ती मोठ्याने ओरडलीच, "श्रीकृष्ण! नाथ! तुम्ही कुठे गेलात?"

राधा लगेच उठून उभी राहिली आणि श्रीकृष्णांना शोधू लागली. तिच्या

डोळ्यांतून सतत अश्रू बाहेर पडत होते. श्रीकृष्ण आपल्याला सोडून मथुरेला गेले, असं तिला वाटत होतं. चालतांना ती पुन्हा बेशुद्ध झाली! सुदैवाने अनेक गोपी श्रीकृष्ण आणि राधेला शोधत सरोवराकडेच येत होत्या. त्यांनी राधेला पाहिलं. ती बेशुद्ध असल्याचं पाहून लगेच तिच्या डोळ्यांवर पाणी शिंपडलं. राधेला जाग आली.

त्या गोपींमध्ये प्रियाली आणि रत्नमालासारख्या राधेच्या मैत्रिणीही होत्या. प्रियालीने विचारलं, "राधे, तू इथे बेशुद्ध होऊन कशी पडलीस?"

राधेने तिला वस्तुस्थिती सांगितली. प्रियाली म्हणाली, "हो! आम्ही कान्हालाच शोधत आहोत. कुठे आहे तो? असा अकस्मात वृंदावन सोडून कसा जाऊ शकतो?" बोलतांनाच प्रियालीचा कंठ दाटला. तिने राधेला आलिंगन दिलं आणि दोघीही रडू लागल्या. त्यांना पाहून अनेक गोपींच्या डोळ्यांत पाणी आलं.

प्रियाली पुढे म्हणाली, "तिथे वृक्षाखाली तू आराम करायला हवा. तुला जखमही झाली आहे. ये." गोपी राधेला वृक्षाखाली घेऊन गेल्या. गोपीही तिथेच थांबल्या होत्या.

राधेला एकटं सोडून नंदव्रजात परतणं योग्य नाही, असा विचार करून श्रीकृष्ण राधेकडे परतत होते. अनेक गोपी एका ठिकाणी उभ्या आहेत हे त्यांना दिसलं. त्यांच्या मध्यभागी राधा जमिनीवरच पहुडली आहे हेसुद्धा त्यांनी पाहिलं. ते गोपींना भेटण्यासाठी आले.

श्रीकृष्ण समोर येताच राधेची सखी रत्नमाला म्हणाली, "कान्हा, हे काय रे? तू असा अकस्मात आम्हाला सोडून जाशील, असं आम्हाला वाटलं नव्हतं. या राधेचा विचार केलास? असं म्हणतात की स्त्रीला बंधूहून पुत्र अधिक प्रिय असतो आणि पुत्राहून पती अधिक प्रिय असतो. या कष्टप्रद जगात पतीपत्नीमधील परस्पर प्रेम हीच सर्वांत सुंदर गोष्ट आहे. ज्या घरात पती आणि पत्नीमध्ये सामंजस्य नसतं, केवळ तेच घर दरिद्री म्हटलं जातं. तेच खरं दारिद्र्य आहे. एकमेकांशिवाय दोघांचंही जीवन निष्फळ आहे. विरहाचं दु:ख मृत्यूपेक्षा अधिक वेदनादायक असतं! कृष्णा, तू जाताच राधा बेशुद्ध झाली. सुदैवाने ती गवताळ जमिनीवर पडली, त्यामुळे तिला फारसं लागलं नाही. जाग आल्यावरही ती तुझंच नाव घेत होती. रडत होती. तू तिचा पती आहेसच, शिवाय आमच्यासाठी देवही आहेस. तुझे चमत्कार आम्ही पाहिले आहेत. मग तू असं का करत आहेस?"

प्रियालीनेही तेच मत व्यक्त केलं, "कान्हा, तू गेल्यावर या राधेचं काय होईल? तू जाण्याच्या विचारानेच तिचं काय झालं,ते पहा! स्वत: तुझ्या नेत्रांनी बघ!

ही विरहव्याकूळ झालेली राधा तुझ्या समोर आहे. तू गेल्यावर ती तिच्या प्राणांना त्यागण्याचाही विचार करू शकेल!"

"राधा असं नाही करणार. कारण मी तिला परत येण्याचं वचन दिलं आहे. आम्हाला कुणीही वेगळं करू शकत नाही." श्रीकृष्ण म्हणाले. श्रीकृष्ण आणि राधा परस्परांवर प्रेम करतात हे गोपी जाणून होत्याच. मात्र ते विवाहित असल्याचं अनेक गोपींना प्रथमच समजत होतं.

"मग तू तिला तुझ्यासोबत का नेत नाहीस?"

"कंसाने मला मथुरेत का बोलावलं असेल, याचा विचार कर. तिथे मी राधेला कसा नेऊ शकतो?"

"मग राधेचं काय?"

"तिच्या प्रारब्धात जे लिहिलं असेल, ते घडेल." श्रीकृष्ण अधिक काही न बोलता तितकंच म्हणाले.

"तू मनात आणलं, तर काहीही करू शकतोस! तू गोवर्धन उचलू शकतोस, तर राधेचं प्रारब्ध का बदलू शकत नाहीस?" रत्नमालेने विचारलं.

श्रीकृष्ण म्हणाले, "रत्नमाले, जरी मी ईश्वर असलो आणि राधेचं प्रारब्ध बदलू शकत असलो, तरी मी तसं करणार नाही. मी कधीही नियतीचे नियम बदलत नाही. ते उचित नाही. देव, ऋषी आणि मानव हे सर्व मी ब्रह्मांडात स्थापित केलेल्या व्यवस्थेला जाणून क्रिया करतात. ती व्यवस्थाच मी कशी मोडू शकतो? एखादी गोष्ट मनाविरूद्ध होत असली, तरी ती अहितकारकच असते असं नाही. मी राधाला पुन्हा भेटण्याचं वचन दिलं आहे. आमचं पुनर्मिलन होईलच. तुम्ही तिची काळजी घ्या. मला आता प्रस्थान करायला हवं."

असं म्हणून श्रीकृष्ण नंदभवनाकडे निघाले. राधेला काही क्षणांनी पुन्हा जाग आली, तेव्हा गोपींनी तिला घडलेला प्रसंग सांगितला. तिच्या डोळ्यांतून पुन्हा अश्रू वाहू लागले. गोपी तिला सतत समजावत होत्या, मात्र तिच्या दु:खाला पारावार नव्हता. तिला तिचं भविष्य डोळ्यांसमोर स्पष्ट दिसत होतं. तिच्यासमोर दु:ख सहन करण्याशिवाय दुसरा काहीच पर्याय नव्हता. ज्याच्यासह आपण नृत्य करत होतो, तो आता कित्येक दशकं पुन्हा भेटणार नाही हा विचारच तिला अधिक निराश करत होता. राधा बराच वेळ वृक्षाखाली मैत्रिणींजवळ बसून रडत राहिली.

इकडे श्रीकृष्ण नंदभवनात परतल्यावर अक्रूरांना भेटले. अक्रूरांनी आणि नंदांनी श्रीकृष्ण कोण आहे व त्याचे मातापिता कोण आहेत हे यशोदेला सांगितलं होतंच. यशोदेने स्वत:ला त्या धक्क्यातून सावरलं. कृष्णाच्या जाण्यानंतरच शोक

व्यक्त करू, असा विचार करून तिने अश्रू रोखून ठेवले.

प्रात:काली कृष्ण समोर येताच तिने कृष्णाला आपल्या मांडीत बसवलं आणि त्याला प्रिय असणारं लोणी भरवलं. नंदराय, कृष्ण आणि बलराम अक्रूरांसह प्रात:कालीच मथुरेकडे प्रस्थान करणार होते.

"कान्हा, या यशोदा मातेला विसरू नकोस बरं! भेटायला येत रहा!" यशोदेला इतकंच बोलता आलं. तिने हुंदका दाबून धरला. तिचे डोळे पाणावले होतेच. श्रीकृष्णाने तिचे आशीर्वाद घेतले आणि ते चौघं मथुरेकडे निघाले.

वृंदावन सोडतांना अनेक गोपिका अक्रूरांच्या रथासमोर येऊन रथ थांबवत होत्या. श्रीकृष्णांना वृंदावन न सोडण्याची विनंती करत होत्या. राधाही ते दृश्य बघत होतीच. तिचा प्राणच वृंदावनाला निरोप देऊन दूर जात होता. आता श्रीकृष्णांना थांबवणं केवळ अशक्य आहे हे तिला समजलं होतं. श्रीकृष्णांनीही इतर गोपींची समजूत काढण्याचा प्रयत्न केला. पण कुणीही समजून घेण्याच्या मन:स्थितीत नव्हतं. अक्रूरांच्या रथाने कशीबशी नंदव्रजाची सीमा ओलांडली. श्रीकृष्ण आणि राधा दोघांच्या जीवनाने नवं वळण घेतलं होतं.

❀

त्यानंतर बरेच दिवस राधा कुणाशी बोलत नव्हती. सखींना भेटत नव्हती. ती वृंदावनातच एक पर्णकुटी बांधून राहत होती. तिला सगळंच निरस वाटत होतं. एके दिवशी ती तिच्या पर्णकुटीत वातायनाजवळ बसली होती. तिची एक सखी तिच्या कक्षात येऊन म्हणाली, "राधे, तुला भेटण्यासाठी नंदजी आले आहेत. त्यांच्यासह यशोदादेवी आहेत. नंदजी मथुरेतून वृंदावनात येताच तुला भेटण्यासाठी आले. खरं तर श्रीकृष्णांच्या उपनयनापर्यंत ते मथुरेत थांबले होते. त्यानंतर इथे येताच कुटुंबियांसह वेळ व्यतित करण्याऐवजी ते तुला भेटण्यासाठी आपल्या घरी आले. त्यांना निश्चितच काहीतरी महत्त्वाचं सांगायचं असेल."

राधा काहीच बोलली नाही. ती फक्त स्वत:ला सावरून बसली. नंदजी आणि यशोदा तिच्या पर्णकुटीत आले.

राधा म्हणाली, "तुम्ही मला भेटण्यासाठी का आला आहात? मला काहीच कळत नाही. माणूस कोण आणि प्राणी कोण, हेही मला आता उमगत नाही. रात्र आणि दिवसातलं अंतरही माझ्यासाठी नष्ट झालं आहे. अशा अज्ञानी मुलीला तुम्ही काय सांगणार आहात?"

राधेचं बोलणं ऐकून नंदजी आणि यशोदा थक्क झाले. पण राधा उद्धटपणे नव्हे, तर अतिशय दुःखी झाल्याने त्या पद्धतीने बोलत आहे हे त्यांना माहीत होतं. यशोदा राधेजवळ गेली आणि तिच्या डोक्यावरून प्रेमाने हात फिरवला. नंदही राधेसमोर येऊन बसले.

नंदराय म्हणाले, "राधा, तुला एक आनंददायी वार्ता सांगायची आहे. बहुदा एव्हाना तुला वृषभानुंनी सांगितली असेलही!"

"नंदजी, आता माझ्यासाठी आनंददायी काय असणार आहे? श्रीकृष्ण वृंदावनात परत येत आहेत हीच वार्ता मला आनंददायी वाटू शकते."

"ते मला माहीत आहे. पण मी जे सांगणार आहे, ते ऐकून तुला क्षणभर निश्चितच आनंद होईल." राधा काहीच म्हणाली नाही. नंदजी पुढे म्हणाले, "तुझ्या प्राणनाथांनी कंसाचा वध केला! प्राचीन धनुष्याचे दोन तुकडे केले! अनेक दुष्टांचा संहारही केला. त्यानंतर मला तुझ्याकडे जाण्याची सूचना देऊन ते त्यांच्या मातापित्याकडे गेले."

"ते त्यांचं उद्दिष्ट पूर्ण करत आहेत ही चांगली गोष्ट आहे. मात्र त्यांनी तुम्हाला माझ्याकडे का पाठवलं?"

"ते तुलाच माहीत!"

राधेला श्रीकृष्णांचे शब्द आठवले. राधेने योग्य वेळी यशोदेला तिच्या मूळ स्वरूपाचा परिचय द्यावा, अशी श्रीकृष्णांची इच्छा होती. "त्यांनी तुम्हाला माझ्याकडे का पाठवलं हे माझ्या लक्षात आलं. ते सांगण्यापूर्वी मला तुमच्या चरणांना वंदन करायला हवं. मी विसरलेच!" राधेने दोघांनाही नमस्कार केला.

"तुझं कल्याण होवो!" दोघांनी तिला आशीर्वाद दिला.

"नंदजी, तुम्हाला वंदन करण्यामागे एक कारण आहे. तुम्ही केवळ व्रजाचे प्रमुख आहात म्हणूनच मी तुम्हाला नमस्कार केला नाही. तुम्ही माझे श्वशुरही आहात. माता, तुम्ही माझ्या श्वश्रू आहात. माझा आणि श्रीकृष्णांचा विवाह झाला आहे. स्वत: ब्रह्मदेवांनी आमचा विवाह लावला होता."

"ही गोष्ट तूच मला सांगावी, असं कान्हाला वाटत होतं!"

"हो. आम्ही इतरांप्रमाणे सर्वांसमक्ष का विवाह केला नाही, असं तुम्हाला वाटत असेल. त्यामागे एक कारण आहे. आम्ही दोघं कोण आहोत हे तुम्हाला सांगायला हवं. श्रीकृष्ण हे ईश्वरी अवतार आहेत हे तुम्ही जाणताच. ते वेगळं सांगण्याची आवश्यकता नाही. मी श्रीकृष्णांची पत्नी राधा आहे. केवळ या मनुष्य जन्मातील पत्नी नव्हे, तर प्राचीन काळापासून मीच कृष्णांची पत्नी आहे. आम्ही दोघे गोलोकात निवास करतो. तेच आमचं मूळ स्थान आहे. तिथून आम्हाला

पृथ्वीवर का यावं लागलं हे विस्तारपूर्वक सांगायला हवं."

"अवश्य. आम्हालाही ते रहस्य जाणून घेण्याची इच्छा आहे." नंदजी म्हणाले.

त्यानंतर राधेने नंदजी आणि यशोदेला ती कथा सांगितली. इतक्या वर्षांपासून आपल्यासह कोण वावरत आहे, याची नंदजी आणि यशोदेला जाणीव झाली. त्यानंतर त्यांनी राधेला अनेक अध्यात्मविषयक प्रश्नही विचारले. राधेने त्या प्रश्नाची उत्तरं दिली. राधेकडून ब्रह्मज्ञान जाणून घेतल्यामुळे नंदजी आणि यशोदा तृप्त झाले. भेटीच्या शेवटी त्यांनीच राधेला वंदन केलं. आपण एका मोठ्या दैवी कथेत नकळत सहभागी झालो हे त्यांना जाणवलं.

वृंदावनातील प्रत्येक गोपी राधेला अधूनमधून भेटत होती. यशोदाही तिला भेटायची. पण राधेचं रितेपण जसंच्या तसं होतं. कृष्ण वृंदावनात परत येईपर्यंत राधा आधीसारखी होणार नाही, याची सर्वांनाच खात्री झाली होती.

❀ ❀ ❀

उद्धव

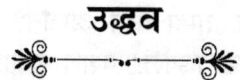

कंसाच्या वधानंतर वसुदेव आणि देवकीला जीवनात प्रथमच त्यांचा पुत्र भेटला. कंसाच्या जाचक आणि क्रूर राजवटीचा अंत झाल्याने मथुरेतही आनंदोत्सव साजरा झाला. मात्र श्रीकृष्ण सतत कशाचा तरी विचार करत आहेत, असं वाटत होतं. त्यांच्याजवळ बसून त्यांच्याशी बोलल्यावरच त्यांची मन:स्थिती मला समजली.

त्या दिवशी नंदराय नंदव्रजाकडे प्रस्थान करणार होते. श्रीकृष्णांनी त्यांच्यासह व्रजात परतावं, अशी त्यांची इच्छा होती. मात्र श्रीकृष्णांनी मथुरेत थांबण्याचाच निर्णय घेतला. उलट श्रीकृष्णांनी नंदजींनाच मथुरेत राहण्याची विनंती केली. त्यानंतर नंदजी मथुरेतही बराच काळ राहात असत आणि अधूनमधून व्रजातही जात असत. श्रीकृष्णांनी नंदजींना नकार दिला, यामागे अजून एक कारण होतं. श्रीकृष्णांच्या शिक्षणालाही सुरूवात झाली नव्हती. त्यामुळे आता एका सिद्ध ऋषींच्या आश्रमात जाऊन विद्यार्जन करावं, असं त्यांना वाटत होतं.

राजभवनातील एका कक्षात श्रीकृष्ण, नंदजी, मी, वसुदेव आणि देवकी बसून बोलत होतो. नंदजी जाण्यासाठी उठताच श्रीकृष्णांनी त्यांना नमस्कार केला. ते माझ्याकडे बघून म्हणाले, "उद्धवजी, तुम्हीही व्रजात जा. माता यशोदा, माता रोहिणी, गोपगोपी आणि मुख्यत: राधा कशी आहे ते पहा. त्यांना दुःखातून सावरण्याचा उपदेश द्या."

"अवश्य, राजकुमार."

ती जबाबदारी श्रीकृष्ण माझ्यावर सोपवतील, असं मला वाटलं नव्हतं. पण त्यांनी माझ्यावर विश्वास ठेवला. त्यामुळे मीसुद्धा दुसऱ्या दिवशी आनंदानेच वृंदावनाकडे निघालो.

मी नंदांच्या नगरात प्रवेश केला आणि सर्वप्रथम विश्वकर्मांनी बांधलेलं ते प्रसिद्ध नंदभवन पाहिलं. बाहेरून विविध वृक्षांनी आणि आतून अनमोल रत्नांनी बनवलेल्या सुंदर फुलदाण्यांनी ते नंदभवन सजलेलं होतं. विविध प्रकारची चित्रे भिंतींवर टांगली होती. मला पाहताच यशोदा आणि रोहिणी यांनी माझं स्वागत केलं.

"प्रणाम, उद्धवजी. तुम्ही कसे आहात? आज बऱ्याच काळानंतर तुम्हाला भेटण्याचं सौभाग्य प्राप्त झालं." यशोदा म्हणाली.

"मी अगदी आनंदी आणि समाधानी आहे. तुम्ही कशा आहात हे बघण्यासाठीच मी इथे आलो. श्रीकृष्णांनी तशी आज्ञाच दिली म्हणा ना!"

"वा! माझा कान्हा तुम्हाला आज्ञा देऊ लागला तर!"

"देवी, कंसाचा वध करणारा राजकुमार मला आज्ञा का देणार नाही? आम्ही सहर्ष त्यांच्या आज्ञेचं पालन करू. तुम्ही कशा आहात हे बघून या, असं श्रीकृष्ण मला म्हणाले."

"पहा गं, रोहिणी! कान्हाला माझी काळजी आहे. तो मला विसरणार नाही."

"तुम्हाला एक आनंदवार्ता सांगायची आहे!"

"कोणती?"

"श्रीकृष्णांनी कंसाचा वध केला!" मी यशोदा आणि रोहिणीला सगळं सविस्तर सांगितलं.

"तो कंसाचा वध करेल याबाबत माझ्या मनात तीळमात्र शंका नव्हती. तो माझ्यापासून दूर जाईल हेच दुःख माझ्या मनात होतं. काय हो? बलराम आणि हे कुठे आहेत? ते काल येणार होते ना?"

"नंदजीही आनंदात आहेत. ते काल प्रस्थान करणार होतेच. मात्र ते अगदी दारात येताच वसुदेवजींना एक कल्पना सुचली. श्रीकृष्णांवर उपनयन संस्कार करावे आणि ते होईपर्यंत नंदजींनी मथुरेतच थांबावं, असं वसुदेवजी म्हणाले. त्यामुळे नंदजी इथे आले नाहीत."

"अहो, ही अजून एक आनंदवार्ता दिली तुम्ही! या पाहू! आधी तुम्हाला गोड पदार्थ देते. या. बसा." रोहिणी म्हणाली.

"रोहिणी वहिनी, मी आनंदवार्ता सांगितली खरी, पण तुम्हाला दुःखदायक वाटेल अशी एक वार्ताही आहे."

"ती कोणती? माझा बलराम कृष्णासह मथुरेतच राहणार आहे, हीच ना?"

"हो."

"मग त्यात नवल ते काय? ते दोघं एकमेकांच्या सावलीसारखे राहतात. मला याची कल्पना होतीच. इतकी वर्षे ते माझ्यासह राहिले. आता काही मास पित्यासह राहतील!"

"मास नव्हे, दिवसच! उपनयनानंतर ऋषी त्यांना आश्रमात नेतील."

"तसंही त्यांना मला सोडून जावं लागलं असतंच. त्यामुळे मी माझ्या मनाची तयारी केली होतीच."

बोलता बोलताच रोहिणीने एक गोड लाडू आणला आणि मला दिला. त्यानंतर आम्ही विविध विषयांबाबत बोलत वृंदावनात सुरू असणाऱ्या एका यज्ञाच्या ठिकाणी गेलो. तिथे अनेक गोपगोपी भेटले. मी त्या सर्वांना पुन्हा श्रीकृष्णांच्या पराक्रमाची गाथा सांगितली.

तत्पश्चात मी रासमंडप बघण्यासाठी गेलो. जिथे श्रीकृष्णांनी रासलीला केली, ते सुंदर रासमंडप बघून मी यमुनेची पूजा करण्यासाठी यमुनाकाठी गेलो. वृंदावनात सर्व गोपगोपींची ख्यालीखुशाली जाणून घेतल्यावर आणि महत्त्वाच्या स्थळांना भेट दिल्यावर मी राधेच्या पर्णकुटीबाहेर जाऊन थांबलो. तिथे राधेच्या काही मैत्रिणीही उभ्या होत्या.

मी त्यांना म्हणालो, "प्रणाम. मी मथुरेहून आलो आहे. मी श्रीकृष्णांचा दूत आहे. राधा इथेच राहतात ना? त्या कशा आहेत?"

"महोदय, ते तुम्ही स्वतःच पहा. राधेची अवस्था आम्हाला तर आता बघवतही नाही." त्या गोपीचं बोलणं ऐकून मी व्यथित झालो. तिने पर्णकुटीत जाऊन राधेला माझ्या आगमनाची सूचना दिली असावी. ती बाहेर येऊन म्हणाली, "कृपया माझ्या मागे या."

मी पर्णकुटीत प्रवेश केला आणि राधेच्या लालेलाल झालेल्या चेहऱ्याकडे पाहिलं. तिचा चेहरा रागाने लाल झाला नव्हता, तर सतत रडून आणि उद्विग्न झाल्याने लाल झाला होता. ती रडतच अक्षरशः जमिनीवर पहुडली होती. मी आल्याचंही तिला भान नव्हतं. तिच्याकडे बघून असं वाटत होतं की तिने अन्नही त्यागलं असावं. मी राधेला वाकून नमस्कार केला.

मी नमस्कार करत असल्याचं पाहून राधा उठून बसली. ती हुंदका देतच म्हणाली, "तुमचं नाव काय आहे? तुम्ही इथे का आलात? तुम्ही श्रीकृष्णांचे दूत आहात, असं मी ऐकलं. श्रीकृष्णांनी काय संदेश पाठवला आहे? ते या वृंदावनात येत आहेत का? त्याची पूर्वसूचना देण्यासाठी तुम्हाला इथे पाठवलं आहे का? कृपया मला सांगा." ती अतिशय उत्कट भावाने प्रश्न विचारत होती

मी म्हणालो, "देवी, माझं नाव उद्धव आहे. श्रीकृष्णांनी तुमचं कुशलमंगल जाणून घेण्यासाठी मला इथे पाठवलं आहे."

राधा म्हणाली, "फक्त माझी अवस्था जाणून घेण्यासाठी श्रीकृष्णांनी तुम्हाला इथे पाठवलं?"

"हो! अर्थात, माता यशोदा आणि रोहिणी कसे आहेत हेसुद्धा जाणून घ्या असं ते म्हणाले होते. मात्र मुख्यत: राधा कशी आहे हे पहा, असंही ते म्हणाले."

"उद्धवजी, मग तुम्ही त्यांना काय सांगणार आहात? यमुनाकाठही तसाच आहे! त्यांना प्रिय असणारं हे रमणीय वृंदावनही तसंच आहे. आजही रासमंडपात दीप प्रज्वलित केले जातात आणि नृत्य केलं जातं. इथली उद्यानं, क्रीडांगण आणि विश्वकर्मांनी निर्माण केलेलं हे वैभव जसंच्या तसं आहे! पण ते अस्तित्वहीन आहे. तुम्हालाही हे जाणवलं असेलच ना?"

"हो. श्रीकृष्णांची उणिव सर्वांनाच जाणवते आहे. प्रत्येक गोप आणि गोपीने हीच भावना व्यक्त केली."

"मग श्रीकृष्णांना विचारा की आम्ही असा काय गुन्हा केला? मी अशी कोणती चूक केली? खरंच इतकी मोठी शिक्षा द्यावी, असं मी काही केलं होतं का?" राधा उद्विग्नतेने म्हणाली.

राधेला कसं समजवावं याचा मी विचार करत होतो. श्रीकृष्णांनी समजवूनही राधेचा शोक कमी झाला नव्हता. त्यामुळे माझे प्रयत्नही व्यर्थच जाणार आहेत हे मला माहीत होतं. तरीही मी म्हणालो, "देवी, तुम्ही स्वत:ला कमी लेखता हे काही योग्य नाही."

"म्हणजे?"

"तुम्ही अजूनही स्वत:ला श्रीकृष्णाच्या जीवनातील कुणीतरी सामान्य स्त्री समजत आहात हे योग्य नाही."

"माझी तीच ओळख आहे. वृंदावनातील एक सामान्य गोपी."

"देवी, श्रीकृष्ण सदैव तुमचाच विचार करतात. सर्वांना जी गोष्ट माहीत आहे, ती तुम्हीच कशा विसरत आहात? त्यांना तुमच्याबाबत काहीच वाटत नसतं, तर त्यांनी मला तुमच्याकडे का पाठवलं असतं? त्यांच्या या कृतीतून ते प्रेमच व्यक्त करत आहेत हे तुम्हाला कसं लक्षात येत नाही? तुमचं मूळ स्वरूप मी जाणतो. खरं तर तुम्हाला मी असे कठोर प्रश्न विचारणंही योग्य नाही. मात्र वडीलकीच्या नात्याने मी हे सांगत आहे."

तेव्हा कुठे राधा जराशी शांत झाली. तिने विचारलं, "श्रीकृष्ण कसे आहेत?"

"मथुरावासीयांनी त्यांचा पराक्रम प्रत्यक्ष पाहिला आहे. ते राजकुमार वसुदेव आणि देवकीदेवींना भेटले. त्यांचं नात काय हे मी तुम्हाला सांगायला नको. आता त्यांच्यावर उपनयन संस्कार होणार आहेत. अर्थातच ते खऱ्या अर्थाने ब्रह्मचर्याश्रमात प्रवेश करून आश्रमात विद्यार्जन करणार आहेत. त्या काळात त्यांना सर्व मोहांपासून दूर राहावं लागणार आहे. नंदजी त्यांच्या उपनयन सोहळ्यानंतरच व्रजात परत येतील. तुम्ही तुमचं मन शांत आणि स्थिर ठेवा. या क्लेशदायक दुःखाचा त्याग करा. तिकडे श्रीकृष्णही विद्यार्जनात व्यस्त असणार आहेत."

"ते आश्रमात असतील. मात्र मी काय करू?"

"प्रथमत: हे अश्रू थांबवा. उत्तम वस्त्रे परिधान करा आणि अलंकारही परिधान करा. कपाळावर असंच कुमकुम लावा. शृंगार करा. तुम्ही आनंदी आहात हे ऐकल्यावर श्रीकृष्णांनाही आनंद होईल!"

"खरंच त्यांना आनंद होईल? की मी दु:खातून स्वत:ला सावरावं म्हणून तुम्ही असं म्हणत आहात?"

"देवी, मी श्रीकृष्णांचा पार्षद[१] आहे. त्यांना निश्चितच आनंद होईल हे मी खात्रीपूर्वक सांगू शकतो. मी असत्य बोलणार नाही."

"मग मी तसंच करेन. तुम्ही कृपया कुटीबाहेर प्रतीक्षा करावी." ते ऐकताच राधेची सखी तिच्यासाठी सुंदर वस्त्र आणि अलंकार आणण्यासाठी व्रजाकडे धावली. मी पर्णकुटीबाहेर आलो. मी राधेच्या चेहऱ्यावर स्मित आणू शकेन असं मला वाटलं नव्हतं. पण सुदैवाने माझ्या शब्दांचा राधेवर चांगला परिणाम झाला.

माझ्या सांगण्याप्रमाणे राधेने सुंदर वस्त्र, हिऱ्यांनी सजलेला अलंकार आणि रत्नांच्या माळा परिधान केल्या. तिने काजळही लावलं होतं. ती अतिशय तेजस्वी आणि प्रसन्न दिसत होती.

आम्ही तिच्या पर्णकुटीबाहेरील आसनांवर बसलो. राधेने मला गांभीर्याने विचारलं, "उद्धवजी, मला खरं खरं सांगा. श्रीकृष्ण खरोखर परत येतील का? मला काय वाटेल याचा विचार न करता सत्य सांगा. अनेक असत्यांपेक्षा एक कटूसत्य ऐकणं श्रेयस्कर असतं. असत्य ऐकून भ्रमात राहणं हे एक पापच आहे."

"श्रीकृष्ण तुम्हाला विसरू शकत नाहीत. ते तुम्हाला भेटण्यासाठी इथे येतील. बहुदा ते येत्या काही वर्षांमध्ये इथे येणार नाहीत. ते ब्रह्मचर्याश्रमाच्या

---

[१] सहकारी.

बंधनांचा आदरच करतील. मात्र तुमची भेट निश्चितच होईल आणि त्यांच्या सुमुखाचे दर्शन झाल्यावर तुमचे दुःख निश्चितच दूर होईल. तरीही मी एकदा त्यांना उपनयनापूर्वी इथे येण्याची निश्चितच विनंती करेन."

"म्हणजेच आमचा विरह अटळ आहे."

"मात्र तुम्ही स्वतःला सावरलं आहे हे ऐकून त्यांना निश्चितच आनंद होईल. मी हा संदेश त्यांच्यापर्यंत अवश्य पोहोचवेन."

"मनःपूर्वक धन्यवाद. उद्धवजी, या माझ्या मैत्रिणी आहेत. त्यांनाही श्रीकृष्ण अतिशय प्रिय आहेत. त्यांनी तुमच्याशी संवाद साधायचा आहे." राधा काही पावलं दूर उभ्या असणाऱ्या गोपींकडे दृष्टी वळवून म्हणाली.

"अवश्य."

"सखींनो, तुम्ही अशा दूर का उभ्या आहात? या! इथे बसा." राधेने गोपींना बोलावलं. त्या गोपी आमच्याजवळ येऊन बसल्या. राधा म्हणाली, "उद्धवजी, तुमच्यामुळे मी खूप दिवसांनी असा शृंगार केला आहे. तुमच्यामुळे माझ्या चेहऱ्यावर स्मित आलं. मी तुमच्या मुलीसारखीच आहे. त्यामुळे मनातल्या चार गोष्टी तुम्हाला सांगाव्या, असं वाटतं."

"देवी, मी त्यासाठीच इथे आलो आहे. तुम्ही तुमचं म न मोकळं करा."

"तुम्ही स्त्रीमन ओळखू शकता, असं दिसतं. अन्यथा स्त्रियांचे विचार कोणत्या विद्वानाला माहीत असतात? ते केवळ शास्त्राने सांगितलेल्या गोष्टींचा पुनरूच्चार करतात. तुम्ही तसे नसल्याने मी माझे विचार तुम्हाला सांगत आहे. तुम्ही हे सगळं श्रीकृष्णांनाही सांगा. श्रीकृष्णांची ही वार्ता मिळाल्यावर मला क्षणभर चैतन्य प्राप्त झालं, असं म्हणता येईल. त्यापूर्वी मी चैतन्यहीनच होते. पुढेही मला असा शृंगार करता येईल की नाही हे मला माहीत नाही. पण तुम्ही त्यांना एक गोष्ट अवश्य सांगा. मी चुकून रागाने एखादं वाक्य बोलले असेन, तर मला क्षमा करा. मी तुमच्याशीही उद्धटपणेच बोलले. मला माझं हे वागणं काट्यासारखं टोचत आहे. उद्धवजी, त्यांना सांगा की मी वृंदावनात जाणारच नाही." राधेच्या बोलण्यात पुन्हा निराशेचा स्वर येऊ लागला.

मी म्हणालो, "मी तुमचा संदेश त्यांच्यापर्यंत अवश्य पोहोचवेन."

तिथे उपस्थित असणारी एक गोपिका म्हणाली, "प्रणाम. माझं नाव माधवी. मला वाटतं की श्रीकृष्ण आमचे कधी नव्हतेच. ते कुठून तरी इथे आले आणि पुन्हा कुठे तरी निघून गेले. आपण व्यर्थ चिंता का करत आहोत?"

अजून एक गोपिका म्हणाली, "राधे, तू कुणाची चिंता करत आहेस?

कुणामुळे इतकी दु:खी होत आहेस? हे रडणं आता सोड. कृष्ण तुला सोडून गेला आहे. तो आता परत येणार नाही."

काही गोपींना ते पटलं नाही. त्यापैकी एक गोपिका म्हणाली, "सखींनो, तुम्ही कुणाबाबत बोलत आहात हे तुम्हाला माहीत आहे ना? कान्हा कोण आहे हे तुम्हाला नव्याने सांगायला हवं का?"

श्रीकृष्णांच्या समर्थनार्थ अजून एक गोपी म्हणाली, "प्रणाम. महोदय, माझं नाव शशिकला. इंद्रदेव आणि ब्रह्मदेवांसारखे देवही श्रीकृष्णांची पूजा करतात. त्या ईश्वरी अवताराबाबत तुम्हाला काय माहिती आहे? त्यांच्या जन्माचा हेतू आणि या दोघांच्या विरहाचं कारण तुम्हाला कसं माहीत असेल? श्रीकृष्णांनी सदैव वृंदावनवासियांचा विचारच केला आहे. आपली रक्षा केली आहे. ते अविचाराने तडकाफडकी राधेला सोडून जाणार नाहीत. ते अवश्य परत येतील."

अजून एक गोपिका म्हणाली, "या माधवीला आणि मालतीला कायम इतरांवर टीकाच करावीशी वाटते. आपण कुणाबाबत बोलत आहोत याचाही विचार तिच्या मनात येत नाही."

गोपिकांची भक्ती पाहून मी भावविवश झालो. मी म्हणालो, "हे वृंदावन खरोखर धन्य आहे! तुमची भक्ती थोर आहे. राधादेवींची एकनिष्ठा आणि प्रेम सर्वश्रेष्ठ आहे. जे श्रीकृष्णांचे भक्त आहेत, तो राधादेवींचेही भक्त होतील. या व्रजभूमीत येऊन मीच धन्य झालो. मला वाटत आहे की पुन्हा मथुरेत जाऊच नये. इथेच गोप आणि गोपिकांसह श्रीकृष्णांच्या महतीचं गायन करावं. कीर्तन करावं. कारण कुणीही भगवान श्री हरींचा तुम्हा गोपींपेक्षा मोठा भक्त नाही. गोपींना जशी भक्ती करता आली, तशी कुणालाही करता आली नाही. मी मथुरेत परतून तुम्हाला वृंदावनवासियांचं क्षेमकुशल सांगेन असं वचन श्रीकृष्णांना दिसलं नसतं, तर अवश्य इथेच राहिलो असतो."

राधा मला म्हणाली, "तुम्ही अवश्य मथुरेला जा आणि श्रीकृष्णांना सगळं काही सांगा. ते कसे आहेत हे सांगण्यासाठी पुन्हा अवश्य या वृंदावनात या."

"अवश्य. तुमचा विरह सुलभ करण्याचा मी सर्वतोपरी प्रयत्न करेन."

"विरह कधीही सुलभ होऊ शकत नाही हे आता मला समजलं आहे. केवळ सीतेलाही काही प्रमाणात विरहाचं दु:ख ज्ञात होतं. तिन्ही लोकांमधील उर्वरित सर्व स्त्रियांमध्ये माझ्याहून अधिक दु:खी कुणीही नाही. मात्र मी श्रीकृष्णांना कदापि विसरणार नाही. ते आहेत म्हणून मी आहे. त्यांच्याशिवाय माझं काहीच अस्तित्व नाही. माझ्यावर कोणतंही संकट आलं, तर ते निश्चित धावून येतील हे मला माहीत आहे."

"नि:संशय. देवी, आता मला आज्ञा द्यावी. येतो मी." असं म्हणून मी उभा राहिलो. त्या सगळ्याही उठून उभ्या राहिल्या.

"उद्धवजी, तुम्हाला सदैव सुख प्राप्त होवो. श्रीकृष्णांकडून ज्ञान प्राप्त केल्यास तुमच्या जीवनाचं सार्थक होईल. त्यांचा सहवासही दुर्लभ आहे. तो तुम्हाला तुमच्या सत्कर्मांमुळेच लाभला असेल. तुम्ही जे कार्य श्रीकृष्णांना समर्पित कराल, तेच सर्वोत्तम कार्य ठरेल. मथुरेला जाऊन श्रीकृष्णांना माझा नमस्कार सांगा."

"अवश्य." मी राधेला नमस्कार केला आणि तिथून मथुरेकडे प्रस्थान केलं. रथात बसल्यावर मी एकदा राधेच्या पर्णकुटीकडे पाहिलं. राधा पुन्हा रडत होती. सारथ्याला आज्ञा द्यावी की राधेला समजवण्यासाठी जावं हे मला कळत नव्हतं. मी दुरूनच पाहिलं की राधा बेशुद्ध झाली आहे. तिच्या मैत्रिणी तिची काळजी घेत होत्या. त्या तिला पर्णकुटीत घेऊन गेल्या. ते पाहून माझेच डोळे पाणावले. मी जड अंत:करणानेच सारथ्याला आज्ञा दिली आणि मथुरेकडे निघालो.

❁

वृंदावनापासून मथुरा काही दूर नव्हती. त्याच दिवशी मी मथुरेत पोहोचलो आणि श्रीकृष्णांना भेटण्यासाठी गेलो. पर्णकुटीबाहेर रडणाऱ्या राधेचं चित्र माझ्या डोळ्यांसमोरच होतं. ते आठवताच माझ्या डोळ्यांतही पाणी आलं. मी तसाच श्रीकृष्णांसमोर गेलो. वृंदावनात मी काय पाहिलं हे श्रीकृष्णांना माझ्याकडे बघताच समजलं असेल. तरी त्यांनी विचारलं, "उद्धवजी, या! तुम्ही असे दु:खी का दिसता? राधा जिवंत आहे ना?[२] वियोगामुळे दु:खी झालेल्या गोपींची जीवन सुरळीत चाललं आहे ना? माता यशोदा कशी आहे? माता रोहिणी कशी आहे? बलरामही इथेच थांबला आहे हे कळल्यावर ती दु:खी झाली असेल. त्यांनी तुम्हाला काय सांगितलं? ते सविस्तर सांगा."

"राजकुमार, राधादेवी जिवंत आहेतच. मी वृंदावनात सर्वांना भेटलो. त्या वृंदावनाचं वर्णन करण्यासाठी मी सर्वथा असमर्थ आहे. त्यासाठी एखाद्या महान

---

[२] ब्रह्मवैवर्तपुराणातील कृष्णजन्मखण्डाच्या ९८व्या अध्यायात श्रीकृष्णांनी 'राधा जीवति जीवति' असा प्रश्न विचारला होता, असं लिहिलं आहे. त्यावरून राधेच्या उत्कट प्रीतीची कल्पना करता येते. श्रीकृष्णांनाही असा प्रश्न पडावा, इतकी ती व्याकूळ झाली होती.

कवीलाच पाचारण करायला हवं. काय ती भक्ती! काय ती प्रीती! ते पाहून माझं जीवनच सार्थक झालं. व्रजभूमीतलं ते वृंदावन अतिशय रमणीय आहे. रासमंडप माझ्या कल्पनेहूनही सुंदर होतं. गोपिकांची प्रेममय भक्ती पाहून मी आश्चर्यचकीतच झालो. इतक्या तन्मयतेने आणि एकनिष्ठेने क्वचितच कुणी अविरत ईश्वराचं चिंतन करत असेल. मलाही तिथून प्रेरणा मिळाली. सर्वप्रथम मी तुमच्या मातेला भेटलो." आम्ही काय बोललो ते मी सविस्तर सांगितलं. वृंदावनाचं वर्णनही केलं.

"अर्थात त्यांना अजूनही माझी आठवण येत असली, तरी त्या दुःखातून हळूहळू सावरत आहेत. पण राधेचं काय? माझी पत्नी राधा कशी आहे?"

राधेची अवस्था श्रीकृष्णांना कशी सांगावी, याचाच मी विचार करत होतो. मी दृष्टी झुकवून काहीही न बोलता तसाच उभा राहिलो.

"उद्धवजी, ती कशी आहे?" श्रीकृष्णांनी पुन्हा विचारलं.

"राजकुमार, राधादेवी आता नंदव्रजात राहात नाहीत. त्या वनातील एका पर्णकुटीत राहतात. मी त्या पर्णकुटीत जाऊन त्यांची भेट घेतली. त्यांनी अंगावरील अलंकार पर्णकुटीच्या बाहेरच काढून फेकले होते. त्या रडतच जमिनीवर पहुडल्या होत्या. त्यांनी अन्नाचा त्याग केला आहे, असं वाटत होतं. मी त्यांना समजावण्याचा प्रयत्न केला. तुम्ही आनंदी राहिलात, तर श्रीकृष्णही आनंदी राहतील असं सांगितलं. काही क्षणांसाठी त्यांनी तुम्हाला बरं वाटावं म्हणून चेहऱ्यावर स्मित आणलं होतं. पण त्या आनंदी आहेत ही वार्ता मी तुम्हाला सांगावी या हेतूनेच त्या आनंदी झाल्या होत्या. मी जाताच त्या पुन्हा रडू लागल्या आणि बेशुद्ध झाल्या. तुम्ही या जन्मात त्यांना पुन्हा अवश्य भेटणार आहात, असं आश्वासन मी त्यांना दिलं आहे."

"तुम्ही दिलेलं आश्वासन मी अवश्य पूर्ण करेन. मी स्वतः तसं वचन दिलं आहे. राधेचं माझ्यावर इतकं प्रेम आहे की ती माझ्याशिवाय कदापि आनंदी राहू शकणार नाही हे मी जाणतो. तरीही प्रयत्नपूर्वक तिला समजवावंसं वाटतं. तिचं दुःख कमी करावंसं वाटतं. पण ते प्रयत्न अयशस्वी ठरतात."

श्रीकृष्णांच्या वैयक्तिक जीवनाचा विषय असल्याने मी पुढे काहीच बोललो नाही.

"तुम्ही माझ्या सांगण्यानुसार त्वरित वृंदावनात गेलात आणि तिथली परिस्थिती सविस्तर सांगितली."

मी म्हणालो, "मी भाग्यवान आहेच. मी वृंदावनात गेलो नसतो, तर मला इतक्या निर्मळ प्रीतीचं दर्शनही घडलं नसतं. भगवान, तुम्ही धन्य आहात! तुमचे

भक्तही धन्य आहेत. तुम्ही कोण आहात हे त्यांनी केव्हाच ओळखलं आहे. आम्ही मथुरावासी कित्येक वर्षे तुमच्या सहवासाला मुकलो आहोत. आता मीसुद्धा तुमची सेवा आणि पूजा करेन. आम्हीही तुमचं मूळ रूप ओळखलं आहे. प्रभू, माझा प्रणाम स्वीकार करा."

मी श्रीकृष्णांच्या पायांवर डोकं ठेवलं. श्रीकृष्णांनी स्मित करत मला आशीर्वाद दिला. ते म्हणाले, "तुमचं कल्याण होवो! उद्धवजी, चला! गर्गमुनी येणार आहेत. त्यांच्या स्वागताची तयारी करायला हवी. आम्हा दोघांवर उपनयन संस्कार होणार आहे."

आम्ही दोघे त्वरित राजसभेकडे निघालो.

राधा

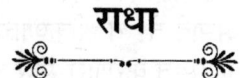

माझं जीवन एका योगिनीचंच जीवन झालं होतं. माझा कुणाशीही फारसा संपर्क नव्हता. प्रापंचिक गोष्टींमध्ये मला फारसा रसही राहिला नव्हता. त्यामुळे मी बराच वेळ एखाद्या व्यक्तीसह बोलत बसले, असं झालंच नाही. प्रात:काली उठायचं, स्वत:ला आवश्यक आहे तितक्या अन्नाची व्यवस्था करायची, त्यानंतर श्रीकृष्णांची प्रतीक्षा करायची आणि त्यांचाच विचार करत रात्री निजायचं हाच माझा दिनक्रम होता. तुम्हाला सांगण्यासारखं माझ्याकडे काहीच नाही. एकांताचं वर्णनही एका मर्यादेपलिकडे करता येत नाही. माझ्यातली रिक्तता मी तुम्हाला कशी सांगणार? मलाच नि:शब्द करणाऱ्या दु:खाला मी शब्दांमध्ये कसं मांडू? मी केवळ इतकंच म्हणू शकते की मी कित्येक वर्षे मथुरेकडून वृंदावनात येणाऱ्या त्या वाटेकडे टक लावून बघत बसायचे. मी परत येईन, असं श्रीकृष्णांचं वचन होतं. त्यामुळे ते कधी ना कधी परत येतील यावर माझा विश्वास होता. ते परत आल्यावर आपल्याला किमान चालता-बोलता आलं पाहिजे म्हणून मी शरीराला पोसत होते. अन्यथा मी अन्नाचाही त्याग केला असता.

बघता-बघता माझे केसही पांढरे झाले. हात थरथरू लागले. कशाचा तरी आधार घेतल्याशिवाय चालणंही मोठं कठीण झालं. तरीही मी धीर सोडला नाही. श्रीकृष्णांची प्रतीक्षा करत राहिले. मी वृंदावनात वाढलेली एक सामान्य गोपिका होते. श्रीकृष्णांची प्रतीक्षा करण्याशिवाय मी दुसरं काय करू शकत होते? माझ्या हातात काहीच नव्हतं. कुणी न कुणी मला श्रीकृष्णांचे नवे पराक्रम सांगायचं. मनात कधीतरी असा विचार यायचा, 'श्रीकृष्णांना पुन्हा या लहानशा वृंदावनात यावंसं वाटेल का? त्यांची द्वारका किती भव्य असेल! त्यांनी अनेक स्त्रियांशी विवाह केला

आहे. त्यांना माझी आठवण येत असेल का?' मनाच्या कोपऱ्यात तशी भीतीही वाटत होती. पण माझा श्रीकृष्णांच्या वचनावर दृढविश्वास होता. उशिरा का होईना, सुदैवाने तो दिवस उजाडलाच! वर्षानुवर्षांची माझी प्रतीक्षाही पूर्ण झाली.

एके दिवशी मी अशीच श्रीकृष्णांची प्रतीक्षा करत बसले होते. तोपर्यंत स्वाभाविकत: मी अतिशय वृद्ध झाले होते. दुरून एक आकृती माझ्या दिशेने येत आहे हे मी पाहिलं. कोण असावे ते? ते श्रीकृष्णांचे दूत असावे का? नव्हे! ते श्रीकृष्णच आहेत! तोच मधुर स्मित करणारा सुंदर चेहरा! माझा आनंद गगनात मावत नव्हता!

त्यांनी पिवळ्या रंगाचं उत्तरीय परिधान केलं होतं. केस पांढरे झाले होते. त्यांच्या गळ्यात अनेक अलंकार होते. वृद्ध होऊनही त्यांनी मोरपिस पौच्छात खोचले होते. त्यावरून ते कृष्ण आहेत हे सर्वांना दुरूनही कळत असे. ते जवळ आले, तशी त्यांच्या चेहऱ्यावरील आनंदी मुद्रा मला दिसली. त्यांच्या हातात बासरी होतीच. त्यांना पाहताच स्वाभाविकत: माझ्या डोळ्यांत आनंदाश्रू दाटले.

मी थरथरत्या आवाजात म्हणाले, "नाथ, आज माझा जन्म सार्थक झाला! तुम्हाला पुन्हा पाहून हे जीवन धन्य झालं. माझे नेत्रही तृप्त झाले. दुःखाचे दिवस कायमचे सरले! मी विरहाच्या अग्नीत जळत होते. दुःखाच्या सागरात बुडाले होते. आज तो विरहकाळ संपला!"

"हो. राधे, आता पुन्हा तुला कदापि विरह सहन करावा लागणार नाही."

"नाथ, या! बसा!"

मी श्रीकृष्णांना आसनावर बसण्याची विनंती केली. त्यांना माझ्या थरथरणाऱ्या हातांनी आनंदाने ओवाळलं. श्रीकृष्णांच्या अंगाला सुगंधी चंदन लावलं.

सगळ्या वृंदावनाला श्रीकृष्णांच्या आगमनाची वार्ता प्राप्त झाली होतीच. मी त्यांचं स्वागत करून त्यांना पाणी देईपर्यंत वृंदावनातील अनेक गोप आणि गोपी श्रीकृष्णांचं दर्शन घेण्यासाठी माझ्या पर्णकुटीबाहेर उपस्थित झाल्या. श्रीकृष्ण त्यांना भेटले. कुणी त्यांच्या गळ्यात पुष्पमाला घातली, तर कुणी त्यांना उपहार दिला.

श्रीकृष्ण वृंदावनाजवळ आले आहेत हे कळताच नंदजी, माता यशोदा आणि वृद्ध गोपगोपींनाही अतिशय आनंद झाला. त्या इतरांच्या सहाय्याने श्रीकृष्णांना भेटण्यासाठी आल्या. त्यांच्या डोळ्यांतूनही आनंदाश्रू वाहत होतेच. श्रीकृष्ण स्वत: माता यशोदेच्या शेजारी जाऊन बसले. मातेने श्रीकृष्णांच्या डोळ्यांवरून प्रेमाने हात फिरवला. त्याही बऱ्याच वृद्ध झाल्या होत्या. जितकं शक्य

होतं तितकं बोलून त्या नंदजींसह नंदव्रजात परतल्या.

सायंकाळ होईपर्यंत बहुसंख्य गोपगोपी श्रीकृष्णांना भेटून व्रजाकडे परतले. सगळे परतल्यावर मी आणि श्रीकृष्ण बोलू लागलो. कित्येक दशकांपासून आम्ही भेटलो नव्हतो. बोलण्यासारखं खूप काही होतं. कुठून सुरूवात करावी हेच मला समजत नव्हतं. पण अनेक वर्षांपासून माझ्या मनात एक प्रश्न होता. सर्वप्रथम तोच प्रश्न विचारावा, असं मला वाटलं.

मी म्हणाले, "नाथ, एक प्रश्न विचारू का?"

"हो! तुला जे काही विचारायचं असेल, ते विचार. मी आता पूर्ण वेळ तुझ्यासोबत असणारच असणार आहे. हा कृष्णावतार आता संपला आहे."

"या काळात बरंच काही घडलं आहे. तुम्हाला आता रुक्मिणीकांत म्हणून ओळखलं जातं. सत्यभामाही तुमची प्रिय पत्नी आहे. तुम्ही त्यांच्यासह दीर्घ काळ राहिला आहात. मी अजूनही तुमची प्रिय राधा आहे का?"

"राधे, तसं नसतं तर मी आलोच नसतो. आता हे मानवी शरीर सोडण्याची वेळ झाली आहे. आपल्या मूळ रूपात आपण गोलोकी जाणार आहोत. तू हे जाणतेस की मी विश्वाचाच स्वामी आहे. सर्वच माझे आहेत. मग या रुक्मिणी, सत्यभामा आदी स्त्रियांबद्दल विशेष असं काय सांगू? जसे इतर सर्व माझे आहेत, तशाच त्याही माझ्याच आहेत. या जन्मात माझा त्यांच्याशी विवाह झाला. मात्र आता गोलोकात आपणच एकत्र परतणार आहोत. राधे, ज्याप्रमाणे तू गोलोकात राधिकादेवी आहेस, त्याचप्रमाणे तू वैकुंठात महालक्ष्मी आहेस. तूच मैथिली होतीस. ही सर्व तुझी रूपं आहेत. या जन्मात माझे अनेक विवाह झाले आणि ते ऐकून तुला वाईट वाटलं असेल. त्यामुळे मी तुझी क्षमा मागतो. कृष्णावतारात मला अनेक गोष्टी कराव्या लागल्या. या विवाहांपासून ते कुरूक्षेत्रात अर्जुनाचा सारथी होईपर्यंत अनेक आश्चर्यकार गोष्टी मला कराव्या लागल्या आहेत. माझ्यामुळे तुला दुःख झालं. मला क्षमा कर.[१]"

ते ऐकताच माझ्या मनातल्या सर्व शंका दूर झाल्या. श्रीकृष्णांच्या जीवनात माझं महत्त्व काय आहे हे माझ्या लक्षात आलं. मला मिळालेल्या शापामुळे आम्ही दूर राहिलो. त्या काळात श्रीकृष्णांनी अनेक विवाह केले. मात्र त्या सर्व स्त्रियांना सोडून ते अंतिमतः माझ्याकडे आले आणि त्यांनी माझी क्षमा मागितली! जो स्वतः परमेश्वर आहे, पृथ्वीवरील सर्व राजांना आणि ऋषींना

---

१ राधे सर्वापराधं मे क्षमस्व परमेश्वरि ॥१०२॥

ब्रह्मवैवर्तपुराण, श्रीकृष्णजन्मखण्ड उत्तरार्ध, अध्याय क्र.१२६

वंदनीय आहे, त्याने क्षमा मागणं हे निश्चितच विशेष होतं. अर्थात त्यांनी अपराध केला आहे असं मला वाटतच नसल्याने क्षमा करण्याचा प्रश्नच नव्हता. मला फक्त त्यांच्या जीवनात माझं काय स्थान आहे, ते जाणून घ्यायचं होतं.

मी विषय बदलत म्हणाले, "नाथ, आता आपण रासमंडपाकडे जाऊ. पूर्वीप्रमाणे आता नृत्य करता येणार नाहीच. खरं सांगायचं तर मी केवळ तुम्हाला भेटण्यासाठी अद्याप जिवंत आहे. अन्यथा वृद्धत्वामुळे माझी शक्ती क्षीण झाली आहे. तरीही आपण आज अवश्य रासमंडपात जाऊ. तिथे उभे राहून आठवणींना उजाळा देऊ. शक्य झालं, तर सरोवरात तळपाय बुडवून उभे राहू."

"चल! मी या क्षणाचीच प्रतीक्षा करत होतो."

आम्ही खरोखर रासमंडपात जाऊन बसलो. मीसुद्धा अनेक वर्षांनंतर तिथे आले होते. श्रीकृष्ण आणि मी कित्येक वर्षांनंतर ते रासमंडप बघत होतो, जिथे आम्ही बालपणाचा रमणीय काळ व्यतित केला होता. तिथेच आम्ही एकमेकांसह नृत्य करायचो. एकमेकांकडे प्रेमपूर्वक बघायचो!

"तू पर्णकुटीतच का राहिलीस? मी तिकडे द्वारकेत मोठ्या राजभवनात जगत होतो. तू वृषभानुंच्या घरी सुखाने राहिली असतीस, तर मलाही बरं वाटलं असतं. तुलाही इतकं खडतर जीवन जगावं लागलं नसतं." श्रीकृष्ण म्हणाले.

"तुम्हाला पूर्वीप्रमाणे आजही माझी काळजी वाटते हे पाहून मला खूप बरं वाटलं. यात नवं असं काही नाहीच म्हणा! तुम्ही सदैवच माझी काळजी घेतली आहे. राहिला प्रश्न पर्णकुटीचा आणि खडतर जीवनाचा, तर तुमच्याशिवाय माझं जीवन तसंही खडतरच होतं. इतरही माझ्याकडे पाहून हताश झाले असते. त्यांना सतत माझ्याबाबत वाईट वाटलं असतं. माझं दु:ख मला एकटीलाच भोगायचं होतं. शिवाय मला सांसारिक गोष्टींमध्ये काही रसही राहिला नव्हता. तुम्ही इथे होता, तेव्हा कणाकणात चैतन्य होतं. तुम्ही जाताच सर्व गोष्टी मला रसहीन वाटू लागल्या. त्यामुळे इथे आपलं एकटं राहिलेलं बरं, असं मला वाटलं."

"तो खडतर काळ आता कायमचा संपला आहे ही बाब आनंददायी आहे."

"हो! आणि तुमचं जीवनही काही कमी खडतर नव्हतं. मी तरी इथे बसून, माझ्यापुरतं अन्न मिळवून शांतपणे जगत होते. तुम्ही कित्येक युद्धांमध्ये स्वत:चे प्राण संकटात टाकून अधमांशी युद्ध केलं. मला सगळं माहीत आहे."

"राधे, हे मानवी जीवन विचित्रच आहे. सृजनाची शक्ती असणारा एक अद्भुत प्राणी ही मानवाची खरी ओळख असायला हवी. मात्र तो लोभ आणि अहंकाराच्या आहारी जाऊन सगळं नष्ट करत सुटला आहे. मी इतकी मोठी द्वारका

उभारली. यादवांना एक हक्काचं ठिकाण मिळालं. पण या सगळ्याचा शेवट कसा झाला? ती शोकांतिका तुला यशावकाश सविस्तर सांगेन. आता इतकंच जाणून घे की यादवांनी एकमेकांशी भांडून जणू सगळं वैभव धुळीस मिळवलं आहे. भ्राता बलरामही त्यांच्या लोकात परतले आहेत. एका पारध्याच्या हाताने माझी जीवनयात्राही संपली आहे. मी माझं हे मूळ रूप धारण करून गोलोकातील तुझा कृष्ण होऊनच तुझ्यासमोर आलो आहे. उद्या प्रात:काली आपल्यासाठी गोलोकातून एक रथही येणार आहे."

"तुम्ही यादवांना थांबवलं नाही?" मी आश्चर्याने विचारलं.

"राधे, दुर्जनांचा नाश करणं हा माझ्या अवताराचा हेतू होता. मी पृथ्वीवरून अधर्मांचा भार कमी केला आहे. मात्र समृद्धी घराघरात नांदू लागल्यावर हा स्थिरावलेला समाज एकमेकांनाच नष्ट करण्याचा प्रयत्न करतो. कलह निर्माण होतो. मी किती कलहांना क्षमवण्याचा प्रयत्न करू? आपलं भवितव्य आता मनुष्यांनी स्वत:च ठरवायचं आहे. दुर्जनांच्या विरूद्ध युद्ध करणाऱ्या सज्जनांच्या पाठीशी मी सदैव उभा राहीन. मात्र सज्जनांनी प्रथमत: स्वत: त्यांच्या अस्तित्वासाठी लढण्याचं बळ प्राप्त करायला हवं."

"तुमचं मत अतिशय योग्य आहे. आपण लहान होतो तेव्हा हे विश्व कसं होतं आणि आता हे विश्व कसं आहे याची तुलना केल्यावर मन निराश होतं. कलियुगाची सुरूवात होत आहे."

"याबाबत गोलोकात जाऊन आपण बोलूच. तूर्त या रासमंडपाकडे एकदा डोळे भरून पाहू दे. आपण इथे कशी रासलीला करायचो हे तुला आठवतं?"

"हो! अगदी लहानसहान गोष्टही आठवते. रासमंडप मी कशी विसरू शकेन?"

हळूहळू एकेक आठवण ताजी झाली. आम्ही तिथे बसून अक्षरश: रात्रभर बोलत होतो. श्रीकृष्णांनी त्यांच्या जीवनातील अनेक महत्त्वपूर्ण घटना मला सांगितल्या. माझ्याकडे दु:खाशिवाय सांगण्यासारखं असं विशेष काहीच नव्हतं. शिवाय ती मानवी जीवनातील माझी अंतिम रात्र होती आणि ती मला माझ्या दु:खाबाबत बोलत व्यतित करायची नव्हती.

दुसऱ्या दिवशी पहाटे श्रीकृष्ण स्नान करण्यासाठी यमुनातीरी गेले. ते परत येईपर्यंत गोलोकातून एक रथ माझ्या पर्णकुटीबाहेर आला होताच. श्रीकृष्ण परत येताच आम्ही दोघे त्या रथावर स्वार झालो. आम्ही त्या रथातूनच वृंदावनात गेलो. संपूर्ण वृंदावन डोळे भरून पाहिलं. यशोदा मातेने आम्हाला नंदभवनात

बोलावलं होतं. त्यानुसार आम्ही नंदभवनात गेलो. तिथे समस्त वृंदावनवासी उपस्थित होते. अनेक रत्नांनी सजलेला दैवी रथ पाहून ते आश्चर्यचकीत झाले होते. बहुदा आम्ही आमच्या लोकाकडे प्रस्थान करू हे त्यांना माहीत झालं होतं.

श्रीकृष्ण त्या सर्वांना म्हणाले, "तुम्ही इथे असेच आनंदाने रहा. वृंदावनातील काळ हा माझ्या जीवनातील सर्वांत रमणीय काळ होता. तुम्ही या वृंदावनाचं सौंदर्य, पावित्र्य आणि महत्त्व टिकवून ठेवा. तुमचं कल्याण होवो."

सर्वांनीच श्रीकृष्णांना वाकून नमस्कार केला. मी एकदा त्या सर्वांकडे पाहिलं. गोलोकात परतण्याची वेळ झाली होती. सर्वांना निरोप देऊन आम्ही गोलोकाकडे प्रस्थान केलं. कित्येक वर्षांचा तो कालखंड कधी संपला हे मला समजलंही नाही. काळ खरंच खूप वेगाने पुढे जात असतो. मलाच त्या किशोरावस्थेतल्या राधेला हे सांगता आलं असतं, तर मला हे सत्य पटलं असतं. जन्मभर कृष्णांशिवाय कसं जगायचं हा विचार करून मी कित्येक वर्षे दु:खी होते. बघता-बघता तो जन्मही संपला. आम्ही गोलोकाकडे प्रस्थान केलं.

श्रावणी

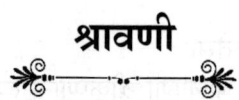

राधेची कथा ऐकून माझे डोळे पाणावले होतेच. मी राधेला म्हणाले, "हे सगळंच अद्भुत आहे. तुमचं बालपण, तो शाप, तुमचा विरह आणि तुमच्या जीवनाचा शेवट... सगळंच कल्पनेच्या पलिकडचं आहे. तुमच्याशिवाय इतर कुणी ते दुःख सहन करू शकलं नसतं."

"हेच जीवन आहे, श्रावणी. आपण ज्या प्रेमाबाबत, विरहाबाबत आणि जीवनाबाबत बोललो, ते सगळं असंच आहे. प्रत्येकाच्या जीवनाचे चढउतार वेगळे आहेत."

"तुमची ही कथा ऐकल्यावर मला काही प्रश्न विचारायचे आहेत. तुम्हाला वाईट वाटणार नसेल, तरच."

"मला का बरं वाईट वाटेल? तू निर्धास्तपणे प्रश्न विचार." राधा म्हणाली.

मी पहिला प्रश्न विचारला, "असूयेमुळेच तुम्हाला श्रीकृष्णांचा विरह सहन करावा लागल्याने पुन्हा तुमच्या मनात असूया आली नसेल हे मी समजू शकते. तुम्ही श्रीकृष्णांना जो अंतिम प्रश्न विचारला, त्या प्रश्नात त्यांच्या पत्नींचा उल्लेख होताच. गोपिकांचा प्रेम कसं होतं हे तुम्ही सांगितलं. पण श्रीकृष्णांच्या अनेक पत्नींचं काय? तुमच्या मनात कुठेतरी तो विचार होताच."

"हो. तो विचार लपवण्याचं काही कारणही नाही. मनुष्य जन्मात माझी परिस्थिती वेगळी होती. गोलोकात असतांना मी थेट श्रीकृष्णांना प्रश्न विचारण्यासाठी जाणार होते. इथे मनुष्य असतांना मला काहीच करता आलं नाही. ते एका अर्थी बरंच झालं. मी पुन्हा तीच कृती केली असती, तर बहुदा पुन्हा अशा विरहाला सहन करावं लागलं असतं."

माझ्या मनात याबाबत अनेक प्रश्न होते, पण मी ते प्रश्न विचारले नाहीत. माझ्यासमोर एक देवी उभी होती आणि त्याचं भान राखूनच प्रश्न विचारणं मला हितकारक वाटलं. मी म्हणाले, "म्हणजेच विचार आपल्या मनात येत-जात असतात. कोणत्या विचाराला किती महत्त्व द्यायचं ते आपण ठरवायचं असतं. असंच ना?"

"हो. असं म्हणू शकतेस."

"अजून एक प्रश्न. बालपणी श्रीकृष्णांना त्यांच्या दैवी शक्ती वापरता आल्या. ते कोण आहेत हे सर्वांना आपोआपच समजलं. पण तुम्ही कोण आहात हे सगळ्यांना कालांतराने समजलं. एखाद्या व्यक्तीला असंही वाटलं असतं की आपणही आपल्या दैवी शक्तींच्या मदतीने समाजाची सेवा करावी. तुम्हाला तसं वाटलं नाही का?"

"याचा पुसटसा उल्लेख मी मागेच केला आहे. श्रीकृष्ण त्यांच्या दैवी शक्तीने राक्षसांचा वध करण्यासाठीच पृथ्वीवर आले होते. मी त्या हेतूला साध्य करण्यासाठी इथे आले नव्हते. ते सज्जनांची रक्षा करत आहेत हे पाहून मला आनंदच व्हायचा."

"अलौकिक कथा वेगळ्याच असतात. त्यांची आमच्यासारख्या सामान्य माणसांच्या कथांशी तुलना करता येत नाही, हेच खरं."

"तुम्ही सगळेच या कथांबाबत साकल्याने विचार करू शकता. माझी एकनिष्ठा, एकमेकांबाबत असलेला आदर आणि आमचं प्रेम तुम्हाला आवडलं, तर तसं आचरणही करू शकता."

"हो! तुम्ही मला प्रेमाचे नऊ पैलू सांगितले होते. विश्वास, संवाद, आदर, आनंद, संयम, तडजोड, विकास, आत्मीयता, आणि क्षमा! हे सगळे मला तुमच्या कथेत दिसले. श्रीकृष्ण कुठेही गेले, तरी तुमचं प्रेम कमी होणार नाही हा विश्वास तुमच्या नात्यात होता. तुम्ही एकमेकांसह गहन विषयांबाबतही बोलायचात. तुम्ही कधीही एकमेकांचा अनादर केला नाही. तुम्ही एकमेकांसोबत किती आनंदी असता हे तुमच्याशी बोलून कुणालाही समजेल. तुम्ही संयमी असल्यानेच त्यांची प्रतीक्षा केली. श्रीकृष्णांशिवाय जीवन व्यतित करावं लागेल आणि जीवनाच्या अंतिम क्षणीच त्यांची भेट होईल हे माहीत असूनही तुम्ही त्यांची प्रतीक्षा करत पर्णकुटीत राहिलात ही तर सर्वांत मोठी तडजोड होती. श्रीकृष्णांशी बोलून तुम्हाला ब्रह्मज्ञानही झालं. तो एका प्रकारे विकासच होता. तुम्हाला एकमेकांविषयी आत्मीयता वाटत होती हे सर्वश्रुतच आहे. अंतिमत: श्रीकृष्णांनी तुमची क्षमाही मागितली! तुम्ही सांगितलेले नऊ पैलू तुमच्या चरित्रात दिसले."

"याचाच अर्थ तू माझं प्रत्येक वाक्य तन्मयतेने ऐकलं आहेस. हे पाहून मला आनंद झाला."

"मीच तुमचे आभार मानायला हवे. मला आपल्या संभाषणातून नवी दिशा मिळाली. प्रेम काय आहे हे समजलं. प्रेम करणं ही एक कलाच आहे हे लक्षात आलं. या तत्त्वज्ञानानुसार मी माझ्या जीवनात बदल कसे करायचे याचाच विचार करत मी महाराष्ट्रात परतेन. माझ्या मनात अजूनही संभ्रम आहेच. रोहितबाबत कोणता निर्णय घ्यावा हे मला अजूनही समजत नाही."

"या प्रश्नाचं उत्तर तुला लवकरच सापडेल. तू चिंतन कर. काही दिवस गेले, तरी चालेल. एकदा निर्णय घेतला की त्या निर्णयावर ठाम रहा."

"हो."

"मला वाटतं की जेवढं बोलण्यासारखं होतं, तेवढं बोलून झालं आहे. तू गुणी आहेस. विवेकी आहेस. तुला इतकाच उपदेश पुरे." राधा उठून उभी राहिली. मीही उभी राहिले. "श्रावणी, तुला भेटून आणि तुझ्याशी बोलून मला खरंच आनंद झाला."

"देवी, ही भेट सदैव माझ्या स्मरणात राहील. मी न सांगता तुम्ही मला खूप काही दिलं आहे." मी राधेच्या चरणी डोकं ठेवलं. राधेने आशीर्वाद देत मला उठवलं. मला प्रेमपूर्वक आलिंगन दिलं. तो माझ्यासाठी एक सोनेरी क्षण होता.

"चिंता करू नकोस. आपण बराच वेळ एकमेकींशी बोललो असलो, तरी तुझ्या खऱ्या जीवनात एक क्षणही पुढे गेला नसेल. तू वेळेत तुझ्या इच्छित स्थळी पोहोचशील. तू मला भेटलीस हे स्वप्न होतं की सत्य हे तुलाही कळणार नाही. मात्र मी जे सांगितलं, ते तुला कायम स्मरणात राहील. तुझं कल्याण होवो!"

एक सुंदर स्वप्न तुटावं, तसा तो प्रसंग संपला. ते स्वप्नच असावं का? कल्पना नाही. कुणीतरी माझ्या चेहऱ्यावर पाणी शिंपडत होतं. मी अचानक जागी झाले आणि चेहऱ्यावर अजून पाणी पडू नये म्हणून तोंडावर हात ठेवला. "दीदी, क्या हुआ? तुम ठीक हो?" माझ्या शेजारी बसलेल्या एका माणसाने विचारलं.

"हाँ मैं ठीक हुँ."

"यह पानी लो."

मी पाणी प्यायले. दहा-पंधरा जण माझ्याभोवती उभे होते. पाणी पिऊन मी उभी राहिले. "थँक यू, भैय्या. आप सभी को धन्यवाद."

मी शुद्धीवर आल्याचं पाहून ते सगळे आपापलं काम करण्यासाठी निघून गेले. मी घड्याळात वेळ पाहिली. खरोखरच मी राधेला भेटले, तीच वेळ घड्याळात दिसत होती. मी वेळेत रेल्वे स्थानकावर पोहचू शकत होते. ती अवस्था विचित्रच होती. माझ्यासोबत जे घडलं, ते खरं होतं की स्वप्नच होतं हे समजणं माझ्यासाठी अत्यंत महत्त्वाचं होतं. मला खरंच राधेने दर्शन दिलं की मी माझ्याच कल्पनेतल्या राधेशी बोलत होते? हा प्रश्न मला सतावत होता. पण राधेचं प्रत्येक वाक्य मला आठवत होतं. 'तू मला भेटलीस हे स्वप्न होतं की सत्य हे तुलाही कळणार नाही.' हे तिचं वाक्यही मला आठवत होतं. त्यामुळे मी खरंच राधेला भेटले आणि बोलले हे मला पटलं. मी अधिक विचार केला नाही.

मी काय बघण्यासाठी त्या भागात फिरत होते हेच मी विसरले. तसंही काही बघण्याच्या किंवा कुणाशी बोलण्याच्या मन:स्थितीत मी नव्हतेच. मी नुकताच एक अकल्पनीय अनुभव घेतला होता. त्यामुळे मी थेट हॉटेलमध्ये जाऊन पलंगावर डोळे बंद करून बसले. आमची भेट वारंवार माझ्या डोळ्यांसमोर येत होती. मी दूर उभं राहून स्वत:लाच पाहिलं या विचारानेही माझ्या अंगावर काटा येत होता. मला भीती वाटत नव्हती. अन्यथा अशा अनुभवानंतर एखाद्या व्यक्तीला भीतीही वाटली असती. पण राधेचं बोलणं आणि तिचं अस्तित्व इतकं प्रेममय होतं की मला तिच्याशी भेटण्याचा प्रसंग आठवूनही छानच वाटत होतं.

पुढे विसरू नये म्हणून मी पटकन राधेचे उपदेश लिहिण्यास सुरूवात केली. प्रेमाचे नऊ पैलू, विरह, जीवन... आम्ही ज्या प्रमुख विषयांबाबत बोललो, त्यांची नोंद केली. तेवढ्यात रेल्वे स्थानकाकडे जाण्याची वेळ झाली. मी बॅग भरली आणि रेल्वे स्थानकाकडे निघाले. राधेच्या विचारांमध्ये मी इतकी हरवले होते की मी योग्य फलाटावर जाऊन योग्य ट्रेनमध्ये बसले हीच माझ्यासाठी आश्चर्याची गोष्ट होती. अर्थातच मी खिडकीच्या जवळची सीट आरक्षित केली होती. तिथे बसून मी सूर्यास्ताकडे शांतपणे बघत होते.

गंमत म्हणजे माझ्यासमोर बसलेल्या माणसाने "क्या यह आपका बैग है?" हा प्रश्न दोनदा विचारला. मी माझी बॅग सीटखाली ठेवायची विसरून आपल्याच धुंदीत खिडकीतून बाहेर बघत वेगळाच विचार करत होते. त्या माणसाने मोठ्या आवाजात पुन्हा प्रश्न विचारला, तेव्हा कुठे मी त्याच्याकडे पाहिलं.

"सॉरी! सॉरी." म्हणत मी बॅग सीटखाली सरकवली. पुन्हा खिडकीबाहेर बघत विचार करू लागले. मी भारावले होते, पण गाढ निद्रेतून जागा झाल्यावर माणूस हळूहळू वास्तवात प्रवेश करतो तशी मी वास्तवातही प्रवेश करत होते.

कृष्ण आणि राधेच्या नात्याबाबत अनेक विचार माझ्या मनात येत होते. एकीकडे माझ्यातली तार्किक आणि विद्रोही मुलगी त्या कथेतील मिसिंग लिंक्स शोधत होती, पण दुसरीकडे ती दैव कथा असल्याने आपल्या निकषांनुसार तिचं मूल्यमापन करणं योग्य नाही असंही मला वाटत होतं. राधेला शाप मिळाला ही एक गोष्ट मला माहीत नसती, तर बहुदा मी त्या कथेकडे वेगळ्या दृष्टीने पाहिलं असतं. कारण राधा जन्मभर एकटी जगली आणि श्रीकृष्ण द्वारकाधीश होते ही वस्तुस्थितीच होती. त्यामागील हे शापाचं कारण ऐकल्यावर मी वेगळ्या पद्धतीने त्या कथेकडे पाहू लागले.

श्रीकृष्ण आणि माझा वृंदावनातच विवाह झाला होता, असं राधा म्हणाली होती. ते खरंच आहे का, हे पाहण्यासाठी मी ऑनलाईन उपलब्ध असणारी माहिती वाचली. पुराणांमधले संदर्भही उपलब्ध होतेच. त्यांच्यानुसार राधा आणि कृष्णाचा विवाह झाला होता. मी काही दिवसांनी ते पुराणच विकत घेतलं आणि खात्री केली. जी गोष्ट मला माहीतच नव्हती, ती माझ्या स्वप्नात कशी येईल? असं वाटल्याने मी राधेला खरोखरच भेटले यावर माझा विश्वास दृढ झाला.

माझा फोन वाजू लागला. बाबांचा कॉल होता. मथुरेहून निघाल्याचं आपण घरी कळवलंच नाही हे माझ्या लक्षात आलं. त्यांच्याशी थोडफार बोलून मी फोन ठेवला. रोहितचा मेसेज आला होताच, पण तो मी पाहिला नाही. दुसऱ्या दिवशी सकाळी उठल्यावर ‘मथुरेहून निघालीस का?’ असा त्याचा मेसेज आल्याचं मी पाहिलं. मात्र त्या दिवशी मात्र मला दुसरा विचार करायचाच नव्हता.

मी पुन्हा राधा आणि कृष्णाबाबत विचार करू लागले. मलाही राधा होणं शक्य होईल का, असा प्रश्न स्वत:ला विचारू लागले. त्याचं उत्तर मला लगेच सापडलं. ‘नाही!’ मी राधा होऊ शकणार नाही. राधाकृष्णाच्या कथेत अनेक संदर्भ होते, गृहितकं होती आणि गोलोकात पुनर्मिलन होणार याची खात्रीही होती. ते सगळंच दैवी होतं. श्रीकृष्णांचा पराक्रमही अलौकिक होता. तरी आजही एखादी युवती राधा होऊ शकते असं तुम्हाला वाटत असेल, तर मी तुमच्या मताचाही आदर करते. फक्त मी ती मुलगी नव्हे हे मला माहीत होतं. त्यामुळे मी तुम्हाला प्रारंभीच सांगितलं की ही कथा माझ्या समग्र परिवर्तनाची नाही. पण ही कथा निश्चितच प्रेममय आहे आणि केवळ प्रेमाबाबतच आहे. राधेकडून ऐकलेले प्रेमाचे सर्व पैलू अतिशय विचारणीय होते. तिची वाणी अमृतासारखीच होती. मी राधा होऊ शकत नसले, तरी त्या पैलूंचा विचार करून एक चांगली प्रेयसी आणि पत्नी निश्चितच होऊ शकते हा आत्मविश्वास माझ्यात होताच, आताही आहे.

राधेच्या विरहास असूया ही भावना कारणीभूत ठरली ही बाब अनेकांना

माहीत नसल्याने तिच्या कथेला आपापल्या हितासाठी काही लोक वेगळ्या पद्धतीनेही सांगतात. श्रीकृष्णांनी अनेक विवाह केले, तरी राधा एकनिष्ठच राहिली हे सांगितलं जातं. मात्र राधेला श्रीकृष्णांची पहिली पत्नी असूनही का दूर राहावं लागलं हे सांगितलं जात नाही. राधेला कृष्णांसह राहणं आवडलं नसतं का? नक्कीच आवडलं असतं. श्रीकृष्णांनाही राधेपासून दूर राहणं अप्रियच होतं. तरीही असूयेमुळे राधेला शाप मिळाल्याने त्यांना दूर राहावं लागलं हे आवर्जून सांगितलं जायला हवं. राधेकडूनच ती कथा ऐकल्याने माझेही असे कित्येक गैरसमज दूर झाले.

राधेत जे एकनिष्ठ प्रेम दडलं आहे, ते निश्चितच आदर्श आहे. मात्र ते केवळ स्त्रियांसाठी आदर्श नसून पुरूषांसाठीही आदर्श आहे. तिची एकनिष्ठा, उत्कट प्रीती आणि क्षमाशीलता ही पती आणि पत्नीत असली, तर ते नातं अतिशय सुंदर आणि आदर्शच ठरेल.

राधा होणं सोपं नाहीच. इतिहासात अनेक विरहकथा प्रसिद्ध आहेत. अनेक स्त्रीपुरूषांनी विरह सहन केला आहे. पण राधेइतका विरह कुणीही सहन केला नाही. त्यामुळे ती निश्चितच श्रेष्ठ ठरते. राधा जन्मभर तिच्या प्राणनाथाच्या प्रतीक्षेत जगत राहिली. हे काही सोपं नाही. आजच्या काळातली मुलगी म्हणून विचार केला, तर ते अशक्यप्रायच वाटतं. आजच्या मुलीने तसं करावं की करू नये, याबाबत वेगवेगळी मतं असतील. राधेने तिला जे योग्य वाटत होतं, ते केलं. समोरचाही माझ्यासारखंच वागत आहे का, हे पाहून तिने स्वत:च्या आयुष्याला आकार दिला नाही. हे मला सर्वांत महत्त्वाचं वाटतं. अन्यथा बहुतांश वेळी आपण इतरांचं पाहून स्वत:ला आकार देण्याचा प्रयत्न करतो. आपल्या आयुष्याची धुरा अप्रत्यक्षपणे इतरांच्याच हातात असते. राधा दु:खात जगली, पण तिने तिच्या जीवनावरचं नियंत्रण सोडलं नाही. ती तिच्या पद्धतीने जगली. आपल्याला काय हवं आहे हे तिला पूर्णत: माहीत होतं. तिच्या विचारांतील ही स्पष्टताही मला अनुकरणीय वाटली. मीसुद्धा आता तसं जगण्याचा प्रयत्न करते. माझा पती माझ्यावर किती प्रेम करतो हा विचार करण्याऐवजी मी त्याला किती प्रेम देऊ शकते, याचाच विचार करते. अर्थात पती त्या प्रेमाला पात्र आहे म्हणूनच. पती किंवा पत्नी प्रीतीला पात्र आहेत की नाहीत हे कसं ओळखावं, याबाबत राधेने तिचं मत व्यक्त केलं होतं. ते मी तुम्हाला सांगितलं आहेच.

दुसऱ्या दिवशी सकाळी चहा घेतल्यावर मी माझा फोन पाहिला. रोहितचा मेसेज आला होता. 'हो' असा रिप्लाय देऊन मी रोहितबाबत विचार करू लागले.

त्याला काय सांगावं? पुढे काय करावं? मला लवकरच निर्णय घ्यावा लागणार होता.

चोवीस तासांचा प्रवास झाल्यावर मी अंतिमत: माझ्या शहरात पोहोचले. घरी सगळे माझी वाट बघत होतेच. मुलगी एकटी कशी जाईल, कशी येईल ही चिंता त्यांच्या मनात होती. मी एकदाची सुखरूप परतले हे पाहून त्यांची चिंता मिटली.

आईने औक्षण केलं. मी हॉलमध्ये ठेवलेली बॅग बाबा माझ्या खोलीत घेऊन गेले. आजीने पहिला औपचारिक प्रश्न विचारला, "कसा झाला प्रवास?"

"अगं, काय सांगू, आजी? मी त्याच सगळ्या विचारांमध्ये हरवले होते. ते वृंदावन, ती मंदिरं, ते घाट आणि ते वातावरण! सगळंच असं रिफ्रेशिंग होतं."

"पहा! ही मुलगी अशीच विचारांमध्ये भरकटेल आणि कुठेतरी रस्ता चुकेल ही भीती माझ्या मनात उगाच नव्हती!"

"मी तसं होऊ दिलं नाही. नीट घरी आले की नाही?"

"हो. तुला काही होऊ नये म्हणून मी प्रार्थना करते. त्याचा हा परिणाम!"

"बाबा, आजी कसं क्रेडिट घेते ते पहा!"

बाबा लगेच गमतीने माझी बाजू घेत म्हणाले, "आई, तू प्रार्थना करतेस ते चांगलंच आहे. पण माझी मुलगी व्यवस्थितपणे स्वतःला सांभाळू शकते याची मला खात्री झाली."

आजी म्हणाली, "तुझी मुलगी म्हणजे? माझीच नात आहे ती! शहाणी असणारच!"

आईने विचारलं, "दुपारी रेल्वेतच जेवली असशील. भूक लागली असेल ना? चल, तुला जेवायला वाढते. हात-पाय धुवून घे."

"थोड्या वेळाने जाते. इतक्या दिवसांनी घरात आलेय! निवांत बसू दे."

"जेवल्यावर निवांत बसून तुझ्याशी गप्पाच मारायच्या आहेत. तिकडे काय काय पाहिलंस ते सगळं सांग. आधी हात-पाय धुवून घे. दिवसभर रेल्वेच्या डब्यात होतीस. आज अंघोळही झाली नसेल."

"अंघोळच करते. मग पटकन जेवून गप्पा मारायला बसू. तुम्हाला फोटोही दाखवायचे आहेत!" मी माझ्या खोलीत गेले. मनात विचार आला की वृंदावनात काय घडलंय हे मी यांना कसं सांगू? त्यांचा खरंच विश्वास बसणार नाही. त्यांनाही ते स्वप्नच वाटेल. त्यापेक्षा राधेची भेट झाली हे न सांगितलेलंच बरं.

जेवून आम्ही मध्यरात्र होईपर्यंत गप्पा मारल्या. सहलीच्या प्रत्येक दिवशी काय काय झालं ते मी सविस्तर सांगितलं. तिकडून प्रत्येकासाठी काही न काही

भेट आणली होतीच, ती दिली. त्यानंतर आई आणि बाबा झोपण्यासाठी त्यांच्या खोलीत गेले. आजी माझ्या शेजारीच झोपायची. तिलाही लगेच झोप लागली. मी मात्र रोहितला काय सांगावं याचा विचार करत जागी होते.

'सॉरी फॉर आस्किंग क्वेश्चन्स फ्रिक्वेंटली. पण घरी पोहोचलीस का?' काही तासांपूर्वीच त्याचा मेसेज आला होता. त्यावर काय रिप्लाय द्यावा हे मला सुचत नव्हतं. 'मी पोहोचले, उद्या भेटूया?' असं सांगावं की 'हो.' इतकंच म्हणावं? मला कळत नव्हतं. त्याच्या संदेशातही खूप औपचारिकता होती आणि मीही बराच औपचारिक विचार करत होते. दुराव्यामुळे आमच्या नात्यात ही औपचारिकता आली आहे हे मला जाणवलं. निखळ मैत्रीत इतकी औपचारिकता नसते. आम्ही मित्रही राहिलो नव्हतो हे त्यातून सिद्धच झालं होतं. आमचं नातं जिवंत आहे, असं मला वाटत होतं. ती औपचारिकता आणि रोहितच्या मनातलं गिल्ट पाहून आमच्या नात्यात जिवंतपणाच राहिला नाही हे मला समजलं.

मी राधेची कथा ऐकून आले होते. अनेक दशकं प्रतीक्षा केल्यावरही राधेचं प्रेम मुळीच कमी झालं नव्हतं. बालपणानंतर थेट मृत्यूपूर्वी भेटूनही त्यांना औपचारिकपणे एकमेकांशी बोलावंसं वाटलं नाही. ते पूर्वीप्रमाणेच एकमेकांशी बोलत होते. मीही तिच्यासारखंच वागावं, असं अनेकांना वाटणं स्वाभाविकच आहे. कारण मी नुकतीच तिची कथा तुम्हाला सांगितली आहे. कृपया माझी एका देवीशी तुलना करू नका. मला ते शक्य नव्हतं. शिवाय मी परत येईन, असं आश्वासन श्रीकृष्णांनी दिलं होतं. तसं कोणतंही आश्वासन मला मिळालं नव्हतं.

त्यामुळे मी मलाही अनपेक्षित असलेला निर्णय घेतला. आमच्या नात्यात प्राणच राहिलेला नाही हे मला अगदी स्पष्ट दिसत होतं. त्या नात्याला पुनर्जिवित करण्यात अर्थ नव्हता. असा विचार करतांनाच कधीतरी मला झोप लागली.

❀

मी सकाळीच रोहितला मेसेज केला आणि संध्याकाळी आपण भेटू शकतो असं सांगितलं. त्याचा रिप्लायही लगेच आला. आमची भेट ठरली. मी रोहितला भेटणार आहे हे घरी कुणाला सांगितलं नव्हतं. कारण त्याने नातं तोडल्यावर मी किती निराश झाले हे पाहिल्यावर माझे कुटुंबीय रोहितवर खूप चिडले होते. त्यांनी मला अडवलं असतं, असं नाही. आम्ही दोन सभ्य आणि प्रौढ व्यक्तींना शोभेल अशाच भाषेत बोलणार आहोत व पुढे काय करायचं हे ठरवणार आहोत असं मी आईबाबांना सांगितलं असतं, तर त्यांनी मला नक्कीच जाऊ दिलं

असतं.

पाच वाजता आमची भेट ठरली होती. मी चार वाजता कपाटातून एक ड्रेस काढला आणि पलंगावर ठेवला. कारण मी तयार व्हायला लागले की आजी नक्कीच मला प्रश्न विचारेल आणि मला सगळं सांगावं लागेल हे मला माहीत होतं. त्यामुळे तिने मी तयार होण्याआधीच मला प्रश्न विचारावे या हेतूने मी एका तासापूर्वीच ड्रेस बाहेर काढला.

"काय गं? बाहेर जातेयस?" आजीने विचारलं.

"हो."

"कुठे?"

"मी... मी... रोहितला भेटायला जातेय."

"कोण रोहित? अच्छा! तोऽ रोहित! आज अचानक त्याला भेटायला का जातेयस? तुमचं नातं तुटून आता खूप दिवस झाले!"

"हो. खूप दिवस झाले खरे. त्यानेच भेटायला बोलावलं आहे. त्याला काहीतरी सांगायचंय."

"बघ बई! आजकालच्या मुलांवर काही विश्वास ठेवू नये. एक अनुभव आला ना तुला?"

"तू काहीच काळजी करू नकोस, आजी. आम्ही कॅफेमध्ये भेटणार आहोत. अगदी रस्त्याला लागूनच आहे कॅफे. रोहितने मला दुखावलं होतंच, पण तो चांगला मुलगा आहे."

"आज अचानक तो चांगला कसा वाटायला लागला? तुमचं काही ठरलं तर नाही ना?"

"नाही गं, आजी! उलट मी त्याला हेच सांगायला जातेय की आपल्या नात्याला पुन्हा जिवंत करता येणार नाही. भूतकाळ विसरायलाच हवा. विसरला नाही, तरी किमान त्याच्यातच गुंतू नये."

"मग ठीक. तरी सांभाळून जा आणि सांभाळून ये!"

"हो."

"आईबाबांना हे सांगितलंय का?"

"आज संध्याकाळी घरी आले की सांगेनच. मी तासाभरातच परत येईन."

आजीचे सगळे प्रश्न विचारून झाल्यावर मी तयारी सुरू केली. वेळेत निघाले. गाडी चालवतांना माझ्या हृदयाचे ठोके वाढले होतेच. काहीही झालं, तरी माझा प्रियकर मला अनेक महिन्यांनंतर भेटणार होता! त्याला मी कधीही मागचा प्रियकर वगैरे म्हटलं नाही. कारण प्रेम कधीही ताजं किंवा शीळं असू शकत नाही.

भूतकाळातलं किंवा संभाव्य असू शकत नाही. फारफार ते यशस्वी किंवा अयशस्वी असू शकतं, असं म्हणता येईल. ते दूर किंवा जवळ असू शकतं. ज्याच्यावर प्रेमच नव्हतं, अशा मुलाला किंवा मुलीला 'मागचा' किंवा 'भूतकाळातला' अशी विशेषणं लावता येतीलही. असो.

मी दीर्घ श्वास घेऊन स्वतःला शांत करण्याचा प्रयत्न करत होते. त्या दिवशी रोहित वेळेआधीच येऊन कॅफेजवळ उभा होता. त्याने क्लिन शेव्ह केल्याचं पाहून मला आश्चर्य वाटलं. त्याने कधीही क्लिन शेव्ह केल्याचं मला आठवत नव्हतं. त्यामुळे हा कुणी एक नवाच मुलगा माझ्यासमोर उभा आहे, असं मला वाटलं.

"हाय!"

"हाय!" अतिशय ऑक्वर्ड संवादाला सुरूवात झाली. आम्ही कॅफेतल्या बाकावर बसेपर्यंत काहीच बोललो नाही. तिथे आम्ही नेहमीच भेटत असल्याने कॅफेच्या मालकीणीने स्मित करून माझ्याकडे पाहिलं. मीही स्मित केलं. आम्ही दोघं बऱ्याच काळाने तिथे आल्याचं पाहून तिलाही आश्चर्य वाटलं असावं.

"कॉफीच सांगू?"

"हो. चालेल."

रोहित ऑर्डर द्यायला गेला. त्याला माझं मत आधी सांगायचं की त्याचं मत आधी ऐकायचं हे मला ठरवता येत नव्हतं. तो कॉफी घेऊनच आला. त्याने बोलायला सुरूवात केली, "प्लिज माझं ऐकून घे. खूप दिवसांपासून मला हे सांगायचं होतं. तू त्यानंतरच तुझा निर्णय मला सांग. तू जे काही ठरवशील, ते मी शांतपणे ऐकून घेईन. तू सांगितलंस, तर माझं शेवटचं वाक्य संपताच इथून उठून..."

"रोहित, मला तुझी भावना समजली. मी काही तुला उठून जायला वगैरे सांगणार नाही. आपण दोघंही इतके क्रूर नाही. तू मोकळेपणाने तुला काय वाटतं, ते सांग. मी निर्णय घेतला आहे. तू जे काही सांगशील, ते मी ऐकून घेईन. पण माझा निर्णय बदलणार नाही."

माझं वाक्य ऐकताच रोहित हिरमुसला. ते स्वाभाविकच होतं. त्याच्या मनातली शेवटची आशाही संपली. तरीही तो म्हणाला, "चालेल. मी जे केलंय, त्यासाठी मला शिक्षाच द्यायला हवी. एखाद्याचा शरीराला त्रास देणं हा गुन्हा असतो, तसा मानसिक त्रास देणंही माझ्या दृष्टीने गुन्हाच आहे आणि तो गुन्हा मीच केलाय. त्यामुळे तुझा निर्णय न बदलणं अगदी स्वाभाविक आहे आणि योग्यच आहे. तरीही माझं ऐकून घे. माझं वागणं जसं तुला अनपेक्षित होतं, तसंच मलाही अनपेक्षित

होतं. सत्तेपुढे शहाणपण चालत नाही, असं म्हणतात. श्रावणी, ही समाजाची सत्ताही खूप बळकट आहे. मलाही तिच्यापुढे काही सुचलं नाही. आईवडीलांपासून कायमचं दूर होण्याचा विचार, इतर नातेवाईकांचा दबाव आणि भविष्याच्या चिंतेमुळे मी पॅनिक झालो. त्यामुळे मी तेव्हा तडकाफडकी निर्णय घेतला. त्याहून मोठी चूक म्हणजे सगळ्यांविरूद्ध जाऊन तुझ्याशी लग्न करण्याची हिंमत इतक्या महिन्यांनंतर माझ्यात आली. इतक्या महिन्यांनंतर मूव्ह ऑन होणं अपेक्षित असतं आणि व्हावंही. भूतकाळात अडकू नयेच. पण तू माझा भूतकाळ आहेस हेच मला मान्य नव्हतं. तू कायम माझं वर्तमानच होतीस. तूच माझं भविष्य असावं, असं मला कायम वाटत होतं. मला माहितीये की मी निर्लज्जपणे तुला भेटायला बोलवलं आणि हे सगळं सांगतोय. मला माझी चूक समजली आणि मी काय गमावलं हेसुद्धा समजलं. ते परत मिळण्याची पुसटशी शक्यता अस्तित्वात असती, तर मला ती संधी गमवायची नव्हती."

"आणि सगळ्यांविरूद्ध जाऊन काय करायचं होतं तुझ्या मनात?"

"जे विरोधात आहेत, त्यांना समजवायचं. कितीही वेळ लागला, तरी चालेल. समजावत राहायचं. तेही शेवटी माझेच आईवडील आहेत. माझा आनंद नातेवाईकांच्या दबावाहून त्यांना महत्त्वाचाच वाटेल. एक ना एक दिवस ते निश्चितच 'हो' म्हणतील."

"मला एक गोष्ट कळत नाहीये. हेच तुला तेव्हाही वाटत होतं. मग असं काय झालं की तुला यावेळी नातं न तोडता घरच्यांना समजावण्याचे प्रयत्न करावेसे वाटतायत?"

"तेव्हा परिस्थिती जराशी वेगळी होती. माझे बाबा खूपच टोकाची भूमिका घ्यायचे. त्यांना हा विचारच सहन व्हायचा नाही. रागाच्या भरात ते काय काय बोलले आहेत हे मला सांगताही येणार नाही. खरं तर त्यामुळेच मी पॅनिक झालो. बरेच आठवडे गेले. रिलेशनशिप तुटल्यावर मी किती निराश झालो हे त्यांनी पाहिलं. आई त्यांना समजावत असावी. मला काहीच करावंसं वाटत नव्हतं. प्रेम इतकं परिणामकारक असतं हे त्यांना हळूहळू समजतंय, असं मला वाटतं. त्यांच्या दृष्टीने प्रेम हा काही जीवनाचा मध्यवर्ती किंवा महत्त्वाचा भाग नाही. माझं मत वेगळं असू शकतं आणि त्या मतालाही ऐकून घ्यायला हवं हे त्यांना आता समजतंय. हे सगळं असलं, तरी तुला मेसेज करण्यामागे ट्रिगर पॉईंट वेगळाच होता."

"काय होता तो ट्रिगर पॉईंट?"

"माझं लग्न लावून टाकावं, असं आईला वाटलं. स्थळ शोधण्याचं

कामही त्यांनी सुरू केलं. तुम्हाला हवं ते करा, असं मी म्हणालो. त्यांनी खरंच एक मुलगी शोधली आणि आमची भेट ठरवली. मी तिला भेटायला गेलो, पण माझ्यावर विश्वास ठेव, माझ्या मनात तसं काहीच नव्हतं. आपल्या प्रेमाची शपथ! मला बळजबरीनेच भेटायला पाठवलं. ती मुलगी माझ्याशी बोलत होती. तिला अपमानास्पद वाटू नये म्हणून मी एखादं वाक्य बोलत होतो. मला तिच्यासोबत फार वेळ बसताही आलं नाही. मी तिला खरं कारण सांगितलं आणि घरी निघून आलो. तुझ्याशिवाय मी इतर कोणत्याही मुलीचा विचार करू शकत नाही हे अगदी... अगदी स्पष्ट झालं. मला तुझ्यासारखी प्रेयसी मिळणंच शक्य नाही. मुळात खूप नशीबवानांच्या जीवनात प्रेम करण्याची संधी असते आणि त्यातही अगदीच नशीबवान असणाऱ्यांना त्यांच्यासाठी परफेक्ट असणारी प्रेयसी मिळते. माझ्यासारखी मूर्ख मुलं तिला गमावतात."

"तू असा स्वतःला मूर्ख वगैरे म्हणून घेऊ नकोस. सगळेच चुकतात. एक चूक झाल्याने सगळं आयुष्य संपलं असं म्हणू नकोस." मी म्हणाले.

"सगळं संपलं नसेलही. पण मी तुझ्यासह कसं जगू शकलो असतो, किती आनंदात राहू शकलो असतो आणि अक्षरशः मला सर्वांत आनंदी मुलगा असल्यासारखं वाटलं असतं! ते सगळं मी गमावलं. मी त्याच्याकडे बघतो. या माझ्या हानीचा आवाकाच इतका मोठा आहे की उरल्यासुरल्या सुखांची त्यासमोर काहीच किंमत नाही. तुला माहितीये की जीवन किती दुर्मिळ आणि सुंदर आहे हे मी सततच म्हणायचो. ते दुर्लभ असल्यानेच सुंदर आहे. या एका जीवनात मला अतिशय आनंदी होण्याची एक संधी मिळाली होती आणि तीही मी गमावली. याला मूर्खपणा म्हणणार नाही तर काय म्हणणार?"

"तरीही नको म्हणूस. मी काय करावं, अशी तुझी अपेक्षा आहे?" मी स्पष्टपणे विचारलं.

"प्लिज मला तू एक संधी देऊ शकतेस? तुझा विश्वास तुटला असेल हे मला माहितीये. तुझा विश्वास मी काहीही करून पुन्हा मिळवेन. असं पुन्हा कधीच करणार नाही." तो म्हणाला.

"रोहित, तुझ्या निर्णयामुळे मला किती त्रास झाला याची तुला जाणीव आहे हे पाहून मला चांगलं वाटलं. एका मुलीवर तीन वर्षे प्रेम करून एका दिवशी तिचं हृदय तोडून निघून जाणं हा गुन्हा आहे हेसुद्धा तू मान्य केलंस. हे केल्यामुळे तुला शिक्षाही द्यायला हवी, असंही तू म्हणालास. इतकं सगळं होऊनही तू मला असा प्रश्न कसा विचारू शकतोस? तू माझा विश्वास मिळवशीलही. पण आपल्या बदललेल्या नात्याचं काय? आपण याआधी भेटलो, तेव्हा आपली पाटी कोरी

होती. आपण एकमेकांवर दया दाखवून प्रेम करण्याची संधी दिली नव्हती. यावेळी मी तुला माफ करून तेच नातं पुन्हा जिवंत करण्याचा प्रयत्न केला, तर काय होईल? आपल्या नात्याचं डायनॅमिक बदलेल. हे आपण कधीच विसरू शकणार नाही की मी तुला माफ केलं. आपण पूर्वीप्रमाणे दोन नव्याने भेटलेल्या व्यक्ती राहणार नाही." मी हे मुद्दाम म्हणाले. मला रोहितचं मत जाणून घ्यायचं होतं.

"मग काय झालं? सत्यापासून पळण्याला काय अर्थ आहे? जे आहे, ते आहेच. दोन व्यक्ती टॉक्झिक असतील, तर ते वारंवार हे आठवून भांडतील. आपण तसे नाही आहोत. जी चूक मी पूर्णपणे स्वीकारली आहे, ती चूक मी पुढे कधीच अमान्य करणार नाही. तू मला अजून एक संधी दिलीस, तर मला कधीही कमीपणा वाटणार नाही. उलट मला कोणतीही शिक्षा न मिळता अशी संधी मिळाली याचा मला आनंदच असेल. अर्थात, तसं झालं तर."

"तुझी अपेक्षा काय आहे? मी तुला एक संधी द्यावी, आपण पुन्हा भेटणं-बोलणं सुरू करावं, मी माझ्या घरच्यांना पुन्हा पटवावं, तुझ्या घरच्यांना समजावण्यासाठी तुला वेळ द्यावा आणि त्यांचा होकार येताच लग्नाचा विचार करावा? मुलीच्या आत्मसन्मानाला आपल्याकडे फारशी किंमत नाहीचे. मला माझा आत्मसन्मान जपायचा आहे. इतर कुणी काहीही म्हणो. माझ्याही घरात कित्येक पिढ्यांपासून स्त्रियांना इतरांनी सन्मान दिला नाही आणि त्यांनी स्वत:ला सन्मान देणंही शिकलं नाही. पण मला सेल्फ-रिस्पेक्ट आहे. इतर कोणताही पुरूष माझं हे मत मान्य करणार नाही, पण तुला हे नक्की पटेल हे माहीत असल्याने मी तुला हे सांगतेय. नाही तर मी भेटायलाही आले नसते."

"तुझं खरंय. मी एके दिवशी तुला भेटलो आणि नातं तोडलं. आज तुला भेटायला बोलावलं आणि लगेच नातं पुन्हा जोडण्याची रिक्वेस्ट करतोय. नातं हा काही खेळ नाही. माझं चुकलं. तूही मला समजून घेशील, असं मला वाटतं. मला एकाही शक्यतेकडे दुर्लक्ष करायचं नव्हतं. पण एकही शक्यता शिल्लक नाही हे आज समजलं. असा निर्णय घेणं हा तुझा हक्कच आहे."

"आपण आधीचं सगळं विसरायला हवं. किमान ते बाजूला ठेवून भविष्याकडे बघायला हवं. सॉरी, रोहित. एखादा चित्रपट रिज्यूम करावा, तसं मी आपलं नात रिज्यूम करू शकत नाही. ते नातं तू संपवलं आहेस. ते माझ्याकडूनही संपलं आहे." मी असं म्हणताच रोहितचा चेहरा पडला. तो खूप निराश झाला आहे हे त्या भावमुद्रेकडे पाहूनच मला समजत होतं. पण माझ्याकडेही दुसरा पर्याय नव्हता. मला जे योग्य वाटलं, तेच मी केलं.

आता तुम्हाला एक गंमत सांगते. तशी ती गंमत नाहीये. मात्र आता ही

कथा लिहितांना मी एक बाब तुमच्यापासून लपवली म्हणून माझी मलाच गंमत वाटली. आदल्या दिवशी गप्पा मारून झाल्यावर मी एकटी विचार करत होते, तेव्हा मी नेमका काय निर्णय घेतला हे तुम्हाला सविस्तर सांगतलंच नाही. आमचं नातं पुनर्जिवित न करण्याचा निर्णय घेतला एवढंच तुम्हाला सांगितलं. पण ते अर्धसत्य होतं. मी जुनं नातं संपवून एक नवं नातं निर्माण करण्याचा निर्णय घेतला होता. तुम्ही म्हणाल की हा फक्त शब्दच्छल आहे. पण खरंच जुनं नातं संपवणं आणि नवं नात निर्माण करण्यात खूप मोठा फरक आहे.

मी जुन्या नात्याला पुनर्जिवित केलं असतं, तर लगेच लग्नाच्या दृष्टीने विचार सुरू झाला असता. रोहितच्या वडीलांची संमती मिळताच लग्नाचा मुहूर्त ठरला असता. बहुदा आमचं नातं स्थिरस्थावर होण्यास वेळही मिळाला नसता. माझ्या आईबाबांच्या भावनांचंही काय? त्यांना काय वाटलं असतं? ज्या मुलामुळे मला इतके महिने मानसिक त्रास झाला, तो त्यांना मनापासून आवडला असता का? आमचं लग्न व्हावं, असं त्यांना वाटलं असतं का? याहून महत्त्वाचा प्रश्न म्हणजे रोहितच किती औपचारिक आणि कृत्रिम वागला असता! आपल्या हातून एकही लहानशी चूक होऊ नये याची त्याने दक्षता घेतली असती. माणूस त्याच्या अकृत्रिम आणि नैसर्गिक ढंगात वावरत असेल, तर एखादी लहानशी चूक तो करतोच! ते इतकं मनाला लावून घ्यायचं नसतं. पण रोहितला सदासर्वदा दक्ष राहावं लागलं असतं. हे सगळंच मला नको होतं.

मग मला काय हवं होतं? मला त्याच्यासोबतच एक नवी सुरूवात हवी होती. संधी, चूक, क्षमा किंवा मूर्खपणा हे सगळे शब्द मला बाजूला ठेवायचे होते. तूही चुकला नाहीस आणि मीही चुकले नाही, असं मानून एक नवी सुरूवात करायची होती. जणू दोन माणसं पहिल्यांदाच एकमेकांना भेटत आहेत! आमच्या बाबतीत ते शक्य नव्हतं, कारण आम्ही एकमेकांना चांगलेच ओळखत होतो. पण त्या नव्या नात्याचा बाजही मला नवाच ठेवायचा होता. जणू ती एका मुलाची आणि मुलीची पहिलीच डेट असावी!

मला नव्यानेच सुरूवात करायची होती, तर मी रोहितचीच पुन्हा का निवड केली या प्रश्नाचं उत्तरही देते. पहिलं स्वाभाविक कारण म्हणजे मला एक्झॅक्टली रोहितसारखाच पती हवा होता. तसा मुलगा मिळणंच सोडा, अस्तित्वात असणंही, किती अवघड आहे हे मला माहीत होतं. दुसरं कारण म्हणजे रोहितचं व्यक्तिमत्त्व आणि प्रेम आत्मक्लेषामुळे अधिकच उजळलं होतं. ते त्याच्या वाक्यांवरूनही तुम्हाला समजलं असेल. एकवेळ एक सज्जन माणूस चुकेल, पण आत्मक्लेषातून शहाणा झालेला सज्जन चुकण्याची शक्यता खूप

कमी असते. तिसरी गोष्ट म्हणजे रोहित आमच्या नात्याकडे आणि भविष्याकडे कोणत्या दृष्टीने बघतो हे मला जाणून घ्यायचं होतं. ते त्याच्या बोलण्यातून मला समजलं आणि मला भविष्यही आश्वासक वाटलं. अशा अनेक कारणांमुळे मी रोहितचीच पुन्हा निवड केली. माझी निवड अगदी योग्य होती हे आज मी तुम्हाला अनुभवाने सांगू शकते. रोहित माझा नवरा आहे आणि तो मला प्राणप्रिय आहे. आता पुढे काय झालं ते सांगते.

"मला अजून काहीतरी सांगायचंय." रोहितने माझ्याकडे पाहिलं. "आपल्या नात्याचा शेवट झाला म्हणजेच आपण दोघंही आता सिंगल आहोत. नवा पार्टनर शोधण्यासाठी मोकळे आहोत."

"सॉरी, पण असं बोलून मला दुखवू नकोस. तू माझ्यावर रागावली असशील हे मला माहितीये. पण मला इतर कोणत्याही मुलीचा विचार करायचा नाही. मी घरी जातो. मला हे असं बोलता येणार नाही. सॉरी."

"अहो, सॉरी महोदय! मी तुमच्याविषयीच बोलतेय!"

"म्हणजे?" रोहितला एक सुखद धक्का बसला.

"तू आता आहेस ना सिंगल?"

"म्हणजे... अम्... हो! तुला काय म्हणायचंय?"

"मग मीसुद्धा सिंगलच आहे! माझ्यासोबत एक नवी सुरूवात करण्याबाबत काय मत आहे?"

"एक मिनिट! हे काय बोलतेयस तू, श्रावणी? तू थट्टा करत नाहीयेस ना? प्लिज असं करू नकोस."

"नाही रे! हा काही थट्टेचा विषय आहे का? मला काय वाटतंय ते मी तुला नीट समजावून सांगते. आपलं जुनं नातं पूर्णत: संपवून मला एका नव्या नात्याची सुरूवात करायची आहे. याचा अर्थ काय, असा प्रश्न तुझ्या मनात असेल. तेही सांगते. आपलं जुनं नातं, जे तीन वर्षांचं होतं, ते नक्कीच संपलं आहे. मला आता जी नवी सुरूवात करायची आहे, ती आपल्या जुन्या नात्याचे सगळे संदर्भ विसरून करायची आहे. जणू मी एका नव्या मुलालाच भेटतेय. आपली पहिली भेट, तुझं माझ्या घरी पहिल्यांदा येणं, माझं तुझ्या घरी पहिल्यांदा येणं, ती ऑक्वर्डनेस, तो रोमांच... हे सगळं मला नव्याने हवंय. आपलं आधी एक नातं होतं हे विसरलास, तरी चालेल. नाही विसरलास, तरी चालेल. मी पुन्हा एकदा तुला सांगतेय की ही कोणत्याही प्रकारे नवी संधी वगैरे नाही. हे शब्दही विसर आणि ती भावनाही विसर. आपण एका नव्या मुलीला भेटतोय, असं समज. तरच हे नातं यशस्वी होईल. माझे आईवडील तुझ्यावर किती रागावले आहेत! आपण जुनं नातंच जिवंत केलं असतं

आणि मी तुला तथाकथित संधी दिली असती, तर त्यांना काय वाटलं असतं? आता तू आधीसारखंच हळूहळू मित्र म्हणून घरी येणं सुरू कर. त्यांचे टोमणे सहन करावे लागतील, इतकंच. पण ती तुझ्याच कर्माची फळं! मीही मैत्रिण म्हणून तुझ्या घरी येणं सुरू करेन. त्यानंतर आपलं हे नवं नातं 'जमलंच', तर पुढे तुझी प्रेयसी म्हणून त्यांना भेटेन. तूही माझ्या घरी माझा प्रियकर म्हणून ये. ही सगळी प्रक्रिया झाल्याशिवाय लग्नाचा विचारही आपण मनात आणायचा नाही. ज्यांचं रिलेशनशिप नव्यानेच सुरू होतं, ते काही लगेच लग्नाची बोलणी करतात का? आपणही तसंच राहायचं. एक नवी सुरूवात. नवं नातं."

ही तुलना बहुदा चुकीची ठरेल. पण एखादा आऊट ऑफ सिलॅबस प्रश्न दिसावा आणि विद्यार्थ्यांच्या चेहऱ्यावरचे रंग उडावे, तशीच रोहितची अवस्था झाली होती. मी बोलायचे थांबले, तरी तो एकही शब्द उच्चारत नव्हता. माझा प्रस्ताव त्याच्यासाठी पूर्णत: अनपेक्षितच होता. काही क्षणांनी तो म्हणाला, "श्रावणी, यू आर द बेस्ट! मी सांगूच शकत नाही की मी किती आनंदी आहे! हे माझं स्वप्न आहे का? माझ्या आयुष्यातला सगळ्यात आनंदी क्षण आहे हा! (तो अजूनही या मतावर ठाम आहे.) तू माझ्यासाठी कोण आहेस हे मी कधीच शब्दांत सांगू शकणार नाही. थँक..."

तो काही बोलणार, त्यापूर्वीच मी म्हणाले, "नाही! असं केलंस, तर प्रपोजल कॅन्सल! थँक यू काय? नव्याने भेटलेला मुलगा आणि मुलगी थँक यू म्हणतात का?"

"सॉरी. आनंदात मला काहीच सुचत नाहीये." तो खरोखर खूऽप आनंदी होता. मला त्याचा सच्चेपणाही त्यातून जाणवत होता. सहा महिन्यांच्या विरहामुळे मी जन्मभर मिळणारा आनंद गमावला नाही हे खूप बरं झालं. तो क्षण रोहितच्या जीवनाला सर्वांत आनंददायी क्षण होता, तसा तो निर्णय माझ्या आयुष्यातला सर्वांत आनंदी क्षण होता. माझ्या जीवनातला सर्वांत आनंददायी क्षण कोणता, सांगू? रोहितच्या मुलीची आई होण्याचा क्षण!

"मी आता घरी जाईन. तुझ्या मेसेजची वाट बघेन. माझ्या नव्या प्रियकराशी मला खूप काही बोलायचं आहे. माझ्या सोलो ट्रिपचा अनुभव सांगायचा आहे!"

"तू आताही सांगू शकतेस."

"नको! एका वेळी एकच पुरे! तो अनुभव ऐकशील, तर चक्रावशील. माझे शब्द लिहून ठेव. तू शंभर टक्के चक्रावणार आहेस. तो अनुभव खरा होता हे तुला पटवण्यातच खूप दिवस जाणार आहेत."

"जैसा आप कहो."

"रोहित, प्लिज फक्त एक गोष्ट लक्षात ठेव. मेसेज करतांनाही तू नव्यानेच भेटलेल्या एका मुलीला मेसेज करतोयस हे लक्षात असू दे. प्लिज. नाहीतर या सगळ्याला काहीच अर्थ राहणार नाही. तू समजा पूर्वीप्रमाणे..."

"मला समजलं. तू चिंता करू नकोस. मलाही तुझं मत शंभर टक्के पटलं आहे. आ तसंच करू."

"थँक्स."

"आता कोण थँक्स म्हणतंय?" आम्ही दोघं हसलो. गार झालेली कॉफी पिऊन आम्ही तिथून निघालो. जातांनाही मी कॅफेच्या मालकीणीकडे स्मित करत पाहिलं. आम्ही दोघांनी अगदी थंड झालेली कॉफी प्यायली, पण कॉफीसाठी आमचं बोलणं थांबवलं नाही हे पुन्हा एकदा पाहून तिलाही आनंद झाला होता. ती आमच्याकडे कौतुकानेच बघत होती. अगदी ओठ आणि भुवया उंचावून रोहितकडे बघत तिने मला इशाऱ्याने चिडवलंही.

"बाय." तो म्हणाला.

"पुन्हा भेटू." मी हात मिळवण्यासाठी हात पुढे केला. हँडशेक झाला. आम्ही आपापल्या घराकडे निघालो.

तो दिवस आमच्या आयुष्यातला संस्मरणीय दिवस आहे. त्या एका दिवसातच प्रेमाचे अनेक पैलू आम्हाला नकळत समजले. तरी आजही कुणी 'प्रेम म्हणजे काय?' असं विचारल्यावर नेमकं काय उत्तर द्यावं हे समजत नाही. प्रत्येकाचा अनुभव वेगळा असतो, प्रेम व्यक्त करण्याची पद्धत वेगळी असते आणि व्यक्तिमत्त्वाचे पैलूही वेगवेगळे असतात. पण प्रेमींचं उद्दिष्ट्य समानच असतं. ते म्हणजे एकजीव होणं. हिंदीत 'घुलमिल जाना' म्हणतात, तसं काहीसं. एकजीव होण्याचा अर्थ एकसुरी होणं नव्हे. दोन रंग हळूवार एकमेकांमध्ये मिसळतात, तसं एकजीव होणं. दोन्ही रंग निश्चितच भिन्न असतात. मात्र सहसंबंधांमुळे ते एकजीव होऊ लागतात. एका अवस्थेनंतर त्यांना एकमेकांपासून वेगळं करणं केवळ अशक्य होतं. बाहेरून दिसतांना अवश्य कागदावर दोन रंग आहेत हे दिसतं. पण ते एकजीव झालेले असतात. ते त्यांच्याच मिलनात मग्न असतात. माझ्यासाठी तरी प्रेम असंच आहे.

खऱ्या प्रेमात स्वातंत्र्यही असतंच. कारण आदर हा त्या प्रेमाचं एक महत्त्वाचं अंग असतं. जिथे एकमेकांच्या मताचा आदर केला जातो, तिथे स्वातंत्र्यही असतं. ते स्वातंत्र्य लहानसहान गोष्टींपासून ते कारकीर्द निवडण्यापर्यंत

सर्व ठिकाणी असतंच. प्रेम कधीही आत्मिक विकासाला मारक ठरत नाही. माझ्या अनुभवानुसार ते पूरकच ठरतं. अट एकच आहे. ते प्रेम जागृत असावं, विवेकी असावं आणि डोळस असावं. या तिन्ही वैशिष्ट्यांचा संगम झाला, तर प्रेमाहून पावन आणि सुंदर अशी दुसरी कोणतीही गोष्ट अस्तित्वात नाही.

कादंबरीमाला

मोगर्‍याचे तीन सुगंध

कादंबरी क्र. ३

पार्वती

मधील पहिले प्रकरण...

एक

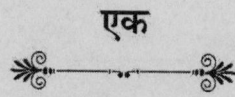

मैनाकच्या जन्मामुळे महाराज हिमवान आणि महाराणी मैनावती अतिशय आनंदित होत्या. नवजात मुलाला गारव्याचा त्रास होऊ नये म्हणून ते दोघे पर्वताच्या पायथ्याशी राहायला आले होते. अयोध्या आणि काशीसारख्या शहरांमध्ये शरीरासाठी जे सुसह्य वातावरण असतं, तसं वातावरण हिमालयाच्या पायथ्याशीही नव्हतंच. पण कित्येक वर्षे त्याच वातावरणात राहिल्याने हिमवान आणि मैनावतीला त्याची सवय झाली होती. जिथे श्वास घ्यायला त्रासही होणार नाही आणि वातायनातून बाहेर पाहिलं की संपूर्ण नगर दिसेल, अशा नेमक्या ठिकाणी त्यांचा राजप्रासाद होता. त्या राजप्रासादाहून उंचावर कोणाचंही घर नव्हतं. त्या प्रासादाच्या भक्कम भिंतीमध्ये अनेक मशालींची ऊब असल्याने महाराज आणि महाराणी तिथे सहज राहू शकायचे. पण कितीही ऊब असली तरी उंचावरील ते तापमान तान्ह्या मैनाकला मानवलं नसतं. तो किमान किशोरावस्थेत पदार्पण करेपर्यंत त्याला जपणं गरजेचं होतं. पायथ्याशी राहायला आल्यावरही त्याला ऊबदार वस्त्रांमध्येच ठेवलं जायचं आणि चुकूनही वातायनाचं द्वार उघडलं जायचं नाही.

हिमालयाच्या दऱ्याखोऱ्यांमध्ये वसलेलं हिमवानांचं राज्य गजबजलेलं नव्हतं. त्यामागील प्रमुख कारण म्हणजे तिथलं वातावरण. शिवाय त्याकाळी महाराज्यांची निर्मितीही झाली नव्हती. सिंधू आणि गंगेच्या पात्रांजवळ मानवी समाज एकवटायला नुकतीच सुरूवात झाली होती. ब्रह्मदेवांचा एकेक मानसपुत्र समाजाला विद्या, तत्त्वज्ञान आणि राजव्यवस्था देण्याचे कार्य करत होता. स्वतः हिमवान हे ब्रह्मदेवांचे पुत्र होते. मानवी समाजाचा उत्कर्ष व्हावा आणि पुढे

मानवजात विस्तारावी म्हणून हे सर्व कार्य करत होते. आपल्याला शंभर, दोनशे, चारशे पुत्र व्हावे, अशीच या पुरुषांची मनीषा असायची. स्त्रियाही देवीसमोर अशीच प्रार्थना करायच्या. हिमवान आणि मैनावतीच्या मनातही हीच इच्छा होती. मैनाकच्या रूपात राज्याला उत्तराधिकारी लाभल्याचा आनंद त्या दांपत्याच्या मनात होता.

मैनाक दिसामासाने वाढू लागला. पाळण्यात खेळणाऱ्या त्या राजकुमाराची पावलं राजप्रासादाच्या लिंपलेल्या जमीनीवर पडू लागली. मैनाकनंतर आता आपल्या पोटी कन्यारत्नानेच जन्म घ्यावा, असं मैनावतीला वाटू लागलं. हिमवानांचीही तीच इच्छा होती. मैनावतीने आदिशक्ती भगवतीची उपासना सुरू केली.

मैनावती मनोमन म्हणत असे, 'हे आदिशक्ती, तू या विश्वाची निर्मिती केलीस. तू सृजनाचं आरंभस्थान आहेस. तूच आम्हां स्त्रियांना सृजनाचं वरदान दिलंस. तुझ्या गुणांनी युक्त असणारी एक कन्या माझ्या पोटी जन्माला येऊ दे!'

आणि तसंच झालं! मैनावतीच्या पोटी वर्षभरातच कन्यारत्न जन्माला आलं. हिमवानांच्या राज्यात आनंद पसरला! नवजात कन्येचं सुमुख बघावं, अशी प्रत्येकाची इच्छा होती. प्रजेतील ज्येष्ठांनी आपल्या कन्येला आशीर्वाद द्यावे, असं या दांपत्यालाही वाटत होतं. त्यामुळे प्रतिदिन या कन्येला बघण्यासाठी येणाऱ्या वडीलधाऱ्या माणसांना कन्येचं सुमुख दाखवलं जात असे आणि ती ज्येष्ठ माणसंही कन्येला आशीर्वाद देत असत.

या कन्येवर शीघ्रातीशीघ्र नामकरण संस्कार करायला हवा असा विचार करून हिमवानांनी हिमालयात वास्तव्य करणाऱ्या मुनींना त्यांच्या नगरीत आमंत्रित केलं. ब्रह्मदेवांच्या पुत्राचं आमंत्रण पाहून मुनीगण सहर्ष हिमवानांच्या नगरीत आले. ते मुलीसाठी कोणतं नाव सुचवतात हे जाणून घेण्यासाठी हिमवान आणि मैनावती उत्सुक होते. मुनींनी परस्परांत विचार विनिमय करून ब्रह्मदेवांच्या या नातीसाठी 'काली' हे नाव निश्चित केलं. काली! या सृष्टीचं सृजन करणाऱ्या आदिशक्तीचंच एक नाव! ज्या आदिशक्तीची प्रार्थना मैनावतीने केली होती, तिचंच नाव आपल्या कन्येला मिळाल्याने मैनावतीलाही खूप आनंद झाला.

या कालीला 'पार्वती' हे नाव कसं मिळालं, याची कथा वेगळीच. कालीने बघता-बघता बालपणाचा टप्पा ओलांडून किशोरावस्थेत प्रवेश केला. ती नगरातील इतर मुलींप्रमाणे बुजरी, लाजरी किंवा नाजूक नव्हती. ती जणू

हिमालयाचीच कन्या होती! निर्भय, साहसी आणि खंबीर! कालीला संधी मिळताच ती दऱ्याखोऱ्यांमध्ये भटकायची. चढ फारसा अवघड नसेल, तर पर्वतावर चढण्याचा प्रयत्नही करायची. पर्वताच्या परिसरात फिरतांना या मुलीच्या मनात न भय, ना चिंता! त्यामुळे हिमवान तिला 'पार्वती' या नावानेही हाक मारू लागले.

पार्वती केवळ साहसी नव्हती, तर बुद्धिमानही होती. वनातील कोणत्या भागात हिंस्त्र पशू आहेत, कोणता भाग तुलनेने सुरक्षित आहे हे तिने बरोब्बर हेरलं होतं. शिवाय या मुलीच्या मनात प्रश्नही हिमालयाच्या उंचीचेच यायचे. हा पर्वत कसा निर्माण झाला? ही नदी कशी तयार झाली? हे वन कसं वाढलं? असे सगळे प्रश्न. या प्रश्नांची उत्तरं द्यावी की पार्वतीला उगाच गंभीर विषयांकडे न नेता तिच्या किशोरावस्थेतच रमू द्यावं, हा प्रश्न बऱ्याचदा हिमवानांच्या मनात येत असे.

एकदा हिमवानांचे बंधू नारद त्यांना भेटण्यासाठी आले होते. त्यांना प्रश्नोत्तरांची आणि बोलण्याची विशेष आवड असल्याचं पाहून पार्वतीने त्यांच्यावर प्रश्नांचा भडीमारच केला.

सुरूवातीला 'हे तुझे काका' अशी नारदांची ओळख दिल्यावर पार्वतीने विचारलं, "मग माझे काका आजवर मला भेटण्यासाठी का आले नाहीत?"

"अगं, आता आलो नं! आणि हे तुझे पिताश्री मला बोलावतात कुठे?" नारदमुनी गमतीने म्हणाले.

हिमवानही स्मित करत म्हणाले, "घरातल्या माणसाला आमंत्रणाची आवश्यकता नसते!"

मैनाकने विचारलं, "म्हणजे तुम्हीसुद्धा पितामह ब्रह्मदेवांचे पुत्र आहात?"

"हो! आम्ही दोघं त्यांचे मानसपुत्र आहोत. त्यांच्या कल्पनेतूनच ही सृष्टी निर्माण झाली." नारदांचं ते वाक्य ऐकताच पार्वती आश्चर्यचकीत झाली. एकाच माणसाने ही सगळी सृष्टी कशी निर्माण केली असेल, असा प्रश्न प्रथमच तिच्या बालसुलभ मनात आला.

"म्हणजे हे पर्वत, या नद्या, हे आकाश पितामहांनी निर्माण केलं?" पार्वतीचा प्रश्न.

"हो! तुला या सृष्टीच्या निर्मितीची कथा ऐकायची आहे?"

"होऽ!"

"महाराज त्यांच्या कामानिमित्त राजसभेत गेले की मी तुला ती कथा सांगेन."

हिमवान म्हणाले, "बंधू, तुम्ही पिताश्रींची महत्ताच सांगणार आहात. आम्हालाही त्या कथेचं श्रवण करण्याची इच्छा आहे. तुम्ही आमच्यासमोरच ती कथा सांगावी."

"अवश्य. बाळ पार्वती, ही कथा अतिप्राचीन काळी सुरू होते. भगवान विष्णूंच्या नाभीतून चार मुख असलेल्या पिता ब्रह्मदेवांचा जन्म झाला. त्यांनी आदिशक्ती भगवतीची घोर उपासना केली. मला सृष्टीची निर्मिती करण्याची इच्छा आहे, असं ते भगवतीला म्हणाले. त्यांनी तसा वरच मागितला. प्रसन्न झालेल्या आदिशक्तीने ब्रह्मदेवांना तसा वर दिला. मात्र, का कुणास ठाऊक, ब्रह्मदेव सृष्टीची निर्मिती करू शकले नाहीत.[१] त्यांनी खूप प्रयत्न केले. या सृष्टीचा विस्तार करण्यासाठी त्यांना एक वेगळी योजना करावी लागली. त्यांच्या मनःशक्तीतून आम्ही मानसपुत्र जन्माला आलो."

"म्हणजे मला अनेक काका आहेत?"

"हो मग! मी, मरीचि, अंगिरा, अत्रि, वशिष्ठ, पुलह, क्रतु, पुलस्त्य, दक्ष असे अनेक काका आहेत! मी जसा भेटलो, तसे तेही तुला केव्हा ना केव्हा भेटतीलच."

मैनावती म्हणाल्या, "अगं, असं काय करतेस? मी तुला तुझ्या पितृव्यांचा परिचय दिला होता ना? विसरलीस?"

"आठवलं, आठवलं. काकाश्री, ही तुमच्या जन्माची कथा झाली. पण हे पर्वत आणि नद्या कशा निर्माण झाल्या? ते सांगा." पार्वती म्हणाली.

"सांगतो. तू जशी ब्रह्मदेवांची नात आहेस, तसा प्रियव्रत नावाचा एक नातू होता. तो या पृथ्वीचा राजा होता. एक गोष्ट त्याच्या निदर्शनास आणली गेली. ती म्हणजे पृथ्वीच्या एका भागात रात्र असते, तेव्हा दुसऱ्या भागात उजेड असतो. हे कळताच राजा प्रियव्रत पृथ्वीची प्रदक्षिणा घालण्यासाठी निघाला. असं म्हणतात की त्याच्या रथाची चाकं केवळ सात ठिकाणी थांबली आणि तिथून समुद्राची निर्मिती झाली.[२] समुद्रातून पर्जन्याची आणि पर्जन्यामुळे नद्यांची निर्मिती झाली. त्या सात समुद्रांसह सात द्विपांची निर्मितीही झाली. द्विपांची निर्मिती होतांना हे पर्वतही तयार झाले. या नव्या भूमंडळावर मानववंश विस्तारावा याचं

दायित्व ब्रह्मदेवांच्या मानसपुत्रांवर होतं."

पार्वती प्रथमच ती कथा ऐकत होती. तिचं बालसुलभ मन ती कथा ऐकून थक्क झालं. मैनाकही ती कथा ऐकून गहन विचारात बुडाल्यासारखा दिसत होता. ते पाहून नारदमुनींनी विनोद केला, "भ्रातृज, तुला काही आठव्या समुद्राची निर्मिती करायला सांगितलेलं नाही बरं! तू का एवढा विचारात हरवला आहेस?"

मैनाकच्या विचारांची शृंखला तुटली आणि तोही नारदांचा प्रश्न ऐकून हसला.

❀

चार–पाच वर्षे लोटली. नगरात सर्वत्र फिरणाऱ्या, गिर्यारोहणाचा प्रयत्न करणाऱ्या, झऱ्यांमध्ये मैत्रिणींसह खेळणाऱ्या पार्वतीला तिची माता राजकन्येच्या मर्यादांची जाणीव करून देत होती. पार्वतीवर बंधनं आणावी, अशी इच्छा तिच्या मातेच्या मनात मुळीच नव्हती. उलट पार्वतीचा स्वच्छंदी, जिज्ञासू आणि निर्भीड स्वभाव तिच्या मातेकडूनच आला होता. त्यामुळे पार्वतीला ती स्वतःची प्रतिकृतीच समजत असे. जे आपल्याला करता आलं नाही, ते तिने करावं असं मैनावतीला वाटायचं. तिला पार्वतीच्या प्रज्ञेकडे आणि धाडसी वृत्तीकडे पाहून तिचं कौतुकच वाटायचं. पण शेवटी मुलीची जात! कुमारवयात चारचौघांत निर्धास्तपणे कशी बागडणार? ती आता लग्नाची झाली! तिने सवयीनुसार दास्यांसह कुठेही जाऊ नये, एवढंच मैनावतीला वाटायचं. स्त्रीने प्रश्न विचारू नये, धाडस दाखवू नये किंवा सदैव पुरुषाच्या पाठीमागे राहावं असं मैनावतीने पार्वतीला कधीही सांगितलं नाही. फक्त तुझं वर्तन एका राजकन्येला साजेसं हवं, इतकंच ती पार्वतीला सांगायची.

राजकन्येने तिचा आब राखून असावं! कारण आजची राजकन्या ही उद्याची राणी! तिच्या वागण्याबोलण्यात रूबाब आणि माधुर्याचं मिश्रण असायला हवं. तरच एका मोठ्या राज्याची महाराणी म्हणून ती शोभून दिसेल! पार्वतीने भविष्यात एखाद्या युवराजाशी विवाह करून पुढे महाराणी व्हावं, असं स्वप्न मैनावतीच्या मनात होतं. पण त्या स्वप्नाला लवकरच धक्का लागणार होता!

नारदमुनी पाच वर्षांनंतर पुन्हा हिमवानांच्या राज्यात आले. कोणत्या राज्यात राजकन्येचं स्वयंवर आयोजित केलं जात आहे किंवा कोणता राजकुमार

विवाहयोग्य वयात आला आहे हे नारदमुनींना ठाऊक असे. त्यामुळे बोलता बोलता आपल्या कन्येच्या विवाहाचा विषय नारदमुनींसमोर काढावा, असा विचार हिमवानांच्या मनात आला.

हिमवानांनी नारदांचं सहर्ष स्वागत केलं. ते ज्येष्ठ बंधू म्हणून नारदांचा आदर करतच, शिवाय देवर्षी म्हणूनही नारद वंदनीय होते. हिमवानांच्या मंत्रीगणांनीही नारदांना मनोभावे वंदन केलं. हिमवानांच्या राजभवनात ते सर्व स्थानपन्न झाले. ख्यालीखुशाली विचारल्यावर जम्बूद्विपात घडणाऱ्या विविध घटनांवर त्यांनी चर्चा केली. पार्वती एका स्तंभाजवळ उभी राहून ती चर्चा ऐकत होती.

नारदांचं लक्ष तिच्याकडे गेलं. "काली! किती मोठी झालीस! काही वर्षांपूर्वी मी आलो होतो, तेव्हा एवढीच होती." नारद हाताने उंची दर्शवत म्हणाले.

पार्वतीने शेजारी उभ्या असलेल्या मैनावतीकडे पाहिलं. मैनावतीने शब्द न उच्चारता केवळ डोळ्यांनी पार्वतीला खुणावत नारदांना नमस्कार करण्याची सूचना दिली. पार्वतीने नारदांच्या चरणांवर डोकं ठेवलं. नारदांनी तिला आशीर्वाद देत उठवलं.

"महाराज, तुमची दोन्ही मुलं विवाहयोग्य वयात आली आहेत!" नारद म्हणाले. राजकुमार मैनाकही जवळच बसला होता. तो गुरूकुलात विद्यार्जन पूर्ण करून नुकताच राजभवनात परतला होता. पिळदार शरीर, विनम्र वाणी आणि आत्मविश्वासामुळे तो सुकुमारही प्रत्येकाच्या नजरेत भरत होता.

"मुनीवर, मी तुम्हाला हा प्रश्न विचारणारच होतो. तुमच्याहून विद्वान मुनी या ब्रह्मांडात कुणीही नाही. तुम्ही ज्योतिषशास्त्राचे ज्ञाते आहात. कालीचं भविष्य कसं असेल हे आम्हाला जाणून घ्यायचं आहे. तिचं लग्न कसं आणि कधी करावं? हे सांगण्याची कृपा करावी."

नारदांनी क्षणभर पार्वतीकडे पाहिलं आणि ते म्हणाले, "तुम्ही निश्चिंत रहा. कालीच्या भविष्यात मला कोणतंही अशुभ चिन्ह दिसत नाही. सगळं शुभ आणि मंगलच असेल. पुत्री, तुझा हात पाहू?" पार्वतीने तिचा तळहात नारदांना दाखवला. "सगळी लक्षणं शुभच आहेत. मात्र एक रेखा तुम्हाला अनपेक्षित असणारं भविष्य मला सांगत आहे."

मैनावतीने पुढे येत चिंतायुक्त स्वरात विचारलं, "असं काय आहे,

मुनीवर?"

"कालीचा पती वैरागी असेल. तो एक योगी आणि निष्काम असेल."

ते ऐकून सर्वच आश्चर्यचकित झाले. हिमवान आणि मैनावतीच्या मनात चिंतेच्या लाटा उसळू लागल्या. हिमवानांनी विचारलं, "मग यावर उपाय काय?"

"यावर उपाय नाही. एक लोकविलक्षण योगी पार्वतीचा पती होणार आहे. ते म्हणजे भगवान शंकर. ते योगी आहेत. त्यांच्याशी विवाह करायचा असेल, तर कालीने तपश्चर्या करायला हवी. तुम्ही चिंता करू नका. भगवान शिव लवकर प्रसन्न होऊन वर देतात. कालीने वराच्या रूपात त्यांनाच मागावं. मला तुमची अर्धांगिनी म्हणून स्वीकार करा, अशी विनंती करावी. भगवान शिव कोण आहेत हे तुम्ही जाणताच. ते सर्वाधिक सामर्थ्यशाली आणि अविनाशी आहेत. कालीही तशीच होईल. मी, ब्रह्मपुत्र नारद, हे तुम्हाला खात्रीपूर्वक सांगत आहे की कालीचा विवाह भगवान शंकरांशीच होईल. त्यामागे एक रहस्य आहे, मात्र ते केवळ देवतांनाच ज्ञात आहे. त्यामुळे कालीने वेळ न दवडता तपश्चर्येला सुरूवात करायला हवी. भगवान शंकर लवकर प्रसन्न होतात याचा अर्थ ते अगदी काही दिवसांतच प्रसन्न होतील, असं नाही. तिला बराच काळ तपश्चर्या करावी लागेल. हठयोगी करतात तसं तप करावं लागणार नाही, इतकंच."

"मुनीवर, तुमच्यावर अविश्वास दाखवणं असा माझा मुळीच हेतू नाही. हे माझं अज्ञान आहे असं समजा, पण माझ्या मनात याविषयी काही प्रश्न आहेत. भगवान शंकर हे विरक्त आहेत. त्यांच्या ध्यानधारणेत व्यत्यय येऊ शकत नाही. मग ते विवाहाचा विचार का करतील? योगी पुरुषांसाठी हे सर्व विषय मिथ्या आहेत. तसंच मला सतीची कथाही ज्ञात आहे. महाराणी मैनावतींनीही ती ऐकली आहे. सती सोडून मी कोणत्याही स्त्रीशी विवाह करणार नाही, अशी भगवान शंकरांची प्रतिज्ञा आहे. ते प्रतिज्ञा कदापि मोडणार नाहीत. मग तुम्ही कालीला तपश्चर्या करण्याचा उपदेश का देत आहात? कृपया मार्गदर्शन करावं."

हिमवानांचा मुद्दा अतिशय योग्य होता. आता नारदमुनी काय उत्तर देतात, याकडे सर्वांचं लक्ष लागलं होतं. नारद म्हणाले, "देवतांना ज्ञात असणारं रहस्य आता तुम्हाला सांगायलाच हवं. बंधू, कालीच पूर्वजन्मी सती होती. ती या जन्मात भगवान शंकरांचीच पत्नी होणार आहे. हे विधिलिखित आहे."

हिमवान आणि मैनावती या दोघांना ते उत्तर अनपेक्षित होतं, मात्र ते

उत्तर ऐकल्यावर दोघांची प्रतिक्रिया वेगळी होती. ते ऐकून हिमवानांना आनंद झालं, पण मैनावती अधिकच चिंताग्रस्त झाली.[३] जिच्याबाबत ते बोलत होते, त्या पार्वतीची प्रतिक्रिया काय होती? पार्वतीचं मन प्रश्नांनी भरलं होतं. भगवान शंकर कसे आहेत? सती कोण होती? तिची कथा मला कोण सांगेल? मीच सती होते? मला गतजन्मीचं काही आठवेल का? खरोखर माझा भगवान शंकरांशीच विवाह होईल का? या विचारात बुडाल्याने ती शून्यात बघत होती.

"काली?" पित्याचा आवाज ऐकताच तिची विचारशृंखला तुटली.

"हं?" पार्वतीने 'काय?' अशा अर्थी म्हटलं.

"ये. इथे माझ्या शेजारी बस. हा तुझ्या आयुष्यातील महत्त्वाचा प्रसंग आहे. नारदमुनींना सर्वांचा भूतकाळ आणि भविष्यकाळ ज्ञात आहे. त्यांच्याकडून तुझ्या गतजन्माची कथा ऐकण्याची संधी तुला प्राप्त होत आहे. सर्वांनाच अशी संधी लाभत नाही. त्यामुळे माझ्याजवळ बस आणि ती कथा ऐक. देवर्षी, कृपया आम्हाला सतीची कथा सांगावी जेणेकरून आम्हीही पुन्हा एकदा ती कथा ऐकू आणि कालीलाही प्रथमच ती कथा सविस्तर ऐकता येईल."

"अवश्य."

देवर्षी नारद सतीची कथा सांगू लागले –

काही वर्षांपूर्वी भगवान शिवांचा विवाह व्हावा यासाठी स्वतः प्रजापिता ब्रह्मदेव प्रयत्न करत होते. ते भगवान विष्णूंकडे याबाबत सल्ला घेण्यासाठी गेले. तेव्हा हे कार्य पार पाडण्यासाठी प्रथमतः कुणीतरी देवी शिवेची तपश्चर्या करून वर मागायला हवा, असा दिशानिर्देष भगवान विष्णूंनी दिला. अर्थात, देवी शिवा हिने अवतार घ्यावा आणि तिनेच तपश्चर्या करून भगवान शंकरांना प्रसन्न करावं, असं त्या वराचं स्वरूप असणार होतं.

ब्रह्मदेवांनी हे कार्य त्यांच्या मानसपुत्रावर, दक्ष प्रजापतीवर, सोपवलं. त्यानुसार दक्षाने कठोर तपश्चर्या केली आणि देवी शिवा प्रसन्न झाली. तिने अवतार घ्यावा आणि भगवान शंकरांशी विवाह करावा, असा वर दक्षाने मागितला. प्रसन्न झालेल्या देवी शिवा म्हणाल्या, "मी तुझ्या पत्नीच्या पोटी जन्म घेईन. मी अवश्य भगवान शंकरांना प्रसन्न करेन."

त्यानंतर दक्ष आणि वीरिणी या दांपत्याला जे कन्यारत्न प्राप्त झालं, तिचं नाव 'सती' असं ठेवण्यात आलं. तीच देवी शिवा आहे, अशी दक्षाची श्रद्धा

होती. आपल्या कन्येचा विवाह भगवान शंकरांशीच व्हावा ही इच्छा दक्षाने त्यांची पत्नी वीरिणीला सतीच्या बालपणीच सांगितली होती. अर्थात हे सगळं ब्रह्मदेवांच्या सूचनेनुसारच घडत होतं.

दक्षाने सतीच्या मनातही ती इच्छा तिच्या नकळत पेरली होती. त्यामुळे तारूण्यात पाऊल ठेवताच आपण भगवान शंकरांची पत्नी व्हावं, असं सतीला वाटू लागलं. पित्याची अनुमती घेऊन तिने तपश्चर्याही सुरू केली. ठरल्यानुसार सती तपश्चर्या करत असल्याचं पाहून ब्रह्मदेव प्रसन्न झाले व त्यांनी इतर देवतांना सोबत घेऊन स्वतः भगवान शंकरांकडे जायचं ठरवलं.

भगवान शंकर ध्यानमग्न होते. महाराज दक्षांची कन्या आपल्याला प्रसन्न करण्यासाठी कठोर तपश्चर्या करत आहे, असं ब्रह्मदेवांनी महादेवांना सांगितलं. देवतांनीही सतीची स्तुती करून तिची मनीषा अतिशय रास्त आणि मंगल असल्याचं मत मांडलं. शंकरांना सर्व काही ज्ञात होतंच. त्यांनी विवाहाबाबत संमती दर्शवली. ब्रह्मदेवांसह सर्व देवतांना अतिशय आनंद झाला. भगवान शंकर स्वतः सतीजवळ गेले आणि त्यांनी विवाहाची तयारी दर्शवली. सतीही आनंदून पित्याकडे परतली.

स्वतः ब्रह्मदेव एका अर्थी मध्यस्त म्हणून कार्य करत होते. शंकरांचा विवाह व्हावा ही इच्छा कित्येक वर्षांपासून त्यांच्या मनात होती. ती पूर्ण होत असल्याचं पाहून ते उत्साहाने स्वतः सोहळ्याचं नियोजन करत होते. वरपक्ष आणि वधूपक्षात संदेशाची देवाणघेवाण करण्यापासून मुहूर्त ठरवण्यापर्यंत सगळं ब्रह्मदेवच करत होते.

अंतिमतः ती मंगलघटिका समीप आली! देवतांसह आणि ऋषींसह भगवान शंकर दक्षांच्या राज्यात आले! दक्षांनी त्यांचा आदरसत्कार केला. अतिशय प्रसन्न वातावरणात विवाहसोहळा पार पडला. भगवान शंकर आणि सती यांनी मनोभावे एकमेकांना वरलं. दोघांच्या मनात परस्परांप्रती प्रीती निर्माण झाली.

सती शंकरांसह कैलासाकडे निघाली. शिव आणि शिवा यांच्या आनंदमय सहजीवनाची सुरूवात झाली.

दिवसांमागून दिवस सरत होते. तिकडे सतीचा सुखी संसार सुरू होता आणि इकडे तिच्या माहेरी दक्ष प्रजापती संपूर्ण पृथ्वीचा स्वामी होण्याची

महत्त्वाकांक्षा बाळगून योजना आखत होते. सती ही काही त्याची एकमेव कन्या नव्हती. दक्षाला एकूण साठ कन्या होत्या. त्यांचे विवाह झाले होते. त्यामुळे तसं कोणतंही कौटुंबिक उत्तरदायित्व दक्षाच्या मस्तकी नव्हतं. त्यामुळे दक्षाने त्याचं संपूर्ण लक्ष या योजनांवर केंद्रित केलं होतं.

सती योगेश्वर शंकरांच्या सहवासात अतिशय सुखी आणि समाधानी होती. तिचा भगवान शंकरांसह सतत संवाद सुरू असे. ती महादेवांना विविध विषयांबाबत प्रश्न विचारत असे आणि महादेव सविस्तर उत्तर देत असत. महादेव सहस्त्रावधी रूद्रगणांचे अधिपतीही होते. सती त्या सर्वांनाही वंदनीय होती. महादेव रूद्रगणांना काय उपदेश करतात हे सतीही लक्षपूर्वक ऐकायची. सतीचे हे सात्त्विक, जिज्ञासू आणि शालीन व्यक्तिमत्त्व महादेवांना भावले होते.

पण! कितीही झालं, तरी सती ही शेवटी मनुष्यच! एखादी उणीव तिच्यात असणारच! त्याच एका उणीवेमुळे एक दुर्दैवी प्रसंग घडला आणि या सुखी दांपत्यात दुरावा निर्माण झाला. ती उणीव म्हणजे 'अवज्ञा'! अतिपरिचयामुळे घडते तीच अवज्ञा! सतीच्या हातून अशीच एक अवज्ञा घडली.

एकदा महादेव सतीसह भ्रमंती करत होते. भ्रमंती करताना त्यांना राम आणि लक्ष्मण दिसले.

सतीने विचारलं, "नाथ, हे दोघे तरूण कोण आहेत?"

"ते दशरथनंदन राम आणि लक्ष्मण आहेत. श्रीराम हे महाविष्णूंचेच अंश आहेत. संपूर्ण जम्बूद्विपात यांच्याएवढा पराक्रमी पुरुष नाही."

"मग ते अश्रू का ढाळत आहेत? त्यांचा बंधू त्यांचे सांत्वन करत आहे. पराक्रमी पुरुष असा अरण्यात संन्यास्याचा वेष धारण करून अश्रू का ढाळेल?" एका अर्थी सतीचा महादेवांच्या बोलण्यावर विश्वास बसला नाही. महादेव असत्य का बोलतील? हा साधा प्रश्नही तिने स्वतःला विचारला नाही.

"देवी, ते श्रीरामच आहेत. मातापित्याच्या आज्ञेमुळे ते वनवासात आले आहेत. त्यांच्या पत्नीचं अपहरण लंकानरेश रावणाने केलं आहे. प्राणवल्लभेचं अपहरण झाल्याने श्रीराम व्याकुळ झाले आहेत. तू ज्याप्रमाणे मला प्रिय आहेस, त्याप्रमाणे देवी सीता श्रीरामांना प्रिय आहे."

"माझा यावर विश्वास नाही. त्यांच्या मातापित्याने इतक्या समर्थ पुत्राला वनवासात जाण्याची आज्ञा का दिली असेल? ते सर्वाधित पराक्रमी

आहेत, तर रावणाने त्यांच्या पत्नीचं अपहरण कसं केलं? ते खरोखर श्रीराम आहेत की नाहीत, याची परीक्षा घ्यायला हवी." सतीने कळत-नकळत महादेवांवर अविश्वासच दाखवला.[४] ते पाहून महादेवही काहीसे दुखावले. महादेव श्रीरामांना ओळखू शकले नाहीत हे जणू सिद्ध करण्यासाठी सती श्रीरामांची परीक्षा घेण्याचा विचार करत होती. त्यामुळे महादेवही काहीसे दुखावले. पण त्यांनी तसं दर्शवलं नाही.

"तुला विश्वास नसेल, तर तू त्यांची परीक्षा घेऊ शकतेस." शंकरांचं हे उपरोधक विधानही सतीला समजलं नाही. 'परीक्षा घेण्याची आवश्यकता नाही.' असा त्या विधानाचा मतीतार्थ होता. तरीही सती परीक्षा घेण्यासाठी पुढे गेली. एका अर्थी तिने अवज्ञाच केली. तो भगवान शंकरांचा अपमान होता.

सीतेचं रूप कसं असेल, याचा सतीने क्षणभर विचार केला. ती तिच्या कल्पनेतील सीतेचं रूप घेऊन श्रीरामांसमोर गेली. सतीचं ते वर्तन एखाद्या किशोरवयीन मुलीला साजेसं होतं. भगवान शंकरांच्या पत्नीला ते वर्तन शोभणारं नव्हतं. अर्थातच श्रीरामांनी सतीला क्षणार्धात ओळखलं.

सतीला बघताच श्रीराम म्हणाले, "देवी सती, तुम्ही इथे कशा? भगवान शिव कुठे आहेत?" ते पाहून सती मनोमन लज्जित झाली. आपण खूप मोठी चूक केल्याचं तिच्या लक्षात आलं. तिच्या चेहऱ्यावरचा रंग उडाला. ती गोंधळून "हं?" इतकंच म्हणाली.

"म्हटलं, भगवान शिव सोबत आले असतील ना?"

"हो! ते जवळच आहेत." असं म्हणत सती भगवान शिवांना बोलावण्यासाठी पुन्हा मागे आली. पण भगवान शिव तिथे नव्हतेच. तिने त्यांना शोधण्याचा प्रयत्न केला, पण काही क्षणांतच तिला जाणवलं की भगवान शिव रागावून कैलासाकडे परतले असणार!

ती पुन्हा श्रीरामांकडे आली. घडलेला प्रसंग तिला सांगावा लागला. त्याशिवाय तिच्याकडे दुसरा पर्याय नव्हता. सती श्रीरामांचा निरोप घेवून त्वरित कैलासाकडे निघाली.

महादेव त्यांच्या स्थानी विराजमान होते. सतीला पाहून त्यांनी इतकंच विचारलं, "कशी झाली परीक्षा?"

सतीने शरमेने मान खाली घातली. ती महादेवांकडे बघूही शकत नव्हती. ती म्हणाली, "मला क्षमा करा. अनावधानाने हा अपराध घडला. मी

तुमच्यावर अविश्वास दाखवून खूप मोठी चूक केली आहे. मला शिक्षा द्या, पण मला क्षमा करा."

भगवान शंकर काहीच बोलले नाहीत. सतीने अनेकदा क्षमायाचना केली. मात्र भगवान शंकर डोळे बंद करून ध्यानस्थ झाले. त्यानंतर ते सतीशी बोललेच नाहीत. त्यांनी सतीचा मनोमन त्याग केला होता. ते सतीच्याही लक्षात आलं. ती दु:खी होऊन रडू लागली. तिने पुन्हा क्षमायाचना केली. पण भगवान शंकरांनी डोळे उघडले नाहीत. आपल्या वर्तनाचे परिणाम सतीला पूर्वीच लक्षात यायला हवे होते. कारण एखाद्या सामान्य कुटूंबात होणारे मानापमान आणि अविश्वास दाखवण्याचे परिणाम वेगळे असतात व रूद्रगणांचा अधिपती, देवाधिदेव यावर अविश्वास दाखवण्याचे परिणाम वेगळे असतात हे तिला माहीत असणं अपेक्षित होतं. पण दुर्दैवाने सतीच्या हातून चूक घडली होती आणि तिला भगवान शंकरांचं मन पुन्हा जिंकता येईल असं वाटत नव्हतं.

सती काही दास्यांसमवेत गंधमादन पर्वतावर गेली. ती तिथेच राहू लागली. दुर्दैवाने सती आणि शंकरांमध्ये दुरावा निर्माण झाला. कधी ना कधी प्रायश्चित्त करण्याची संधी आपल्याला मिळेल या आशेत सती जगत होती.

हा प्रसंग घडल्यावर काही काळाने प्रयाग या तीर्थक्षेत्री अनेक मुनींनी महायज्ञ आयोजित केला होता. तिथे अनेक ऋषी, देवता आणि राजे उपस्थित होते. भगवान शंकरही मुनीगणांचं निमंत्रण स्वीकारून तिथे उपस्थित झाले.

त्या यज्ञाच्या काही दिवसांपूर्वीच दक्ष प्रजापती संपूर्ण पृथ्वीचे अधिपती झाले होते. त्यांचं स्वप्न साकार झालं होतं. पण नव्याने मिळालेल्या या सत्तेमुळे त्यांची मतीही भ्रष्ट झाली. विवेकाची जागा अहंकाराने घेतली. आपणच सर्वाधिक बलवान आहोत, असं त्यांना वाटू लागलं. त्याच आवीर्भावात ते यज्ञस्थळी उपस्थित झाले. ते येताच सर्व ऋषीमुनी आदरपूर्वक उठून उभे राहिले. मात्र महादेवांनी त्यांना उठून प्रणाम केला नाही. ते पाहून दक्षाचा अहंकार दुखावला.

...कादंबरी सर्वत्र उपलब्ध आहे.

कादंबरीमाला

सोनेरी भारत

कादंबरी क्र.१
तथागत

तथागत गौतम बुद्धांच्या जीवनावर आधारित आत्मनिवेदन शैलीतील बहुदा पहिलीच कादंबरी! स्वयं तथागत, यशोधरा, भन्ते सारिपुत्त आणि भिक्खूणी खेमा यांसारख्या प्रमुख व्यक्तिरेखा तथागतांचे चरित्र सांगतात, अशी रचना आहे.
पृ. ३८४ । मूल्य ४५०/-

Scan to buy -

कादंबरी क्र.२
महाराजाधिराज

महाराजाधिराज श्री समुद्रगुप्त यांच्या जीवनावर आधारित कादंबरी. तत्कालिन भारत, समुद्रगुप्तांनी लढलेले संग्राम आणि राजपुत्रांच्या संघर्षाचं वर्णन. 'समुद्रगुप्त: एक चिंतन' या परिशिष्टातून ऐतिहासिक तथ्यांची मांडणीही केली आहे.
पृ.३१४ । मूल्य ३५०/-

Scan to buy -

महाभारतातील १०८ अद्‌भुत रहस्ये

महाभारतातील शस्त्रांचे वर्णन, अनेक अपरिचित कथा, देव-असूर संबंधाची संदर्भासह माहिती, तत्कालीन भारताचे वर्णन, अनेक रेखाचित्रे, महाभारतातील श्लोकांचा अर्थासह संदर्भ आणि चार मोठी व्यक्तीचित्रे अशा वैशिष्ट्यांनी युक्त असणारे पुस्तक!

पृ.२४४ । मूल्य ३५०/-

समुद्रमंथन

रेवन रॉय नावाचा क्रूर मानसशास्त्रज्ञ 'कनेक्टीव्ह कॉन्शिअसनेस'च्या आधारे विश्वाला संपवण्याची योजना आखतो. मात्र *समांतर विश्वात* रेवन रॉय सज्जन असतो. त्याला या भयंकर योजनेची माहिती मिळताच तो समांतर विश्वातील स्वत:च्या दुसऱ्या भागाला थांबवण्यासाठी प्रयत्नांची पराकाष्ठा करतो.

पृ.२१० । मूल्य २५०/-

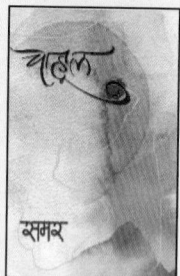

चाहूल

कवी समर यांनी लिहिलेल्या गजल आणि कवितांचा संग्रह!

पृ. ११८ । मूल्य १७०/-

धर्म

कर्ण, अश्वत्थामा आणि एकलव्य हे तिघे निघाले आहेत धर्माच्या शोधात. या विश्वात धर्म कुठे आहे? त्याची खरी व्याख्या काय? अधर्म फक्त कौरवांचा आणि धर्म फक्त पांडवांचा, असं म्हणणं उचित ठरेल का? या प्रश्नांची उत्तरं त्यांना हवी आहेत. या शोधात ते पोहोचले आहेत कोकणातील एका धर्मप्रवण गावात. तिथे काय होईल? त्यांचा शोध पूर्ण होईल का?

पृ. २३२ । मूल्य २९०/-